AF761549

ചലനം

Chalanam
Children's Literature

P T Bhaskarappaniker

CHINTHA PUBLISHERS
Thiruvananthapuram

First Chintha Edition
October 2014

Third Edition
January 2017

Fourth Edition
December 2018

Fifth Edition
March 2020

Second Impression
April 2021

Published & Typesetting
Chintha Publishers, Thiruvananthapuram

Cover Design & Illustration
Sivan

ISBN - 978-93-85018-88-6

CR - 2216 / 5460

Email: chinthapublishers@gmail.com
Website: www.chinthapublishers.com

Distribution
DESHABHIMANI BOOKHOUSE
H O Thiruvananthapuram 695035

Branch
Head Office Kunnukuzhi • Statue Thiruvananthapuram •
KSRTC Bus Station Thiruvananthapuram
KSRTC Bus Station Alappuzha • KSRTC Bus Station Ernakulam •
Machingal Lane Thrissur • IG Road Kozhikode •
Mavoor Road Kozhikode • NGO Union Building Kannur •
Central Bus Terminal Complex Thavakkara Kannur

ചലനം

പി ടി ഭാസ്കരപ്പണിക്കർ

ചിന്ത പബ്ലിഷേഴ്സ്
തിരുവനന്തപുരം-695 035

പി ടി ഭാസ്കരപ്പണിക്കർ

1922 ഒക്ടോബർ 15 ന് പാലക്കാട് ജില്ലയിലെ അടയ്ക്കാപ്പുത്തൂരിൽ ജനിച്ചു. വിദ്യാഭ്യാസാനന്തരം സ്കൂൾ അധ്യാപകനായി ജോലി നോക്കി. പിന്നീട് പ്രധാനാധ്യാപകനായി. കമ്യൂണിസ്റ്റ് പാർട്ടിയുടെ സജീവപ്രവർത്തകനായിരുന്നു. പാർട്ടി നിരോധിച്ചിരുന്ന ഘട്ടത്തിൽ ഒളിവിലും ജയിലിലുമായി മൂന്നുവർഷത്തോളം കഴിഞ്ഞു. ആധുനികകേരളരൂപീകരണത്തിൽ മുഖ്യ പങ്ക് വഹിച്ചിട്ടുണ്ട്. ഗ്രന്ഥശാലാ പ്രസ്ഥാനം, ശാസ്ത്രസാഹിത്യപ്രസ്ഥാനം എന്നിവയുടെ സ്ഥാപകനേതാക്കളിലൊരാൾ. ഇ എം എസ് മന്ത്രിസഭയിലെ വിദ്യാഭ്യാസമന്ത്രി ജോസഫ് മുണ്ടശ്ശേരിയുടെ സെക്രട്ടറി. 1959 മുതൽ 1965 വരെ കേരള പബ്ലിക് സർവീസ് കമ്മീഷൻ അംഗം. 1969 മുതൽ 1971 വരെ *വിശ്വവിജ്ഞാനകോശ*ത്തിന്റെ എഡിറ്റർ. 1971 മുതൽ 1974 വരെ ഗ്രന്ഥശാലാസംഘം അധ്യക്ഷൻ. *വിദ്യാലോകം, ശാസ്ത്രഗതി, ശാസ്ത്രകേരളം, പുസ്തകസമീക്ഷ* തുടങ്ങിയ പ്രസിദ്ധീകരണങ്ങളുടെ എഡിറ്റർ എന്നീ നിലകളിൽ പ്രവർത്തിച്ചു.

നിരവധി ശാസ്ത്ര സാഹിത്യഗ്രന്ഥങ്ങൾ രചിച്ചിട്ടുണ്ട്.

1997 ഡിസംബർ 30 ന് അന്തരിച്ചു.

ഉള്ളടക്കം

പ്രസാധകക്കുറിപ്പ്

പ്രപഞ്ചത്തിലെ സകലതും ചലിച്ചുകൊണ്ടിരിക്കുന്നു. ചലിക്കാത്ത പാറകൾ മോളിക്യൂളുകളാൽ നിർമിതമാണ്. മോളിക്യൂളുകൾ ആറ്റങ്ങളെ കൊണ്ടുണ്ടാക്കിയതാണ്. ഇവ സദാ ചലിക്കുന്നു. കൂടുതൽ ചെറിയ അണുക്കളുണ്ട് ആറ്റത്തിൽ. മില്യൻ കണക്കിന് ഇലക്ട്രോണുകൾ. അവ വളരെ വേഗത്തിൽ കറങ്ങിത്തിരിയുന്നു- പാറയിലും സമുദ്രത്തിലും വായുവിലുമെല്ലാം. പ്രപഞ്ചരഹസ്യം ചലനത്തിൽ അധിഷ്ഠിതമാണ്. ചലനത്തിന്റെ അപാരമായ ലോകത്തിലേക്ക് കുട്ടികളെ പിടിച്ചുകൊണ്ടുപോവുകയാണ് പി ടി ഭാസ്കരപ്പണിക്കർ എന്ന പ്രതിഭാശാലി. ശാസ്ത്രരംഗത്ത് ഒട്ടേറെ മാറ്റങ്ങൾ വന്ന കാലത്താണ് നാം ജീവിക്കുന്നത്. എന്നാലും മൗലികമായ ചലനനിയമങ്ങൾ ഭാസ്കരപ്പണിക്കർ ചൂണ്ടിക്കാണിച്ചതിൽനിന്നും ഏറെയൊന്നും മാറിയിട്ടില്ല. കുട്ടികൾക്കും മുതിർന്നവർക്കും ഒരുപോലെ സഹായകരമായ കൃതി.

ചിന്ത പബ്ലിഷേഴ്സ്

ചലനം

ഒരാൾ പനിപിടിച്ച് അനങ്ങാതെ കിടക്കുകയാണ്. അല്ലെങ്കിൽ കണ്ണടച്ച് ഉറങ്ങുകയാണെന്നുവയ്ക്കുക. ഇതിനർഥം അയാളുടെ ശരീരം നിശ്ചലമാണെന്നാണോ? പ്രശാന്തമായൊരു പ്രഭാതത്തിൽ എല്ലാം നിശ്ചലമായി നിൽക്കെ ഒരു പക്ഷിയുടെ കൂജനം കേൾക്കുന്നു, പൂക്കൾ പുഞ്ചിരിച്ചുനിൽക്കുന്നു. ഇതിന്റെയെല്ലാം പിന്നിൽ എത്രയെത്ര ചലനങ്ങളുണ്ടെന്ന് ആലോചിച്ചുനോക്കിയിട്ടുണ്ടോ? മുഖം കഴുകാമെന്നു കരുതി പാത്രത്തിൽനിന്ന് വെള്ളമെടുക്കുമ്പോൾ, ചായയുണ്ടാക്കാൻ ഒരു പാത്രം വെള്ളം അടുപ്പത്തുവച്ച് തീ പിടിപ്പിക്കുമ്പോൾ, വെള്ളത്തിന്റെ എത്രയോ അണുക്കൾ ചലിക്കുന്നു. ഇനി കല്ലും മണ്ണും ചലിക്കുന്നില്ലെന്നാണ് ധാരണയെങ്കിൽ അതും ശരിയല്ല. വേരുകൾ, വെള്ളം, ഞാഞ്ഞൂളുകൾ ഇവയെല്ലാം മണ്ണിനെ എല്ലായ്പ്പോഴും ഇളക്കുന്നുണ്ട്. അടിയിലുള്ള വെള്ളത്തിൽ മണ്ണിലെ പല ഉപ്പുകളും വിലയിക്കുന്നുണ്ട്. ഈ വെള്ളം വേർരോമങ്ങളിൽക്കൂടി സസ്യത്തിന്റെ മുകളിലേക്ക് പ്രത്യേക നാളികകളിൽക്കൂടി കയറുന്നുണ്ട്. അവസാനം, ഇലകളിൽവച്ച് അത് ആവിയായിത്തീരുകയും ചെയ്യുന്നുണ്ട്. ധാതുക്കളെ സസ്യം ഉപയോഗിക്കുന്നു. മണ്ണിനടിയിൽനിന്ന് ഇലയിലേക്ക് വെള്ളം ചലിക്കാതിരുന്നാൽ സസ്യങ്ങൾ വളരില്ല.

വായുവിലും ധാരാളം ചലനങ്ങൾ കാണാം. ഇലകൾ അവയിലുള്ള ചെറുസുഷിരങ്ങളിൽക്കൂടി വായുവിനെ സ്വീകരിക്കുന്നു. വായുവിലുള്ള ഒരംശത്തെ - കാർബൺഡയോക്സൈഡിനെ- ഇലകൾ വേർതിരിച്ച് വെള്ളവുമായി ചേർത്ത് സ്റ്റാർച്ചാക്കിത്തീർക്കുന്നു. നമുക്കെല്ലാം ആവശ്യമായ ഭക്ഷണം അങ്ങനെയാണ് നിർമിക്കപ്പെടുന്നത്.

ഭക്ഷണം നിർമിക്കാനാവശ്യമായ ഈ ചലനം നടക്കണമെങ്കിൽ മറ്റൊരു ചലനം വേണം. വെളിച്ചം, സൂര്യന്റെ വെളിച്ചം, സസ്യങ്ങളിലെത്തണമെന്നർഥം. സൂര്യനിൽ നിന്ന് പുറപ്പെടുന്ന വെളിച്ചം ഭൂമിയിലെത്തുന്നത് 8 മിനിട്ടിനുശേഷമാണ്. സെക്കൻഡിൽ 1,86,000 മൈൽ വേഗത്തിലാണതിന്റെ സഞ്ചാരം. സൂര്യനിൽനിന്ന് 93 മില്യൻ മൈൽ സഞ്ചരിച്ചാണ് വെളിച്ചം നമ്മുടെ ഭൂമിയിലെത്തുന്നതെന്ന കാര്യം മറക്കരുത് - എന്നിട്ടോ? നേരിട്ട് സസ്യങ്ങളുടെ ഇലകളിലേക്കങ്ങു കടക്കുന്നു. ഇലയിലെ കാർബൺഡയോക്സൈഡ്, വെള്ളം എന്നിവയെ ഈ വെളിച്ചം ചെന്നലട്ടുന്നു. അങ്ങനെയാണ് സ്റ്റാർച്ച് ഉണ്ടാകുന്നത്. ഇങ്ങനെയുള്ള ചലനങ്ങൾ ഇല്ലായിരുന്നുവെങ്കിൽ സസ്യമില്ല, വളർച്ചയില്ല, കഞ്ഞിയോ കാപ്പിയോ കുടിക്കലുമില്ല.

മരങ്ങൾ വളരുമ്പോൾ വേരുകൾക്ക് വണ്ണവും നീളവും കൂടി, അവ കൂടുതൽ ഭൂമിയിലേക്ക് പോകുന്നു. പുതിയ വേർരോമങ്ങൾ വളർന്ന് വെള്ളം, ലോഹധാതുക്കൾ എന്നിവയെ സ്വീകരിക്കുന്നു. തടി പതുക്കെപ്പതുക്കെ വളരുന്നു. ശാഖകൾ നീളുന്നു. വിത്തു കുഴിച്ചിട്ടതിൽനിന്ന് വളരെ വർഷങ്ങൾക്കുശേഷം ഒരു വൃക്ഷമുണ്ടാകുമ്പോഴേക്കും എന്തെല്ലാം ചലനങ്ങൾ നടന്നിരിക്കുമെന്ന് ഒന്നാലോചിച്ചുനോക്കൂ. വെള്ളം, വായു, ധാതുക്കൾ, സൂര്യപ്രകാശം ഇവയുടെയെല്ലാം ചലന ഫലമാണ് ആ മഹാവൃക്ഷം.

കാണാൻ വയ്യാത്ത പല ചലനങ്ങളും വിടരുന്ന പൂക്കളിലും പാടുന്ന പക്ഷികളിലും ഉണ്ടെന്നാണ് ഇതിൽനിന്ന് നാം മനസിലാക്കേണ്ടത്. ഭൂമിക്കടിയിലും സസ്യത്തിനകത്തും ഓരോ ഇലയിലും ഓരോ പുൽനാമ്പിലും ഓരോ ജീവിയിലും എണ്ണമറ്റ ചലനങ്ങൾ നടക്കുന്നു.

മനുഷ്യൻ രോഗിയായി അനങ്ങാതെ കിടക്കുമ്പോഴും ഉറങ്ങുമ്പോഴും മറ്റും അത്രയധികം ചലനം നടക്കുന്നുണ്ടോ? ശ്വാസോച്ഛ്വാസംതന്നെ എടുക്കുക. എത്ര വായു ശ്വാസകോശങ്ങളിൽ പോകുന്നു? എത്രവായു പുറത്തുവരുന്നു? ശ്വാസകോശങ്ങളിൽ വച്ച് വായുവിലുള്ള ഓക്സിജനെ രക്തശുദ്ധീകരണത്തിനായി ഉപയോഗിക്കുന്നു. അങ്ങനെ വായുവിന്റെ ഒരു ഭാഗം രക്തപ്രവാഹത്തിലെത്തുന്നു. അവിടെവച്ച് അത് രക്തത്തിലെ ചുവന്ന രക്താണുക്കളിലേക്ക് പ്രവേശിക്കുന്നു. ശരീരം മുഴുവൻ അങ്ങനെ ഒരു സർക്കീട്ടുതുടങ്ങുകയാണ്. ജീവപര്യന്തം രക്തത്തിലെ ഈ ചുവന്ന രക്താണുക്കൾ പ്രവഹിച്ചുകൊണ്ടേയിരിക്കുകയാണല്ലോ-ഓക്സിജനും വഹിച്ചുകൊണ്ടുള്ള ഈ സഞ്ചാരംനിന്നാൽ ജീവിതം അവസാനിക്കും.

ഒരാൾ വെറുതെ നിൽക്കുമ്പോഴും രക്തം സഞ്ചരിക്കുന്നുണ്ട്. ഹൃദയത്തിന്റെ 'പമ്പിങ്ങാ'ണിതിനു കാരണം. വികസിച്ചും ചുരുങ്ങിയും ഹൃദയം രക്തത്തെ കുഴലുകളിലേക്ക് ചാമ്പിവിടുന്നു. അങ്ങനെ രക്തം ശരീരത്തിന്റെ എല്ലാഭാഗത്തും എത്തിച്ചേരുന്നു. ഇതുനിന്നാൽ മരിക്കുകയേ ഗതിയുള്ളൂ.

എങ്ങനെയാണ് ഭക്ഷണം രക്തത്തിലെത്തുന്നത്? നിങ്ങൾ കഴിച്ച ഭക്ഷണത്തിന് ഒരു രാത്രികൊണ്ട് എന്തെല്ലാം മാറ്റം വന്നിരിക്കും? ഇവയെല്ലാം ചലനങ്ങളാണ്. വിരലിനറ്റത്തും തലയിലും ഭക്ഷണമെത്തണം. ഇതിനുവേണ്ട ചലനങ്ങൾക്കാകെയാണ് ദീപനമെന്ന് പറയുന്നത്.

ഭക്ഷണം ചവയ്ക്കുന്നത് ഒരു ചലനമാണല്ലോ. ഭക്ഷണത്തെ വിഴുങ്ങുന്നതും ചലനമാണ്. ആമാശയത്തിൽ വച്ച് മാംസപേശികളുടെ ചലനം ഭക്ഷണത്തെ നന്നായി കൂട്ടിക്കുഴയ്ക്കുന്നു. അവിടെവച്ച് അമ്ളങ്ങളും മറ്റു രാസവസ്തുക്കളും ഭക്ഷണവുമായിച്ചേരുന്നു. കുറച്ചു മണിക്കൂറുകൾ കഴിഞ്ഞാൽ ഭക്ഷണം ചെറിയ കണങ്ങളായിരിക്കും - പിന്നീടാണ് ചെറുകുടലിലേക്ക് പോവുക. ഇരുപതടി നീളമുള്ള ഈ കുഴലിൽവച്ച് ഭക്ഷണത്തെ പലതരം ചലനങ്ങൾക്ക് വിധേയമാക്കുന്നു. പ്രത്യേക കുഴലിൽകൂടി ദീപനത്തിനായി പല രസങ്ങളും വരുന്നു - ലിവർ, പാൻക്രിയാസ് എന്നീ സഞ്ചികളിൽനിന്ന്-ഭക്ഷണം കഴിച്ച് മണി

ക്കൂറുകൾ കഴിഞ്ഞിട്ടാണിത്.

ജീവിതത്തിൽ ഇനിയുമെത്രയോ ചലനങ്ങൾ ആവശ്യമാണ്. ശരീരത്തിന്റെ ഓരോ ഭാഗത്തിലും കാൽവിരൽതൊട്ടു ചെവിവരെ, മാംസപേശികൾ മുതൽ പല്ലുവരെ എല്ലായിടത്തും രക്തത്തിൽക്കൂടി ലഭിച്ച ഭക്ഷണം ഓക്സിജനുമായിച്ചേർന്ന് കത്തുന്നുണ്ട്. ആ 'ജ്വാല' യുടെ ഫലമായി ചൂടുണ്ടാകുന്നു. നടക്കാനും ഓടാനും ചിരിക്കാനും സൈക്കിൾ ഓടിക്കാനും പുസ്തകം വായിക്കാനും ആവശ്യമായ ശക്തിയും ഇതിൽനിന്ന് ലഭിക്കുന്നു. ഇതിന്റെ ഫലമായി ഭക്ഷണത്തിന് രൂപഭേദമുണ്ടാകുന്നു. അത് ജീവവസ്തുവായി പരിണമിക്കുന്നു; എവിടെയെന്നില്ല സർവ അവയവങ്ങളിലും. അങ്ങനെയാണ് ചെറുതായ ശരീരം വളരുന്നത്. അങ്ങനെ ഭക്ഷണവും ഓക്സിജനും കൂടിച്ചേരുന്നതുകൊണ്ട് പല ഫലങ്ങളുമുണ്ട്.

കാണാൻവയ്യാത്ത എല്ലാ ചലനങ്ങളേയും വിവരിക്കാൻ വയ്യ. ചർമം വിയർക്കുന്നു-ഉഷ്ണകാലത്ത്. ഇതൊരു വിസർജനപരിപാടി മാത്രമല്ല - തണുപ്പിക്കൽ പരിപാടി കൂടിയാണ്. വൃക്കകൾ പ്രവർത്തിച്ച് രക്തം ശുദ്ധീകരിക്കുന്നു-മൂത്രമായി മാലിന്യങ്ങളെ നീക്കം ചെയ്യുന്നു. പലതരം രാസവസ്തുക്കളും ഇതിന്റെ ഫലമായി ഉണ്ടാകുന്നുണ്ട് - എവിടേക്കാണോ വേണ്ടത് അവിടേക്ക്. ഭക്ഷണം കഴിക്കവേ വായിലൂറുന്ന ഉമിനീർ അതിനെ ദഹിപ്പിക്കുന്നു. ആപൽഘട്ടങ്ങളിൽ ചില രാസവസ്തുക്കൾ പെട്ടെന്ന് രക്തപ്രവാഹത്തിലേക്ക് വരുന്നു, വൃക്കകൾക്കടുത്തുള്ള അഡ്രിനൽ ഗ്രന്ഥികളിൽനിന്നും മറ്റും. അതുകാരണം ഹൃദയം അതിവേഗം പ്രവർത്തിക്കുകയും കൂടുതൽ പ്രവൃത്തി ചെയ്യാനുള്ള കഴിവ് ലഭിക്കുകയും ചെയ്യുന്നു. വിരൽ മുറിയുമ്പോൾ രക്തത്തിലുള്ള വെളുത്ത രക്താണുക്കൾ അവിടേക്ക് കുതിച്ചുവരുന്നു- അവിടെയുള്ള രോഗാണുക്കളോട് യുദ്ധംവെട്ടാൻ. ഇങ്ങനെ ശരീരത്തിൽ കാണാൻ കഴിയാത്ത പല ചലനങ്ങളും നടക്കുന്നു. ഒരു ജീവിതകാലം മുഴുവനുണ്ടെങ്കിലേ ഇവയെപ്പറ്റി പഠിക്കാൻ കഴിയൂ- എന്നാലും മുഴുവനാകുമെന്ന് തോന്നുന്നില്ല.

ഇത്തരം മാറ്റങ്ങളെല്ലാം ശരീരത്തിൽ നടക്കുമ്പോൾ, ശരീരത്തിലെ മറ്റു ചലനങ്ങൾ അവയെ ബാധിക്കുന്നു. പ്രകാശകിരണങ്ങൾവന്ന് കണ്ണിൽ തട്ടുന്നു. കണ്ണിന്റെ ഉൾഭാഗത്തുള്ള നേത്രപടലതിരശ്ശീലയിൽ അതുചെന്നു തട്ടുമ്പോൾ ആയിരം നാഡികൾ ആ വിവരം തലച്ചോറിനെ അറിയിക്കുന്നു. വൈദ്യുതക്കമ്പികൾപോലെയാണ് ഈ നാഡികൾ. ഈ വൈദ്യുതസന്ദേശം എന്താണെന്നുള്ള ബോധം നമുക്കുണ്ടാക്കിത്തരുന്നത് മസ്തിഷ്കമാണ്. എങ്ങനെയാണ് ഈ ചലനങ്ങൾ സംഭവിക്കുന്നതെന്ന് വലിയ വലിയ ശാസ്ത്രജ്ഞന്മാർക്കുപോലും മുഴുവൻ മനസിലായിട്ടില്ലത്രെ.

അതാ, ഒരു പക്ഷിയുടെ ശബ്ദം. പക്ഷിയുടെ സ്വരയന്ത്രം പ്രവർത്തിക്കുമ്പോഴാണ് ശബ്ദമുണ്ടാകുന്നത്. അത് വായുവിൽ സ്പന്ദനമുണ്ടാക്കുന്നു. ഒരു ശബ്ദതരംഗം തുടങ്ങുന്നതിങ്ങനെയാണ് - വായുവിന്റെ ചലനമാണത്. മണിക്കൂറിൽ 1208 കി മീ വേഗത്തിലാണ് ഈ തരംഗം സഞ്ചരിക്കുന്നത്. ശബ്ദതരംഗം ശ്രവണപുടത്തിലെത്തുന്നു. ശ്രവണപുടം ഇളകുന്നു. ഈ ഇളക്കം അതിനോടു തൊട്ടുകിടക്കുന്ന ചെറിയ ശ്രവണാസ്ഥികൾക്ക് ലഭിക്കുന്നു. അവസാനം അന്തഃകർണം എന്ന ശ്രവണാവയവത്തിന്റെ 'ശ്രീകോവിലി'ൽ ഇതെത്തുന്നു. അവിടെയുള്ള അനേകം ചെറിയ നാഡികൾ ഈ സ്പന്ദനത്തെ തലച്ചോറിലേക്കെത്തിക്കുന്നു. അങ്ങനെയാണ് ആ കൂജനം കേൾക്കുന്നത്, എന്താണ് കേട്ടതെന്നും മറ്റും വ്യാഖ്യാനിക്കുന്നത് തലച്ചോറാണ്.

അപ്പോഴേക്കുമതാ, പ്രഭാതത്തിന്റെ സുഗന്ധം നിങ്ങളുടെ മൂക്കിലെത്തുന്നു. പനിനീർപ്പൂവിൽനിന്നുള്ള വാസന എങ്ങനെ നിങ്ങൾക്കനുഭവപ്പെട്ടു? പൂവിലുള്ള സുഗന്ധതൈലത്തിന്റെ ചെറുകണങ്ങൾ വായുവിൽക്കൂടി നിങ്ങളുടെ നാസാരന്ധ്രങ്ങളിലെത്തുന്നു. ആ വാസന നിങ്ങളുടെ മൂക്കിൽനിന്ന് വൈദ്യുതസന്ദേശമായി മസ്തിഷ്കത്തിലെത്തുമ്പോഴാണ് എന്തോ വാസനിക്കുന്നുവെന്ന ബോധമുണ്ടാവുക. ഈ ചലനങ്ങളെല്ലാംകൂടിയാണ് അടുത്ത് ഒരു റോസാപ്പൂവ് നിൽക്കുന്നുണ്ടെന്ന കാര്യം ബോധ്യപ്പെടുത്തുന്നത്.

പുൽത്തകിടിയിലൂടെ നടക്കുമ്പോൾ തലച്ചോറിൽനിന്നുവരുന്ന വൈദ്യുതസന്ദേശങ്ങൾ കാലിലും കൈയിലുമുള്ള മാംസപേശികൾക്ക് ചലിക്കാനുള്ള കൽപ്പന നൽകുന്നു. നിങ്ങൾ നടക്കുമ്പോൾ എത്രയെത്ര ചലനങ്ങളാണ് അനുഭവപ്പെടുന്നതെന്നറിയാമോ? കാണാനും കേൾക്കാനും ജീവിക്കാനുമെല്ലാം എത്രയെത്ര ചലനങ്ങൾ വേണം?

അപ്പോൾ, ചലനരഹിതമായ പ്രഭാതമല്ല അത്. അകത്തും പുറത്തും സർവത്ര ചലനമാണ്. അടുത്തുള്ള റേഡിയോകേന്ദ്രത്തിൽനിന്ന് റേഡിയോതരംഗങ്ങൾ നിങ്ങളുടെ ചുറ്റും പോകു

ന്നുണ്ട്. ചുമരുകളെക്കൂടി തുളച്ചാണ് അവ വരുന്നത്. കോസ്മിക്രശ്മികൾ വന്ന് നിങ്ങളെ ആവരണം ചെയ്യുന്നു. ഓരോ നിമിഷവും ഇങ്ങനെ നൂറുകണക്കിൽ കണങ്ങളും തരംഗങ്ങളും വന്ന് നിങ്ങളെ മുട്ടുന്നു. ശരീരം തുളച്ചുപോകുന്ന തരംഗങ്ങളെപ്പോലും നമുക്ക് കണ്ടതായി തോന്നുന്നില്ല.

എന്നാൽ, മണ്ണ്- അത് ഇളകുന്നുണ്ടോ? ഞാഞ്ഞൂലുകൾ മണ്ണിലതാ ഇഴയുന്നു. വെള്ളം മൺതരികളിൽക്കൂടി കീഴ്പ്പോട്ടിറങ്ങുന്നു-വായു എങ്ങും പരക്കുന്നു-ചെറിയ അണുജീവികളവിടെ ജീവിക്കുന്നു - ഭക്ഷിക്കുന്നു-പെരുകുന്നു. അപ്പോൾ മണ്ണും നിശ്ചലമല്ല.

പാറ നിശ്ചലമായിരിക്കും, തീർച്ചതന്നെ. തെറ്റ്! അത്യുഗ്രശക്തിയുള്ള ഒരു മൈക്രോസ്കോപ്പുണ്ടെങ്കിൽ - ഇന്ന് കണ്ടുപിടിച്ചതിലും കാര്യക്ഷമതയുള്ളത് - പാറയിലെ മോളിക്യൂളുകൾ തലങ്ങും വിലങ്ങും പാറിക്കളിക്കുന്നതു കാണാൻ നമുക്ക് കഴിയും. രാവും പകലും അവ സ്പന്ദിക്കുന്നു. മുന്നോട്ടും പിന്നോട്ടും ചലിക്കുന്നു. അങ്ങനെ പാറയും ചലിക്കുന്നുണ്ട്.

പാറകൾ മോളിക്യൂളുകളെക്കൊണ്ടുണ്ടാക്കിയതാണെന്ന് പറഞ്ഞതുപോലെ എല്ലാ വസ്തുക്കളും അണുനിർമിതമാണ് - നമ്മുടെ ശരീരവും. മോളിക്യൂളുകൾ ആറ്റങ്ങളെക്കൊണ്ടുണ്ടാക്കിയവയാണ്. ഇവ സദാ ചലിക്കുന്നു. കൂടുതൽ ചെറിയ അണുക്കളുണ്ട് ആറ്റത്തിൽ-മില്യൻ കണക്കിൽ ഇലക്ട്രോണുകൾ. വളരെവേഗം അവ കറങ്ങിത്തിരിയുന്നു. പാറയിലും സമുദ്രത്തിലും വായുവിലും എല്ലാം.

ഭൂമിക്കപ്പുറം, സ്പേസിൽ ഒരുപക്ഷേ ചലനമില്ലായിരിക്കാം. ഭൂമി സദാ തിരിയുന്നതിനാൽ - അത് സൂര്യനെ പ്രദക്ഷിണം ചെയ്യുന്നതിനാൽ - വേനലും വർഷവും രാത്രിയും പകലും നമുക്ക് ലഭിക്കുന്നു. ചന്ദ്രൻ ഭൂമിക്കു ചുറ്റും തിരിയുന്നു. ചന്ദ്രക്കല, അർധചന്ദ്രൻ, പൂർണ ചന്ദ്രൻ എന്നിങ്ങനെ പല വേഷത്തിൽ.

സൂര്യനെങ്കിലും നിശ്ചലമാണോ? അല്ല. സ്പേസിലുള്ള അനേകായിരം ലക്ഷം നക്ഷത്രങ്ങളോടുകൂടി സൂര്യൻ ചലിക്കുകയാണ് ചെയ്യുന്നത്.

പോകട്ടെ, സൂര്യനപ്പുറം ഒന്നു പോയിനോക്കാം നമുക്ക്. അവിടെ ചലനമുണ്ടോ? ഉണ്ട്. സൂര്യനക്ഷത്രാദികളിൽനിന്ന് വെളിച്ചം സദാ പ്രവഹിക്കുന്നു. ഭൂമിയിലുള്ളതിനേക്കാൾ ഉണ്ട വിടെ കോസ്മിക്രശ്മികൾ. പലതരം അണുക്കളും നമ്മുടെ അടു ത്തേക്ക് വരുകയും തെറിക്കുകയും ചെയ്യുന്നു. ഓരോ പ്രാവ ശ്യവും കൊള്ളിമീൻ എന്നൊരു വസ്തു അതിവേഗത്തിലങ്ങനെ ആ വഴി ചീറിപ്പായുന്നു. നാമുണ്ടാക്കിയ ഏറ്റവും വേഗംകൂടിയ റോക്കറ്റുകളേക്കാൾ വേഗമുണ്ടവയ്ക്ക്.

പിന്നെ എവിടെയുണ്ട് നിശ്ചലത്വം? ആരുണ്ട്. എന്തുണ്ട്, അനങ്ങാതെ? പ്രപഞ്ചത്തിലൊന്നുമില്ല. സർവത്ര ചലനമാണ്- എല്ലായ്പ്പോഴും. ഈ ചലനങ്ങളില്ലാതെ ജീവിക്കാൻ വയ്യ. കാറും വണ്ടിയും വിമാനവും നമ്മെ അതിദൂരം വഹിച്ചുകൊണ്ടുപോ കുന്ന കഥ പോകട്ടെ.

നമ്മുടെ ചുറ്റുമുള്ള ലോകത്തിലെ പലതരം ചലനങ്ങളെ പ്പറ്റി നമുക്കൊന്ന് പഠിക്കാം. ഈ ചലനംകൊണ്ട് എന്താണ് കാര്യ മെന്ന് അന്വേഷിക്കാം. ചലനത്തിന്റെ കൂടപ്പിറപ്പാണ് എനർജി. എനർജിയാണ് ചലനത്തിനു കാരണം. ചലനമാണ് എനർജിക്കും കാരണം. ഒരു ഗാലൻ പെട്രോളിലുള്ള എനർജി എന്ന് നാം പറ യുന്നു. കാരണം, കാറിനെ ചലിപ്പിക്കുന്ന ശക്തി അതാണ്. ആറ്റം ബോംബിൽ എനർജിയുണ്ടെന്ന് പറയുന്നു. അതിഭയങ്കരതയോ ടെയാണത് പൊട്ടിത്തെറിക്കുന്നത്. ഇലക്ട്രിക്കൽ എനർജിയെന്ന് പറയുന്നു. എന്തെല്ലാം ചലനങ്ങൾ! ഏതെല്ലാം യന്ത്രങ്ങളിലാണ് അതുണ്ടാക്കുന്നത്(റഫ്രിജറേറ്റർ, ഇസ്തിരിപ്പെട്ടി, അലക്കുന്ന യന്ത്രം, ഇലക്ട്രിക് ഹീറ്റർ എന്നിങ്ങനെ)!

ഒരു രാജ്യം സമ്പന്നമാണോ ദരിദ്രമാണോ എന്നറിയുന്നതും അത് ശക്തമാണോ ദുർബലമാണോ എന്നറിയുന്നതും അതാ തു രാജ്യത്തുള്ള എനർജിക്കനുസരിച്ചാണ്. എത്ര എണ്ണ, എത്ര കൽക്കരി, എത്ര വിദ്യുച്ഛക്തി, ആറ്റംശക്തിയെത്ര?-ഇതിന്റെ അടി സ്ഥാനത്തിൽ വേണം രാഷ്ട്രത്തിന്റെ ശക്തി നിർണയിക്കാൻ.

നമുക്കറിയുന്നതിൽവച്ച് ഏറ്റവും വേഗംകൂടിയ ചലനമേ താണ്? ജെറ്റ് വിമാനമോ? റോക്കറ്റോ? ധൂമകേതുവോ? കൊള്ളി മീനോ? ഒന്നുമല്ല. വെളിച്ചത്തിന്റെ വേഗവുമായി താരതമ്യപ്പെടു

ത്തുമ്പോൾ തനി ഒച്ചിന്റെ മട്ടാണ് ഇവയുടെയെല്ലാം വേഗത. കണ്ണ് ഇമയാട്ടുമ്പോഴേക്കും വെളിച്ചത്തിന് ലോകം മുഴുവനൊന്നു ചുറ്റി വരാൻ കഴിയും. അതേസമയം കൊണ്ട് കുറെയധികം അടികൾ മാത്രമേ ഒരു റോക്കറ്റിന് ഉയരാൻ കഴിയൂ.

എങ്ങനെയാണ് ഇത്രയും വേഗം ഏതെങ്കിലുമൊന്നിന് ചലിക്കാൻ കഴിയുക? വെളിച്ചത്തിന്റെ വേഗം കൃത്യമായിത്തന്നെ അളന്നു തിട്ടപ്പെടുത്തിയിരിക്കുന്നു. സെക്കൻഡിൽ 2 99 460 കി. മീ. ആണെന്ന് 1902 ൽ ആൽബർട്ട് മൈക്കൽസൺ എന്ന അമേരിക്കൻ ശാസ്ത്രജ്ഞൻ കണക്കാക്കി. കൃത്യമായിപ്പറഞ്ഞാൽ സെക്കൻഡിൽ 2 99 919 കി മീ. പലപ്രാവശ്യം ഇതു പരിശോധിച്ചുനോക്കി. എന്നിട്ടും വലിയ വ്യത്യാസങ്ങളൊന്നും ഇതുവരെയായി കണ്ടിട്ടില്ലത്രെ.

എങ്ങനെയാണിതിനു കഴിയുക? ഒരു കാറിന്റെ വേഗം പോലീസുകാരൻ കണക്കാക്കുന്നതെങ്ങനെയാണ്? ഒരു പ്രത്യേകദൂരം ഓടാൻ കാറിനെത്ര സമയം വേണമെന്നതിന് അനുസരിച്ച് വേഗം കണക്കാക്കാം. ഇതാണ് ഒരു വഴി. പൊലീസുകാരൻ നിൽക്കുന്നിടത്തുനിന്ന് നോക്കിയാൽ, ഒരു കി മീറ്ററകലെ കാർ വരുന്നത് കാണാമെന്നു വയ്ക്കുക. പെട്ടെന്നതാ കാർ വരുന്നു. ഒരു കി മി ദൂരത്തിന് എത്ര സമയമെടുത്തു എന്ന് കണക്കാക്കാമല്ലോ, സ്റ്റോപ്പ് വാച്ചിന്റെ സഹായത്തോടെ. ഒരു മിനിട്ടാണ് എടുത്തതെങ്കിൽ (ഒരു കി.മീറ്ററിന്), കാറിന്റെ വേഗം മണിക്കൂറിൽ 97 കി.മീറ്ററാണ്. ഒരു മിനിട്ടിലധികമാണ് ഇതിനു വേണ്ടി വന്നതെങ്കിൽ കാറിന്റെ വേഗം 97 കി.മീറ്ററിൽ കുറവാണ്. ഒരു മിനിട്ടിൽ കുറച്ചാണ് സമയമെടുത്തതെങ്കിൽ കാറിന്റെ വേഗം 97 കി.മീറ്ററിൽ കൂടുതലാണ്. അപ്പോൾ കൃത്യമായൊരു ദൂരം സഞ്ചരിക്കാൻ വേണ്ട കൃത്യസമയം അറിഞ്ഞാലേ പൊലീസുകാരന് വേഗമളക്കാൻ പറ്റൂ.

മിക്കവാറും ഇതുപോലെയാണ് പ്രകാശത്തിന്റെ വേഗവും അളക്കുക. പക്ഷേ, വെളിച്ചത്തിന്റെ വേഗക്കൂടുതൽ കാരണം, ഒന്നുകിൽ വളരെ ദൂരം സഞ്ചരിക്കണം, എങ്കിലേ കുറച്ചു സമയമെങ്കിലും കിട്ടൂ. അല്ലെങ്കിൽ ചെറിയൊരു ദൂരമെടുത്ത് അത്ര ദൂരം

പോകാൻ ഒരു സെക്കൻഡിന്റെ എത്രയിലൊരുഭാഗം വേണ്ടിവന്നുവെന്ന് കാണണം.

1676 ൽ ഡെന്മാർക്കിലെ ശാസ്ത്രജ്ഞനായ ഓലോസ് റോമറാണ് ജൂപ്പിറ്റർ എന്ന ഗ്രഹത്തിന്റെ ചുറ്റുമുള്ള ചന്ദ്രന്മാരുടെ പ്രദക്ഷിണത്തെ ആശ്രയിച്ച് വെളിച്ചത്തിന്റെ വേഗം കണക്കാക്കിയത്. 10 ചന്ദ്രന്മാരുണ്ട് ജൂപ്പിറ്ററിന്. ഇവയിൽ നാലെണ്ണത്തിനെ സാധാരണ ദൂരദർശിനി (ടെലസ്കോപ്പ്) കൊണ്ട് കാണാം. ജൂപ്പിറ്ററിനു ചുറ്റും ഒരു ചന്ദ്രന് തിരിയാൻ എത്ര സമയം വേണമെന്ന് അളക്കാം. 1 ദിവസവും 18 മണിക്കൂറും കൊണ്ടാണ് ഇവയിലൊരു ചന്ദ്രൻ ജൂപ്പിറ്ററിനെ ചുറ്റുന്നത്. ഇതേ ചന്ദ്രനെ, കുറെ മാസം, രാത്രി തോറും നോക്കുകയാണെന്നു വയ്ക്കുക. ജൂപ്പിറ്ററിന്റെ ഏറ്റവും അടുത്താണ് ഭൂമിയെന്നും വയ്ക്കുക. ജൂപ്പിറ്ററിന്റെ ചന്ദ്രന്റെ വേഗം കുറയുന്നതായിതോന്നും. അരവർഷത്തിനിടയിൽ, ഇങ്ങനെ 20 മിനിട്ടോളം ചന്ദ്രൻ നഷ്ടപ്പെടുമത്രെ. പിന്നെയും ജൂപ്പിറ്ററിന്റെ ചന്ദ്രനു വേഗം കൂടുന്നു. പിന്നീട് കുറച്ചുകഴിഞ്ഞാൽ, വീണ്ടും പഴയമട്ടിലാവുന്നു. ഇതെങ്ങനെ സംഭവിച്ചു?

സൂര്യന്റെ ചുറ്റും ഭൂമി ഒരു പ്രാവശ്യം ചുറ്റുമ്പോൾ അതു ജൂപ്പിറ്ററിന്റെ അടുത്തെത്തിയിരിക്കും. മറ്റു ചിലപ്പോൾ അകന്നുമിരിക്കും. അടുത്താവുമ്പോൾ, ജൂപ്പിറ്ററിൽനിന്നുള്ള വെളിച്ചം ഭൂമിയിലെത്താൻ കുറച്ചുസമയം മതിയല്ലോ. ജൂപ്പിറ്ററിൽനിന്ന് അകന്നാണ് ഭൂമി സ്ഥിതിചെയ്യുന്നതെങ്കിൽ, വെളിച്ചത്തിനു കൂടുതൽ സമയം വേണം. ജൂപ്പിറ്ററിനെ കാണാൻ 20 മിനിട്ടുംകൂടി വേണം. അതായത് അത്രയും ദൂരം കൂടി വെളിച്ചത്തിന് സഞ്ചരിക്കേണ്ടതായിട്ടുണ്ട്. വെളിച്ചം സഞ്ചരിക്കുന്ന അധികം ദൂരം കാരണം, അതിനുവേണ്ട സമയം കണക്കാക്കി റോമർ പറഞ്ഞു 309120 കിമീ ഒരു സെക്കൻഡിൽ വെളിച്ചം സഞ്ചരിക്കുമെന്ന്. ഇതു തെറ്റായിരുന്നു. പിന്നീടുള്ള അളവുകളാണ് ഇതിനെ 299460 കിലോ മീറ്ററിൽ എത്തിച്ചത്.

ഒരു സെക്കൻഡിൽ 299460 കി.മീ വേഗത്തിൽ വരുന്ന വെളിച്ചത്തിന് 16 213 കി.മീ. പോകാൻ-സെക്കൻഡ് സമയമേ വേണ്ടൂ. 16 213 കി. മീ. ദൂരത്തുനിന്ന് ഒരാൾ ഒരു ടോർച്ചടി

ച്ചാൽ-സെക്കൻഡ് സമയം കൊണ്ടത് നിങ്ങളുടെ കണ്ണിലെത്തും. ഇത് ചെറിയൊരു സമയമാണ്. പ്രത്യേകം ഉപകരണങ്ങൾകൊണ്ടേ ഇത്രയും ചെറിയ മാത്ര അളക്കാനാവൂ. 16 213 കി മീ ദൂരത്തിന് അത്രയും കുറച്ചു സമയം മതിയല്ലോ.

സൂര്യപ്രകാശത്തിൽ നിങ്ങൾ നോക്കുമ്പോൾ വെളിച്ചത്തിന്റെ വേഗമൊന്നും അറിയുന്നില്ല. അതിന്റെ ചൂടു മാത്രമേ അറിയുന്നുള്ളൂ. എങ്കിലും അതിന്റെ മർദം നാമനുഭവിക്കുന്നുണ്ട് - പക്ഷേ, നിസ്സാരമായതിനാൽ അതറിയുന്നില്ലെന്നു മാത്രം. പ്രത്യേകം ഉപകരണങ്ങൾകൊണ്ട് ഈ മർദവും അളന്നുതിട്ടപ്പെടുത്താൻ കഴിയും. ആകാശത്തിൽ, വാൽനക്ഷത്രങ്ങൾ പോകുമ്പോൾ, പ്രകാശതരംഗങ്ങൾക്കുള്ള അമർച്ച നമുക്ക് ബോധ്യമാകുമത്രെ.

ധൂമകേതുവിന് ഈ ആകൃതി എങ്ങനെ ലഭിച്ചു? അതിന് ഒരു തലയും ഒരു വാലുമുണ്ട്. എങ്ങനെ? വാസ്തവത്തിലത് കല്ലും മണ്ണും പാറയും വാതകങ്ങളുംകൂടി ചേർന്നുണ്ടായതാണ്. അതു സ്പേസിലങ്ങനെ ചലിക്കുകയാണ്. സൂര്യനെ സമീപിക്കുമ്പോൾ ധൂമകേതുവിൽ വന്നടിക്കുന്ന വെളിച്ചം അതിനെ മുന്നോട്ടുതള്ളുന്നു. ഈ വെളിച്ചം വലിയ പാറകളേയും മറ്റും ബാധിക്കുന്നില്ല. വാതകങ്ങളുടെ അണുക്കളെ ഉന്തിത്തള്ളുമ്പോൾ, ഘനവസ്തുക്കൾ ബാക്കിനിൽക്കുന്നു. സൂര്യനടുത്തുള്ള ധൂമകേതുവിന്റെ പ്രദക്ഷിണപഥം സദാ വളഞ്ഞതാണ്. ഈ വളവിൽക്കൂടി കോമറ്റ് സഞ്ചരിക്കുമ്പോൾ, സൂര്യനിൽനിന്നകലുമ്പോൾ, വാൽ തലയുടെ മുൻപിലായാണ് തോന്നുക. അതായത് പാറകളിൽനിന്ന് വാതകങ്ങളെ സൂര്യൻ തള്ളിമുന്നോട്ടുനീക്കുന്നു. പ്രകാശത്തിന് ഇങ്ങനെ ഒരു ശക്തിയുണ്ടെന്ന് ഇതിൽനിന്നറിയാമല്ലോ.

വെളിച്ചത്തിന്റെ ശക്തി ഉപയോഗിച്ചാണ് ഫോട്ടോ എടുക്കുന്നത്. സൂര്യരശ്മി ചില വസ്ത്രങ്ങളുടെ നിറം മങ്ങിപ്പിക്കുന്നത് നമുക്കറിവുള്ള കാര്യമാണല്ലോ. വെയിൽതട്ടി കേടുവരാതിരിക്കാൻ വലിയ ഷോപ്പുകളിൽ മഞ്ഞ കർട്ടനുകളുണ്ടാവും. ഇവയെല്ലാം വെളിച്ചമുണ്ടാക്കുന്ന രാസപരിണാമങ്ങളാണ്.

നമ്മുടെ കണ്ണിന് കാഴ്ചകിട്ടുന്നതും വെളിച്ചം കാരണമാ

ണ്. ക്യാമറപോലെയാണ് കണ്ണു പ്രവർത്തിക്കുന്നത്.

പ്രകാശം കടന്നുപോകുന്ന വസ്തുക്കളുണ്ട് - ചില്ലുപോലെ. ഇവയെ സുതാര്യങ്ങളെന്നു പറയാം. വെളിച്ചം കടക്കാത്തവ, അതാര്യങ്ങളുമാണ്. കുറച്ചു വെളിച്ചം കടത്തിവിടുന്നവയുമുണ്ട് - അർധതാര്യങ്ങൾ.

വെളിച്ചം നിഴലുണ്ടാക്കുന്നു. നിഴലിന് വ്യത്യാസം വരുന്നു. മുൻപൊക്കെ നിഴൽനോക്കിയാണ് സമയം കണക്കാക്കിയിരുന്നത്. അതാര്യവസ്തുക്കൾ പ്രകാശകിരണങ്ങളെ തടയുമ്പോഴാണ് നിഴലുണ്ടാകുന്നത്.

ഗ്രഹണങ്ങളുണ്ടാകുന്നത് ഇങ്ങനെ വളരെ വലിയ ഗ്രഹങ്ങൾ ഉണ്ടാകുമ്പോഴാണ്. സൂര്യഗ്രഹണവും ചന്ദ്രഗ്രഹണവും ഉണ്ടാകുമ്പോൾ സൂര്യനെയും ചന്ദ്രനെയും പൂർണമായോ ഭാഗികമായോ കാണാതാകുന്നു.

വെളിച്ചത്തിൽ പല നിറങ്ങളും അടങ്ങിയിട്ടുണ്ട്. വെളുത്ത പ്രകാശത്തെയാണ് നാം വെളിച്ചം എന്നുപറയുന്നത്. പക്ഷേ ഈ വെളിച്ചം ഏഴുനിറങ്ങൾ ചേർന്നവയാണെന്നു നമുക്കറിയാം. ആകാശത്തിലെ ചെറിയ വെള്ളത്തുള്ളികളിലൂടെ വെളിച്ചം കടക്കുമ്പോൾ, ചിലപ്പോൾ മഴവില്ലുണ്ടാകുന്നു. വെളിച്ചത്തെ, ജലകണങ്ങൾ സപ്തവർണങ്ങളായി വിഭജിക്കുന്നു. സപ്തവർണങ്ങളും ഒരു പ്രത്യേക ക്രമത്തിലാണുള്ളത്. വയലറ്റ്, ഇൻഡിഗോ, നീല, പച്ച, മഞ്ഞ, ഓറഞ്ച്, ചുവപ്പ് എന്നീ ക്രമത്തിൽ.

വെളിച്ചത്തിനു പ്രതിഫലിക്കാനുള്ള കഴിവുണ്ട്. ഒരു കണ്ണാടിയിൽ നമ്മുടെ മുഖം കാണുന്നത് ഈ പ്രതിഫലന നിയമപ്രകാരമാണ്. പക്ഷേ, ഇടതും വലതും തിരിഞ്ഞതായി കാണാം. ഇടത്തെ കണ്ണിലൊരു കുരു ഉണ്ടെങ്കിൽ, കണ്ണാടിനോക്കിയാൽ അതു വലത്തെ കണ്ണിലാണെന്നു തോന്നും.

എന്താണ് കണ്ണാടി? വെളിച്ചത്തിനു പ്രതിഫലിക്കാൻ പറ്റിയ ഉപരിതലമുണ്ടാക്കാൻവേണ്ടി നല്ലപോലെ മിനുക്കുന്നു. നല്ല തിളക്കമുള്ള നിലത്ത് പ്രതിബിംബങ്ങൾ കാണാം.

ആദ്യകാലത്ത് ഓടുകൊണ്ടുള്ള വാൽക്കണ്ണാടികൾ ഉണ്ടായിരുന്നു. ഓടു നന്നായി മിനുക്കിയാൽ, അതിൽ പ്രതിഫലനം കാണും.

കണ്ണാടികൊണ്ട് പല ഉപയോഗങ്ങളുമുണ്ട്. മുങ്ങിക്കപ്പലിൽ നിന്ന്, സമുദ്രതലത്തിലെ വിവരങ്ങളറിയാനുള്ള പെരിസ്കോപ്പ് കണ്ണാടികൾ കൊണ്ടാണ് ഉണ്ടാക്കുന്നത്.

കണ്ണാടി അൽപ്പം കുഴിഞ്ഞാൽ അത് കോൺകേവ് കണ്ണാടിയായി. അതിൽനോക്കിയാൽ, മുഖം വളരെ വലുതായിക്കാണാം.

നടുഭാഗം പൊന്തിയ കണ്ണാടികൾ-കോൺവെക്സ് കണ്ണാടി-വാഹനങ്ങളിൽ, ഡ്രൈവറുടെ മുൻപിൽ വയ്ക്കുന്നു. പിന്നിൽവരുന്ന വാഹനങ്ങളെ ഇതിൽ നോക്കി ഡ്രൈവർക്ക് അറിയാൻ കഴിയും.

കണ്ണുകൊണ്ടാണ് നാം കാണുന്നത്. പക്ഷേ കൺപീലികളും, പുരികങ്ങളും, കൺപോളകളും മറ്റും എന്തിനാണ്? ഇവയെല്ലാം കണ്ണിൽ പൊടിവീഴാതെ നോക്കുന്നു. കണ്ണിനെ സംരക്ഷിക്കാനുള്ള ഏർപ്പാടുകളാണ് ഇവ.

കണ്ണ് എപ്പോഴും നനഞ്ഞിരിക്കും. കണ്ണിൽ ചെറിയ പൊടിയൊന്നും തങ്ങിനിൽക്കാതിരിക്കാനാണിത്. വല്ല കരടും കണ്ണിൽ വീണാൽ, കണ്ണിൽനിന്നു വെള്ളം വരുന്നു. കരടിനെ കഴുകിക്കളയാനാണിത്.

കണ്ണുനീരുണ്ടാകുന്നൊരു ഗ്രന്ഥി ഓരോ കണ്ണിലുമുണ്ട്. വ്യസനം വരുമ്പോഴും സന്തോഷം വരുമ്പോഴും ഈ ഗ്രന്ഥിയിൽനിന്നു കണ്ണുനീർ അതിവേഗം പ്രവഹിക്കുന്നു.

വളരെ ശക്തിയുള്ളൊരു വെളിച്ചം പെട്ടെന്നു വന്നാൽ നാം അറിയാതെന്നെ കണ്ണടയുന്നു. അതുപോലെ തന്നെ, നല്ല വെളിച്ചമുള്ളപ്പോഴും സന്ധ്യസമയത്തും വായിക്കുമ്പോൾ, അതിനനുസരിച്ചു കണ്ണ് ക്രമീകരിക്കപ്പെടുന്നു. കണ്ണിലുള്ള ലെൻസിനെ ആവശ്യപ്രകാരം ഉപയോഗിക്കാൻ കഴിയും.

ഒരു പുസ്തകം വായിക്കുകയാണെങ്കിൽ അതു കണ്ണിൽ നിന്ന് വളരെ ദൂരെ പിടിക്കരുത്. വളരെ അടുത്തും പിടിക്കരുത്. ഏറ്റവും സുഖകരമായി വായിക്കാൻ കണ്ണിൽ നിന്ന് എത്ര ദൂരെ (എത്ര സെ.മീ. ദൂരെ) പുസ്തകം പിടിച്ചാലാണ് നല്ലതെന്ന നിങ്ങൾതന്നെ ഒന്നു പരിശോധിച്ചു നോക്കുക.

കണ്ണിലെ ലെൻസിനെപ്പോലുള്ള ലെൻസുകൾ കൃത്രിമമായുണ്ടാക്കി സൂക്ഷ്മദർശിനിയും ദൂരദർശിനിയും തയാറാക്കുന്നു.

ആകാശഗോളങ്ങളെക്കുറിച്ചുള്ള വിവരങ്ങൾ, നക്ഷത്രനിരീക്ഷണശാലകളിലുള്ള ദൂരദർശിനി (ടെലസ്കോപ്പ്) കളിൽനിന്നാണ് ലഭിക്കുക. ചെറുഭാഗങ്ങളെ വലുതാക്കി കാണിക്കാൻ സൂക്ഷ്മദർശിനി (മൈക്രോസ്കോപ്പ്) ഉപയോഗിക്കുന്നു.

ക്യാമറ കൊണ്ടാണ് ഫോട്ടോ എടുക്കുന്നത്. ഏതാണ്ട് കണ്ണിന്റെ തന്നെ മാതൃകയിലുണ്ടാക്കിയ ഒരു ഉപകരണമാണ് ക്യാമറ.

ദീപ്തിവർഷമെന്ന് നിങ്ങൾ കേട്ടിട്ടുണ്ടോ? ഒരു സെക്കൻഡിൽ 299 460 മൈൽ വേഗം സഞ്ചരിക്കുന്ന വെളിച്ചം ഒരു വർഷം എത്ര മൈൽ സഞ്ചരിക്കും?

186000	x 60	x 60	x 24	x 365
സെക്കൻഡിൽ	മിനിട്ട്	മണിക്കൂർ	ദിവസം	കൊല്ലം

ഇത്രയും ദൂരമാണ് വെളിച്ചം ഒരുകൊല്ലം കൊണ്ട് സഞ്ചരിക്കുക. ഇതാണ് ഒരു ദീപ്തിവർഷം. അപ്പോൾ ഒരു നക്ഷത്രം 13 ദീപ്തിവർഷം ദൂരത്താണു സ്ഥിതി ചെയ്യുന്നതെന്നു പറഞ്ഞാൽ അതിനർഥം അവിടെ നിന്നുള്ള പ്രകാശം പുറപ്പെട്ട് 13 വർഷം കഴിഞ്ഞാലേ നാം അതു കാണുകയുള്ളൂ എന്നാണ്.

സൂര്യൻ ഉദിച്ചു 8 മിനിട്ടു കഴിഞ്ഞാലേ ഭൂമിയിലുള്ളവർ അത് അറിയുന്നുള്ളൂ. ഇതിൽനിന്ന് സൂര്യനിലേക്കുള്ള ദൂരം കണക്കാക്കാമോ?

കാറ്റ്

കൊടുങ്കാറ്റുകൾ പല നാശനഷ്ടങ്ങളും ഉണ്ടാക്കാറുണ്ടെന്ന് നമുക്കറിയാം. പരിഷ്കൃത രാജ്യങ്ങളിൽ ഇത്തരം കൊടുങ്കാറ്റുകളെ മുൻപുതന്നെ പ്രവചിക്കാറുണ്ട്-റേഡിയോ മുഖേന. ഇത്ര മണിക്ക്, ഇന്ന വഴിക്ക്, ഇത്ര വേഗത്തിലാണ് അത് വീശുകയെന്നും മുൻകരുതലെന്ന നിലയ്ക്ക് ചെയ്യേണ്ട കാര്യങ്ങളെന്തെന്നും ആ പ്രവചനസന്ദേശത്തിൽ പറയുകയും പതിവുണ്ട്. കടലിൽ വഞ്ചിയിറക്കരുത്. വീടിന്റെ പുറമെ തൂക്കം കുറഞ്ഞ വസ്തുക്കളൊന്നും വയ്ക്കരുത് - ഇങ്ങനെ.

എന്നിട്ടും കൊടുങ്കാറ്റടിച്ചാൽ മരങ്ങൾ പുഴങ്ങിവീഴും, വീടുകളിടിയും, ആളുകൾ മരിക്കും, അനേകലക്ഷം രൂപയുടെ നാശനഷ്ടങ്ങളുണ്ടാവുകയും ചെയ്യും.

വായുവിന്റെ നാശകാരിയായ ഈ ചലനത്തിന് എന്താണ് കാരണം?

ആദ്യം, നമുക്കേറ്റവും ഇഷ്ടപ്പെട്ട ആ ഇളംകാറ്റില്ലേ. അതിന്റെ കാരണമറിയാം. പിന്നീടാവാം കൊടുങ്കാറ്റിന്റെ കാരണം പരിശോധിക്കുന്നത്. കാറ്റുകൾക്കെല്ലാം കാരണം മിക്കവാറും ഒന്നാണ്.

ഉഷ്ണമുള്ളൊരു ദിവസം, ഒരു കുളവരമ്പത്ത് നിൽക്കുകയാണെങ്കിൽ, കുളത്തിൽനിന്ന് തണുത്തൊരു കാറ്റ് നിങ്ങളുടെ മുഖത്ത് വന്നടിക്കുന്നു. കടൽക്കരയിലും ഇതുണ്ടാകും.

പകൽസമയത്ത്, സൂര്യകിരണങ്ങൾ ഭൂമിയിൽ വന്നുപതിച്ച് അവിടെ ചൂടുണ്ടാക്കുന്നു. കരയും വെള്ളവും ചൂടാകും. പക്ഷേ, വെള്ളത്തേക്കാൾ വേഗം ചൂടാകുന്നത് കരയാണ്. മണൽപ്പുറത്തു നടന്നാലറിയാം ഈ വ്യത്യാസം.

ഇതിന്റെ ഫലമായി, ഭൂമിയുടെ തൊട്ടുമുകളിലുള്ള വായു ചൂടാവുന്നു. വായുവിന്റെ ചെറു മോളിക്യൂളുകൾ ചാടിത്തുള്ളി വേഗം വേഗം ഉയരുന്നു. അവ ചെന്ന് അതിന്റെ മുകളിലുള്ള മോളിക്യൂളുകളെ തള്ളിനീക്കുന്നു. മാത്രമല്ല, ചൂടുകാരണം അവ വികസിക്കുന്നതിനാൽ, അവയ്ക്ക് കൂടുതൽ സ്ഥലവും വേണ്ടി വരുന്നു.

വായു ചൂടായാൽ വികസിക്കുമെന്നതിന് ചെറിയ ഒരു പരീക്ഷണം നടത്താം. ഒരു ഒഴിഞ്ഞ കുപ്പിയിൽ നല്ല ചൂടുവെള്ളം ഒഴിക്കുക. കുറച്ചുകഴിഞ്ഞ് ആ വെള്ളം ഒഴിച്ചുകളഞ്ഞ്, കുപ്പിയെ തലകീഴാക്കി, പച്ചവെള്ളമുള്ളൊരു പാത്രത്തിൽ വയ്ക്കുക. കുപ്പിയിൽ നിന്ന് വായുകുമിളകൾ പുറത്തുവരുന്നതു കാണാം, ഇതിന്റെ അർഥം കുപ്പിയിലെ വായു വികസിക്കുന്നുണ്ടെന്നാണ്. അതിന് കൂടുതൽ സ്ഥലം വേണ്ടിവരുന്നതുകൊണ്ടാണത് കുമിളകളായി പുറത്തേക്ക് വരുന്നത്.

എന്താണ് ഈ വികാസത്തിനു കാരണം? ചൂടുവെള്ളം കുപ്പിയെ ചൂടാക്കി. പിന്നീട് വെള്ളം പുറത്തു കളഞ്ഞപ്പോൾ പുറത്തുള്ള തണുത്ത വായു അതിൽ കയറി. ഈ വായുവിനെ കുപ്പി ചൂടാക്കി. വായു ചൂടായപ്പോൾ അത് വികസിച്ചു. കുപ്പിയുടെ അകത്ത് അതു കൊള്ളില്ലെന്ന് വന്നു. കുമിളകളായി വായു പുറത്തുകടന്നു.

ഇതുമാതിരി ഒരു പരീക്ഷണം ഒരു ബലൂൺകൊണ്ടും ചെയ്യാം. ഒരു ബലൂണിനെ ഒരു കുപ്പിയുടെ കഴുത്തുമായി ബന്ധിപ്പിച്ച് കുപ്പി പതുക്കെ ചൂടാക്കിയാൽ ബലൂൺ പൊട്ടുന്നതു കാണാം. കുപ്പിയിലെ വായു വികസിച്ച് ബലൂണിൽ കടക്കുന്നതാണ് ഇതിനു കാരണം.

അങ്ങനെ, ചൂടുകാരണം ഭൂമിക്കടുത്തുള്ള വായു വികസിക്കുന്നു. കുപ്പിയിലേതുപോലെ തന്നെ. ഇതോടുകൂടി അതിന്റെ സാന്ദ്രത കുറയുന്നു. തൂക്കം കുറഞ്ഞ വായു, സ്വാഭാവികമായും മേൽപ്പോട്ടുയരുന്നു. തണുത്തതും തൂക്കം കൂടിയതുമായ വായു

അങ്ങോട്ടു വരുന്നു - ആ സ്ഥാനത്തേക്ക്. കുളവരമ്പത്തുള്ള ആ തണുത്ത കാറ്റിന് കാരണമിതാണ്.

വായു ചൂടായി മേൽപ്പോട്ടുപൊങ്ങുന്ന കാര്യം പലപ്പോഴും നമ്മൾ അറിയാറില്ല. തണുത്ത കാറ്റ് വന്നടിക്കുന്നതേ ഭൂമിയിൽ ജീവിക്കുന്ന നമ്മൾ ശ്രദ്ധിക്കാറുള്ളൂ. എന്നാൽ മേൽപ്പോട്ടുയരുന്ന ഈ വായുവിനെ, ആകാശത്തങ്ങനെ അനായാസം പാറിക്കളിക്കാൻ പക്ഷികൾ ഉപയോഗിക്കുന്നു. ഗ്ളൈഡറുകൾ മോട്ടോർ യന്ത്രങ്ങളൊന്നുമില്ലാതെ വായുവിൽ പാറിക്കളിക്കുന്നത്, ഈ മേൽപ്പോട്ടുള്ള വായു സഞ്ചാരത്തെ പ്രയോഗിച്ചാണ്. കുറെ മണിക്കൂർ സമയം ഗ്ളൈഡറുകൾക്ക് അങ്ങനെ പാറിപ്പറക്കാൻ കഴിയും.

ഒരു അടുപ്പിന്റെ മീതെയുള്ള ചൂടുള്ള വായു മേൽപ്പോട്ടുയരുന്നു. വായു ചൂടാകുമ്പോൾ ഉയരുന്നു, പുകയും തീപ്പൊരിയുമടക്കം. ഊതിവീർപ്പിച്ച ഒരു ചെറിയ ബലൂൺ അടുപ്പിന്റെ മീതെ പിടിച്ചാൽ, മേൽപ്പോട്ടു പോകുന്ന വായു അതിനെ ഉയർത്തുന്നതു കാണാം. വാസ്തവത്തിൽ, ഒന്നര നൂറ്റാണ്ടു മുൻപ് ഇങ്ങനെയാണ് ബലൂണുകൾ ആകാശത്ത് ഉയർത്തിയിരുന്നത്. ചുവടെ, ഒരഗ്നികുണ്ഡമുണ്ടാക്കി, കടലാസ് ബലൂണിലേക്ക് ഈ ചൂടായ വായു കയറ്റുകയും പിന്നീട് അതിനെ പിടിച്ചു കെട്ടിയ കയർ അറുക്കുകയും ചെയ്താൽ ബലൂൺ വായുവിലേക്ക് ഉയരും. ഇങ്ങനെ വളരെ മൈലുകൾ ഉയരത്തിൽ അന്നുള്ളവർ ആകാശത്തിൽ പറക്കുകയുണ്ടായത്രെ.

1945 ലെ ഹിരോഷിമാ-നാഗസാക്കി ആറ്റംബോംബ് വിസ്ഫോടന സമയത്ത് വീടുകളും മറ്റും കത്തുമ്പോഴുണ്ടായ കൃത്രിമ കൊടുങ്കാറ്റാണ് കൂടുതൽ നാശനഷ്ടങ്ങളുണ്ടാക്കിയത്. മണിക്കൂറിൽ 35-45 മൈൽ വേഗമുള്ള കാറ്റുകളാണിങ്ങനെ അടിച്ചത്.

ഫാക്ടറികളിലെ പുകക്കുഴൽ നിങ്ങൾ കണ്ടിരിക്കും. വായുവിനെ ശക്തിപൂർവം മേൽപ്പോട്ടുയർത്താനാണ് ഇത്തരം പുകക്കുഴലുകൾ. തണുത്ത ശുദ്ധവായു പുകക്കുഴലിന്റെ അടിയിലാവും. വികസിച്ച ചൂടുള്ള വായു പുകക്കുഴലിലേക്ക് കയറുകയും ചെയ്യുന്നു. തീ കത്തുവാൻ ശുദ്ധവായു വേണം. പുകക്കുഴലിന് ഉയരം കൂടുംതോറും വായുവിനെ മേൽപ്പോട്ടുയർത്തുവാനുള്ള

കഴിന് വർധിക്കുന്നു.

വായു ചൂടാകുമ്പോഴും തണുക്കുമ്പോഴുമുണ്ടാകുന്ന ചലനത്തിന് 'കൺവെക്ഷൻ കറന്റ്' എന്നാണ് പേർ. പുകക്കുഴലുകൾ, കടൽക്കാറ്റ് ഇവയിലെല്ലാം കൺവെക്ഷൻ പ്രവാഹങ്ങളാണുള്ളത്. ഇവ കാരണമാണ്, പല കൊടുങ്കാറ്റുകളും ഉണ്ടാകുന്നത്.

ഭൂമി ചൂടാകുമ്പോഴുണ്ടാകുന്ന കൺവെക്ഷൻ പ്രവാഹത്തിന്റെ ഫലമായാണ് പേമാരികൾ ഉണ്ടാകുന്നത്. വേനൽക്കാലത്താണ് അധികവും പേമാരികൾ ഉണ്ടാകുക. അപ്പോഴാണല്ലോ ഭൂമി ഉഗ്രമായി ചൂടാകുന്നത്. ഉഷ്ണവായു ഉയർന്ന് മുകളിൽപ്പോയി തണുക്കുന്നു. ഇതു കാരണം വായുവിലെ നീരാവി ഉറച്ച് കട്ടിയാകുന്നു. അതു മേഘമായിത്തീരുന്നു. ഇതു പിന്നേയും തുടർന്നാൽ വലിയ മഴമേഘങ്ങൾ ആകാശത്തിൽ രൂപം കൊള്ളുന്നു. ഇതാണ് പിന്നീട് ഭയങ്കര പേമാരിക്കാറ്റായിത്തീരുന്നത്.

ദൂരെ നിന്ന് ഇതു നോക്കിയാൽ, മേഘത്തിനകത്ത് ചലനങ്ങൾ കാണാം. കൺവെക്ഷൻ കറന്റിന്റെ ചലനമാണിത്. നിങ്ങൾ മേഘത്തിനകത്താണുള്ളതെങ്കിൽ 60 മൈൽ വേഗത്തിൽ കീഴ്പ്പോട്ടും മേൽപ്പോട്ടുമുള്ള ചലനങ്ങൾ അനുഭവിക്കും. ഈ മാതിരി മേഘങ്ങളിൽകൂടി വിമാനം പോകുമ്പോൾ വിമാനത്തെ ഈ കറന്റ് തട്ടിമാറ്റുമത്രെ. വൈമാനികർ സൂക്ഷിക്കേണ്ടതാണ് ഇതെല്ലാം.

മധ്യരേഖാപ്രദേശത്താണ് ഏറ്റവുമധികം ഉഷ്ണം. വടക്കും തെക്കും ധ്രുവങ്ങളിലാണ് ഏറ്റവും ശൈത്യം. ഇതു കാരണം, മധ്യരേഖാപ്രദേശത്ത് വായു ഉയരുന്നു. ധ്രുവങ്ങളിൽ നിന്നുള്ള ശീതവായു ഈ ഭാഗത്തേക്ക് വീശുന്നു. ഇങ്ങനെയാണ് കാറ്റുണ്ടാകുന്നത്. ചൂടുള്ള വായു ഉയർന്ന് ധ്രുവങ്ങളിലേക്ക് നീങ്ങുന്നു. അതിനു തണുപ്പാകുമ്പോൾ അത് ആയിരമായിരം മൈലുകളകലെ, ഭൂമിയിലേക്ക് വീഴുന്നു. ഇതു പിന്നേയും മധ്യരേഖാപ്രദേശത്തേക്കു നീങ്ങുന്നു. മധ്യരേഖയിൽ വടക്കുനിന്നും തെക്കുനിന്നുമാണ് ഈ കാറ്റുകൾ വരുന്നത്-വാണിജ്യക്കാറ്റുകളെന്നാണ് പേർ.

ഈ കാറ്റുകൾ നേരിട്ട് മധ്യരേഖാപ്രദേശത്തേക്കു വീശുമെ

ന്നാണല്ലോ നമ്മുടെ വിചാരം. എന്നാൽ, ഭൂമി ഒരു പമ്പരം പോലെ തിരിയുകയാണ്. ഇതുകാരണം ഭൂതലത്തിലുള്ള വായുവും തിരിയുന്നു. ഇതിന്റെ ഫലമായി വടക്കെ അർധഗോളത്തിലെ കാറ്റെല്ലാം വലത്തോട്ടും തെക്കെ അർധഗോളത്തിലെ കാറ്റെല്ലാം ഇടത്തോട്ടും തിരിയുന്നു. വടക്കെ അർധഗോളത്തിലെ വാണിജ്യക്കാറ്റുകൾ പടിഞ്ഞാറുഭാഗത്തേക്കും തെക്കുഭാഗത്തേക്കും-അതായത് തെക്കു പടിഞ്ഞാറൻ ഭാഗത്തേക്ക്-തിരിഞ്ഞടിക്കുന്നത് ഇതിനാലാണ്.

ഇവയെ വാണിജ്യക്കാറ്റുകളെന്ന് പറയാൻ കാരണമെന്ത്? അമേരിക്കയുടെ കണ്ടുപിടിത്തത്തോടു കൂടി കപ്പലുകൾ ഈ കാറ്റുപയോഗിച്ചാണ് കടൽയാത്ര ചെയ്തിരുന്നത്. ഈ കാറ്റുകളില്ലായിരുന്നുവെങ്കിൽ അമേരിക്കയെ വികസിപ്പിക്കാൻ അന്ന്

കഴിയുകയില്ലായിരുന്നു.

മധ്യരേഖയിൽ വായു മേൽപ്പോട്ടുയരുമ്പോൾ ഭൂമിയുടെ ഉപരിതലത്തിനോട് തൊട്ടിട്ടൊരു കാറ്റുണ്ടാകുന്നു. സമുദ്രത്തിൽ ഈ ഭാഗത്തിന് ഡോൾഡ്രംസ് എന്നുപറയുന്നു. പണ്ടുള്ള നാവികന്മാർക്ക് ഇതിനെ വലിയ ഭയമായിരുന്നു. ഈ കാറ്റുകാരണം കപ്പലുകൾക്ക് അവിടെ നിന്ന് പുറത്തുചാടാൻ കഴിയാതെ വിഷമിച്ചിരുന്നുവത്രേ.

ഉത്തര-ദക്ഷിണധ്രുവങ്ങളിലേക്ക് ശരിക്കും എത്തുന്നില്ല മധ്യരേഖാ പ്രദേശത്തെ വായു. അത് ഉയരുംതോറും തണുക്കുന്നു. ധ്രുവങ്ങളെ ലാക്കാക്കി അത് നീങ്ങുകയും ചെയ്യുന്നു. വീണ്ടും ഭൂമിയിലേക്ക് തിരിച്ചു വരത്തക്കവണ്ണം അതിന്റെ തൂക്കം കൂടുന്നു. മധ്യരേഖയിൽ നിന്ന് ആയിരക്കണക്കിൽ മൈലുകൾ അകലെയാണിത്. 30^0 ലാറ്റിറ്റ്യൂഡിലാണിത്. വായു കീഴ്പ്പോട്ടുവരുംതോറും അതു വടക്കോട്ടും തെക്കോട്ടും തുളുമ്പിപ്പോകുന്നു. ഇതിൽ, തണുത്ത കുറച്ചു വായു വീണ്ടും മധ്യരേഖാപ്രദേശത്തേക്കു തന്നെ മടങ്ങുന്നു. അവിടത്തെ ഉഷ്ണവായുവിന്റെ സ്ഥാനം പിടിക്കാൻ. മറ്റുഭാഗങ്ങൾ കുറെ മിതശീതോഷ്ണഭാഗത്തേക്കും നീങ്ങുന്നു-വടക്കോട്ട്. ചലിക്കുന്ന ഈ വായു വളഞ്ഞ് വലത്തോട്ടു തിരിയുകയും, പടിഞ്ഞാറു നിന്ന് കിഴക്കോട്ടു വീശുകയും ചെയ്യുന്നു. ഇവയാണ് പശ്ചിമക്കാറ്റുകൾ. പസഫിക് കടൽത്തീരത്തിൽ നിന്ന് അത്ലാന്റിക്കിലേക്കുള്ള വരവിൽ അതു കാലാവസ്ഥയിൽ പല മാറ്റങ്ങളുമുണ്ടാകുന്നു.

30^0 ലാറ്റിറ്റ്യൂഡിനെ അശ്വാക്ഷാംശം എന്ന് പറയുന്നു. ഇതിനു കാരണമുണ്ട്. ആ ഭാഗത്ത് വളരെ കുറച്ച് വായുവെ ഉള്ളൂ. വായു കീഴ്പ്പോട്ടു ചലിക്കുകയാണല്ലോ അവിടെ. പണ്ടുകാലത്ത് കപ്പലുകളിൽ അമേരിക്കയിലേക്ക് കുതിരകളെ കൊണ്ടുപോയിരുന്നുവത്രേ. ഈ അക്ഷാംശത്തിലെത്തിയപ്പോൾ, കാറ്റുകുറയുകയും കപ്പൽ നിശ്ചലമാവുകയും ഉള്ള വെള്ളവും ഭക്ഷണവും ഉപയോഗിക്കപ്പെടുകയും ചെയ്തു. ഇതുകാരണം, അവിടെവെച്ച് കുറെ കുതിരകളെ കടലിലേക്ക് എടുത്തെറിയേണ്ടി വന്നു. ഇതിൽനിന്നാണ് ഈ പേർ ലഭിച്ചത്.

സൂര്യൻ ഭൂമിയെ ചൂടാക്കുമ്പോഴാണ് കാറ്റുണ്ടാവുന്നതെന്ന് വ്യക്തമാണല്ലോ. ഈ ചൂടാക്കൽ കാരണം കൺവെക്ഷൻ കറന്റു

ണ്ടാകും. ഇവയും കാറ്റുണ്ടാക്കും. ഭൂമിയുടെ ചുറ്റിത്തിരിയൽ കാറ്റിന്റെ ഗതിയെ നിയന്ത്രിക്കുന്നു.

ആഫ്രിക്കയുടെ തീരത്തുള്ള അത്ലാന്തിക്ക് സമുദ്രത്തിലെ ഡോൾഡ്രംസിൽ നിന്നാണ് അമേരിക്കയിലെ പല ഹരിക്കേനുകളും തുടങ്ങുന്നത്. വേറെ ചിലത് മെക്സിക്കോ കടലിൽനിന്ന് തുടങ്ങുന്നു. ഈ ഭാഗത്തെ ചൂടുള്ള വായു ഉയരുമ്പോൾ തണുപ്പുള്ള വായു തൽസ്ഥാനം പിടിക്കുന്നു. എന്നാൽ, തണുത്ത വായുവിന് നേരെയങ്ങോട്ട് ഉഷ്ണപ്രദേശത്തെത്താൻ വയ്യ. കാറ്റുകൾ വലത്തോട്ടു തിരിയുന്നു(വടക്കേ അർധഗോളം). പിന്നീട് വളഞ്ഞുവളഞ്ഞാണ് ഭൂമധ്യരേഖയിലെത്തുന്നത്. ഇതിന്റെ ഫലമായി, നൂറുകണക്കിൽ മൈൽ വിസ്താരമുള്ള ഒരു ഭീമാകാരമായ ചുഴലിക്കാറ്റ് രൂപംകൊള്ളുന്നു. ഉഷ്ണമുള്ള മധ്യഭാഗത്തേക്ക് വളഞ്ഞുവളഞ്ഞ് കാറ്റടിക്കുന്നു. 100 മൈൽ വേഗത്തിലാണിത്.

വയലുകളിൽ, മഴക്കാലത്ത് വെള്ളമൊഴുകുമ്പോൾ, വഴിക്കുള്ള കുഴിയുടെ മീതെ ഇത്തരം ചുഴികളുണ്ടാകുന്നതു കണ്ടിട്ടില്ലേ? ഹരിക്കേനിൽ, ഈ ചുഴിയുടെ കറക്കം കീഴ്പ്പോട്ടല്ല, മേൽപ്പോട്ടാണെന്നു മാത്രം.

അതിനകത്ത് കൂടുതൽ വേഗത്തിലുള്ള ഈ ചുഴലിക്കാറ്റ് പതുക്കെ സമുദ്രത്തിലേക്ക് നീങ്ങുകയും, കരയിലെത്തുമ്പോൾ, നേരത്തെ പറഞ്ഞ നാഷനഷ്ടങ്ങളുണ്ടാകുകയും ചെയ്യുന്നു.

ചെറിയ ചുഴലിക്കാറ്റുകൾ(Tornadoes) കുറച്ചു സ്ഥലത്തു മാത്രം വ്യാപിക്കുന്നു. ഇതിൽ കീഴ്പ്പോട്ടാണ് ചുഴലി. താഴോട്ടു വരുന്ന ശീതക്കാറ്റാണ് ഇതുണ്ടാക്കുന്നത്. ഒരു ശീതക്കാറ്റുവന്ന് പെട്ടെന്നവിടെയുള്ള ഉഷ്ണക്കാറ്റിനെ സ്ഥലം മാറ്റിയെന്നു വരും. അങ്ങനെയായാൽ, ശീതക്കാറ്റ് ഉഷ്ണക്കാറ്റിനെ മേൽപ്പോട്ടുവന്ന് ഉയർത്തുകയാണ് പതിവ്. ഇതങ്ങനെ നിൽക്കും കുറെനേരം. പിന്നീട് തൂക്കംകൂടിയ ശീതവായു പെ ട്ടെന്ന് വന്ന് ഉഷ്ണക്കാറ്റിനെ സ്ഥലം മാറ്റുന്നു. വായു ഉള്ളിലേക്ക് ചുഴിഞ്ഞാണ് വരുന്നത്. 200 മൈൽ വേഗ്മുണ്ടാവുമിതിന്. ഇതിലകപ്പെട്ട വീടുകൾ തികച്ചും നിലംപരിശാവും. കടലാസ് തുണ്ടുകൾപോലെ ആളുകളും ജീവികളും പറക്കും. ടൊർനാഡോ, ഹരിക്കേന്റെ അത്രനേരം നിലനിൽക്കില്ല. അവ ചലിക്കുംതോറും ഒരു നേരിയ

വഴിക്ക് കുറെ നാശനഷ്ടങ്ങൾ അതുണ്ടാക്കുന്നു.

പല കാറ്റുകളും നാശകാരികളാണെങ്കിലും, കാറ്റുകളുടെ ഗുണഭാഗം വിസ്മരിച്ചുകൂടാ. കാറ്റിന്റെ ചലനം കാരണം അതിന് എനർജി ലഭിക്കുന്നു. കപ്പലുകൾ കാറ്റിന്റെ ഗതിക്കനുസരിച്ചു പോകുന്നു. ആയിരമായിരം വർഷങ്ങളായി ഇതങ്ങനെയാണ്. ചില രാജ്യങ്ങളിൽ കാറ്റാടി യന്ത്രങ്ങൾ ഉപയോഗിക്കുന്നു-ധാന്യം പൊടിക്കാനും വെള്ളം തേവാനും മറ്റും. ഇന്ന് കാറ്റുകൊണ്ടോടിക്കുന്ന വിദ്യുച്ഛക്തിയുൽപ്പാദന ഉപകരണങ്ങൾ കൂടിയുണ്ട്. ഗ്രാമങ്ങളിലേക്കും ഫാക്ടറികളിലേക്കും കാറ്റിന്റെ ശക്തികൊണ്ട് വിദ്യുച്ഛക്തി നൽകാൻ കഴിയുമോ എന്ന സംഗതി പരീക്ഷണ മേഖലയിലാണിപ്പോൾ. കഴിയും എന്നാണ് സാങ്കേതിക ശാസ്ത്രജ്ഞന്മാരുടെ പ്രതീക്ഷ.

കാറ്റില്ലെങ്കിൽ ഭൂമിയിലെങ്ങനെ ജീവിക്കും? ഉഷ്ണ പ്രദേശങ്ങളെ തണുപ്പിക്കുന്നതും ശീതഭാഗങ്ങളെ ചൂടാക്കുന്നതും ഈ കാറ്റുകളാണ്. മഴയുണ്ടാക്കുന്നതിലും അങ്ങനെ വെള്ളം നൽകുന്നതിലും കാറ്റിന് വലിയ സ്ഥാനമുണ്ട്. നമ്മുടെ ജീവിതത്തെ ബാധിക്കുന്ന കാലാവസ്ഥയ്ക്കും മുഖ്യകാരണം വായുവാണ്.

കാറ്റില്ലായിരുന്നുവെങ്കിൽ എന്താവും ലോകത്തിന്റെ സ്ഥിതിയെന്ന് ആലോചിക്കാൻ പോലും വിഷമം തോന്നുന്നു.

വെള്ളം

ഇടവപ്പാതിക്കുവേണ്ടി അങ്ങനെ കാത്തിരിക്കുകയാണ് വേനലും വിഷുവും കഴിഞ്ഞ കേരളീയർ. കർഷകരുടെ നോട്ടം മേൽപ്പോട്ടാണ്. അതാ, തകർപ്പനായൊരു മഴ! എവിടെ നിന്നോ അതുവന്നു. പെട്ടെന്നതു നിന്നു. എവിടേക്കാണതു പോയത്? എന്താണങ്ങനെ മഴപെയ്യാൻ കാരണം?

ഇവിടെ പെയ്ത മഴയ്ക്കാവശ്യമായ വെള്ളം ആസ്ത്രേലിയയ്ക്കു തൊട്ടുകിടക്കുന്ന പസഫിക് സമുദ്രത്തിൽ നിന്നോ, അതല്ല ക്യൂബയ്ക്കടുത്തു നിന്നോ വന്നതാവാം. പഞ്ചാബിലെ കണ്ടങ്ങളിലെ വെള്ളത്തിൽ ഒരു ഭാഗമായിരിക്കാം ഇപ്പോൾ ഇവിടെ പെയ്ത മഴ. ആഫ്രിക്കക്കാരന്റെ വിയർപ്പതിലുണ്ട്. ചീനക്കാരന്റെ കിണർവെള്ളം അതിലുണ്ട്. അപ്പോൾ മഴയ്ക്കാവശ്യമായ വെള്ളമുണ്ടായത് പല പല വഴിക്കാണ്.

ഒരു തുള്ളി വെള്ളത്തിന്റെ പോക്ക് എങ്ങോട്ടാണെന്ന് നമുക്കൊന്നു നോക്കാം. വളരെ ശക്തിയുള്ള ഒരു മൈക്രോസ്കോപ്പുവേണം അതുകാണണമെങ്കിൽ. വെള്ളത്തിന്റെ ചെറിയ അണുക്കളങ്ങനെ തലങ്ങും വിലങ്ങും പായുന്നതു കാണാം, ആ സൂക്ഷ്മദർശിനിയിൽ കൂടി നോക്കിയാൽ. പരസ്പരം കൂട്ടിമുട്ടുന്നു, ചാടുന്നു, നൃത്തംവയ്ക്കുന്നു. ഈ ചലനം എല്ലായ്പ്പോഴും ഉണ്ടെന്ന് കരുതുക-അതാണ് ശാസ്ത്രജ്ഞന്മാർ വെള്ളത്തെപ്പറ്റി

പറയുക.

ഇവയെ തന്മാത്രകളെന്ന്(മോളിക്യൂളുകൾ)പറയുന്നു. വെള്ളത്തിനു മാത്രമല്ല മോളിക്യൂളുകൾ ഉള്ളത്. പെട്രോൾ, ആൽക്കഹോൾ മുതലായ ഇതര ദ്രവ്യങ്ങൾക്കും ഇരുമ്പ്, ചെമ്പ്, പഞ്ചസാര, ഉപ്പ് എന്നീ ഘനവസ്തുക്കൾക്കും മോളിക്യൂളുകളുണ്ട്. ഓക്സിജൻ, ഹൈഡ്രജൻ മുതലായ വാതകങ്ങൾക്കുമുണ്ട്, മോളിക്യൂളുകൾ. ചുരുക്കത്തിൽ എന്തു വസ്തുവും മോളിക്യൂളുകൾ കൊണ്ടുള്ളവയാണ്. ഓരോ വസ്തുവിനും അതാതിന്റേതായ മോളിക്യൂളുകൾ ഉണ്ട്. ഓരോന്നിന്റേയും മോളിക്യൂൾ മറ്റ് വസ്തുക്കളുടെ മോളിക്യൂളിൽ നിന്ന് വ്യത്യാസപ്പെട്ടിരിക്കും.

പക്ഷേ, ഏതു മോളിക്യൂളിനുമുണ്ട് സ്ഥിരമായ ചലനം- അതോ ക്രമം തെറ്റിയ ചലനമെന്ന് പറയണോ? ഓരോ വസ്തുവിന്റേയും മോളിക്യൂൾ അങ്ങനെ ഏതു സമയത്തും ചാടുകയും പായുകയും ചെയ്യുന്നു.

ഓരോ വസ്തുവിന്റെയും സ്വതന്ത്രമായി നിൽക്കാൻ കഴിവുള്ള ഏറ്റവും ചെറിയ രൂപത്തെയാണ് മോളിക്യൂൾ എന്നു പറയുക. ഒരു തുള്ളി വെള്ളത്തെ വിഭജിച്ചു വിഭജിച്ചു അവസാനം ഏറ്റവും ചെറിയ ഒരു കണമായിത്തീർന്നാൽ അതാണ് ഒരു മോളിക്യൂൾ.

വെള്ളത്തിന്റെ മോളിക്യൂളിന്റെ വലിപ്പമെന്തെന്ന് പറയാമോ? ഏറ്റവും ശക്തിയേറിയ മൈക്രോസ്കോപ്പു കൊണ്ടുകൂടി മോളിക്യൂളിനെ കാണാൻ കഴിയില്ല. ഒരു അംഗുലത്തിന്റെ 100 മില്യനിലൊന്നാണത്രേ അതിന്റെ വലിപ്പം. ഒരു തുള്ളി വെള്ളത്തിലുള്ള മോളിക്യൂളുകളുടെ എണ്ണമിതാ:

1,000,000,000,000,000,000,000.

ഈ സംഖ്യ നിങ്ങൾക്ക് വായിക്കാൻ പറ്റുമെങ്കിൽ വായിച്ചോളൂ. ലോകത്തിലെ ജനങ്ങളെല്ലാംകൂടി ഒരു തുള്ളി വെള്ളത്തിലുള്ള മോളിക്യൂളുകളെ ഊണും ഉറക്കവും കൂടാതെ എണ്ണാൻ പുറപ്പെട്ടാൽ പത്തുപന്തീരായിരം വർഷം വേണ്ടിവരും എണ്ണിത്തീരാൻ!

നല്ല വെയിലുള്ള ഒരു ദിവസം മോളിക്യൂളുകളിങ്ങനെ ശാന്തമായി വായുവിലേക്ക് കയറിപ്പോകുന്നതൊന്ന് സങ്കൽപ്പിക്കാം. ഉപരിതലത്തിൽ മോളിക്യൂളുകൾ മേൽപ്പോട്ടു നീങ്ങുന്നു. പിന്നീടത് വായുവിലേക്കു കയറുന്നു. അതിന്റെ ചലനം വളഞ്ഞുപിരിഞ്ഞാണ്. അതിവേഗമാണ് മോളിക്യൂളുകൾ ചലിക്കുന്നത്, ചാടുകയും പൊന്തുകയും ചെയ്യുന്നത്. കുറച്ചു സമയത്തിനുള്ളിൽ ഉപരിതലത്തിൽ നിന്ന് വളരെ ഉയരത്തിലാവുമതെന്ന് കാണാം. ഒരു മണിക്കൂർ കഴിഞ്ഞാൽ, നൂറുക്കണക്കിലടി ഉയരത്തിലാവുമത്. ഒരു ദിവസത്തിനകം അതു നാഴികക്കണക്കിൽ ഉയരത്തിലെത്തും.

മോളിക്യൂളുകളുടെ ചലനത്തെ തുടർച്ചായി പരിശോധിച്ചാൽ ഒന്നിന്റെ പിന്നാലെ മറ്റൊരു മോളിക്യൂൾ ഒരു നിമിഷത്തിനു ശേഷം പൊങ്ങും. പിന്നീട് മറ്റൊന്ന്. സൂര്യനപ്പോഴും ആകാശത്തിൽ അധികമധികം ഉയരുന്നു. ദിവസത്തിന് ചൂടുകൂടുന്നു. അതിനനുസരിച്ച് വായുവിലേക്ക് പോകുന്ന മോളിക്യൂളുകളുടെ എണ്ണവും കൂടുന്നു. ഒരു നാടൻ നൃത്തത്തിലെന്ന പോലെ ദ്രുതഗതിയിലാണവയുടെ പോക്ക്. സമുദ്രത്തിൽ നിന്ന് അധികമധികം മോളിക്യൂളുകൾ ഉയരുന്നു. ഇതാണ് ബാഷ്പീകരണം. വെള്ളത്തിന്റെ രൂപം മാറ്റി അത് ജലബാഷ്പമായിത്തീരുന്നു. ചൂടുകൂടുംതോറും മോളിക്യൂളുകൾ അതിവേഗം ചലിക്കുന്നു. ബാഷ്പീകരണം അധികമാകുന്നു.

കാണാൻ വയ്യാത്ത ഈ മോളിക്യൂളുകളെപ്പറ്റി എങ്ങനെയാണ് ശാസ്ത്രജ്ഞന്മാരിതെല്ലാം മനസിലാക്കിയത്? ഇത് ശരിയാണെന്നതിന് പല പരീക്ഷണങ്ങളും ആർക്കും ചെയ്യാം.

നല്ല വാസനയുള്ള സ്പിരിറ്റോ യൂക്കാലിപ്റ്റസോ പുറത്തൊഴിച്ചാൽ അൽപ്പം കഴിഞ്ഞാൽ അവിടം മുഴുവൻ അതിന്റെ വാസന പരക്കുകയായി. മുറിയുടെ ഏതു മുക്കിലും ഗന്ധമുണ്ടാകും.

എങ്ങനെയാണിത് സംഭവിച്ചത്? ശ്വാസം വലിക്കുമ്പോൾ, വായുവിൽ ആ ദ്രവത്തിന്റെ ഏതെങ്കിലും അംശമുണ്ടായിരിക്കും. അങ്ങനെയാണല്ലോ മുറിയുടെ മുക്കിലും മൂലയിലും അതനുഭ

വപ്പെടുന്നത്. മോളിക്യൂളുകൾ അവിടെയെല്ലാം എത്തിയിരിക്കും. ദ്രവത്തിന്റെ മോളിക്യൂളുകൾ, ദ്രവം ചലിക്കുന്നതായി തോന്നുന്നില്ലെങ്കിലും, ചലിക്കുന്നുണ്ടെന്നതിന് നല്ലൊരു തെളിവാണിത്.

ഒരു പരന്ന പാത്രത്തിൽ കുറച്ചു സ്പിരിറ്റൊഴിച്ചു വച്ചാൽ, ഏതാനും മണിക്കൂറിനുള്ളിൽ അത് കാണാതാവും. എവിടെപ്പോയി അതിലുള്ള തന്മാത്രകളെല്ലാം? അവ എങ്ങോ പോയിരിക്കും. ചില മോളിക്യൂളുകൾ മുറിക്കുള്ളിൽത്തന്നെ തങ്ങിനിൽക്കുന്നുണ്ടാവും. ചിലത് ജാലകത്തിൽ കൂടി മൈലുകൾക്കപ്പുറം പോയിരിക്കാം. ഏതായാലും അണുക്കൾ ചലിച്ചുകൊണ്ടേയിരിക്കും.

വെള്ളം കൊണ്ടും ഇത്തരം ഒരു പരീക്ഷണം നടത്തിനോക്കാം. അടുപ്പത്തുവച്ച് ഒരു പാത്രത്തിലെ വെള്ളം ചൂടാക്കുക. കുറച്ചു കഴിഞ്ഞാൽ വെള്ളം തിളയ്ക്കും. എന്തു സംഭവിച്ചു? ചൂടാക്കുമ്പോൾ അണുക്കൾ വേഗം വേഗം ചലിക്കുന്നു. ഒരേ സമയത്ത് അവ ചലിക്കുന്നതുകൊണ്ട്, വെള്ളത്തിന്റെ ഉപരിതലമാകെ ഇളകിമറിയുന്നു. കുറച്ചു കഴിഞ്ഞാൽ ഈ വെള്ളമെല്ലാം പോകും, തിളച്ച് ആവിയായി.

തിളപ്പിച്ചില്ലെങ്കിലും വേണ്ടില്ല, കുറെ ദിവസം വെറുതെയങ്ങുവച്ചാലും മതി, പാത്രത്തിൽ വെള്ളം കാണാതാവും. ചൂടു കൂട്ടിയാൽ ബാഷ്പീകരണത്തിന്റെ വേഗം വർധിപ്പിക്കാം. മോളിക്യൂളുകൾ വേഗം ചലിക്കുമല്ലോ. അപ്പോൾ, ഇതു സംഭവിക്കുമ്പോൾ ദ്രവരൂപത്തിൽ നിന്ന് അദൃശ്യമായൊരു വാതകമായിത്തീരുന്നു അത്- നീരാവി.

സമുദ്രം, തടാകം, പുഴ എന്നിവയിലും റോഡിലെ കുഴികളിലും കെട്ടിക്കിടക്കുന്ന വെള്ളമിങ്ങനെ ആവിയായി പോകുന്നു. ഏതു സമയവും അൽപ്പം വെള്ളം ആവിയായിപ്പോകുന്നുണ്ട്. സൂര്യരശ്മികൾ വെള്ളത്തിന്റെ മോളിക്യൂളുകളെ വേഗം ചലിപ്പിക്കുന്നു. വെള്ളം വേഗത്തിൽ ആവിയായി പരിണമിക്കുന്നു.

വായുവിൽ കലർന്ന മോളിക്യൂളുകൾക്കെന്തു സംഭവിക്കും? അവ കാറ്റിൽ ലോകപര്യടനത്തിന് പുറപ്പെടുന്നു. വടക്കും തെക്കും അമേരിക്കകളുടേയും ഏഷ്യ, ആഫ്രിക്ക, ആസ്ത്രേലിയ,

യൂറോപ്പ് എന്നിവയുടെയും മുകളിൽ അതെത്തുന്നു. ചിലയിടങ്ങളിൽ വായു തണുക്കും- പിന്നീടുള്ള യാത്ര മറ്റൊരു നിലയ്ക്കാണ്.

വായു തണുക്കുംതോറും ജലബാഷ്പത്തിന്റെ മോളിക്യൂളുകൾക്കെന്തു സംഭവിക്കുന്നു? തണുക്കും തോറും മോളിക്യൂളുകളുടെ വേഗം കുറയുന്നു. അതോടുകൂടി മോളിക്യൂളുകൾ കൂടുതൽ അടുത്തടുത്തു വരുന്നു. അവസാനം അവ കൂടിച്ചേർന്ന് നിൽക്കുന്നു. നീരാവി വീണ്ടും ദ്രവമായിത്തീരുകയാണ്. ചെറിയൊരു ജലബിന്ദു രൂപം കൊള്ളുന്നതിങ്ങനെയാണ്. നീരാവിയുടെ എത്രയധികം മോളിക്യൂളുകൾ ചേരുന്നുവോ, അതിനനുസരിച്ച് അവയുടെ വലിപ്പവും കൂടും. വെറും കണ്ണുകൊണ്ടു നോക്കിയാൽ കാണത്തക്കവിധമാകുന്നു അതവസാനം. ഇത്തരം ജലബിന്ദുക്കൾ കൂടുമ്പോഴാണ് ആകാശത്തിൽ മൂടൽമഞ്ഞ് പ്രത്യക്ഷപ്പെടുന്നത്. പിന്നീടാണ് ഈ മഞ്ഞ് മേഘമായിത്തീരുന്നത്. വായുവിൽ അവയ്ക്ക് നിൽക്കാൻ വയ്യാത്തത്ര വലിപ്പമുണ്ടായാൽ അവ മഴയായി കീഴ്പ്പോട്ടു വീഴുന്നു. ആ മഴയാണ് 'ശരശരേ' എന്നങ്ങനെ പെയ്യുന്നത്.

വീട്ടിലും ഏകദേശം ഇതെല്ലാം കാണാം- ചെറിയ മട്ടിൽ. ഒരു തണുത്ത രാത്രി ഒരു കാപ്പിക്കിണ്ടിയിൽ വെള്ളം തിളപ്പിക്കുക. വെള്ളം ചൂടാകുംതോറും, മോളിക്യൂളുകൾ വേഗം വേഗം ചലിക്കുന്നു- അവസാനം നീരാവിയാകുന്നു. ഈ നീരാവി ചെന്നുതട്ടിയ തണുത്ത തലങ്ങളിലെല്ലാം ജലബിന്ദുക്കളുണ്ടാകുന്നതു കാണാം. സ്ഫടിക ജാലകങ്ങളാണെങ്കിൽ അവ മങ്ങുന്നു. നീരാവിയുണ്ടാകുന്നതും പിന്നീട് അതു തണുത്തു വെള്ളമാകുന്നതും ആകാശത്തു നടക്കുന്നതിന്റെ ചെറിയ രൂപമാണ്.

ബാഷ്പമാകലും വീണ്ടും വെള്ളമാകലും വിപരീത പ്രക്രിയകളാണ് വാസ്തവത്തിൽ. ചൂട് ജലാണുക്കളുടെ വേഗം കൂട്ടി അതിനെ നീരാവിയാക്കുന്നു. തണുപ്പ് നീരാവിയുടെ അണുക്കളുടെ വേഗം കുറച്ച് അതിനെ വെള്ളത്തുള്ളികളാക്കുന്നു.

ഒരു റഫ്രിജറേറ്ററിലും ഇതു തന്നെയാണ് സംഭവിക്കുന്നത്. റഫ്രിജറേറ്ററിനകത്ത് തണുപ്പിക്കാനൊരേർപ്പാടുണ്ട്. ഐസ് പെട്ടി

യിലെ വായുവാണ് തണുപ്പിക്കുന്നത്. ഈ നീരാവി, ഐസിന്റെ തണുപ്പിലെത്തുമ്പോൾ വീണ്ടും ജലബിന്ദുക്കളാകുന്നു. ഇങ്ങനെ വെള്ളത്തുള്ളികളധികം വന്നുനിന്നാൽ അവയെ നീക്കം ചെയ്താലേ പിന്നീട് റഫ്രിജറേറ്റർ കൃത്യമായി പ്രവർത്തിക്കുകയുള്ളൂ.

മകരമാസത്തിലും മറ്റും രാവിലെ മഞ്ഞുതുള്ളികൾ നിങ്ങൾ കണ്ടിരിക്കും. രാത്രി ഭൂമി തണുക്കുമ്പോഴാണ് ഇങ്ങനെ മഞ്ഞുതുള്ളികൾ ഉണ്ടാകുന്നത്. വായുവിലെ നീരാവി, ഭൂമിക്കു തൊട്ടുകിടക്കുന്നത്, ജലബിന്ദുവായിത്തീരുന്നതാണ് മഞ്ഞ്.

നിങ്ങൾക്കൊരു മേഘത്തെ ഉണ്ടാക്കാൻ കഴിയുമോ? എളുപ്പമാണത്. തണുപ്പുള്ള ഒരു ദിവസം രാവിലെ നടക്കുമ്പോൾ, പുറത്തേക്കു വിടുന്ന വായുവിനെ നിങ്ങൾക്ക് കാണാം. ശ്വാസം വിടുന്ന വായുവിലടങ്ങിയ നീരാവി തണുത്തതാണ്. വാസ്തവത്തിൽ ഇതൊരു കൊച്ചുമേഘമാണ്.

മേൽപ്പറഞ്ഞ ഉദാഹരണങ്ങളിൽ നിന്നെല്ലാം ഒരു കാര്യം വ്യക്തമാകുന്നു. വായുവിലെ നീരാവി വേണ്ടത്ര തണുത്താൽ അത് വെള്ളമായിത്തീരുന്നു. വായുവിലുള്ള വെള്ളത്തിനെ നീക്കം ചെയ്യാൻ ഒരൊറ്റ വഴി അതു തണുപ്പിക്കലാണ്.

വായുവിനെ പല വിധത്തിലും തണുപ്പിക്കാം. കാറ്റ് ഒരു മലയ്ക്കെതിരായി അടിക്കുമ്പോൾ, ആ മലയുടെ മീതെ കടന്നു വേണമല്ലോ അതിനു മറുപുറത്തെത്താൻ. അതിന് മലയേക്കാൾ ഉയരത്തിലതു പൊങ്ങണം. ഇങ്ങനെ വായു പൊങ്ങുമ്പോൾ, സ്വാഭാവികമായും അത് തണുക്കുന്നു. അപ്പോൾ മേഘങ്ങളുണ്ടാകാനും ചിലപ്പോൾ മഴപെയ്യാനും സാധ്യതയുണ്ട്. മലനാടുകളിൽ മഴ അധികമായിരിക്കുമല്ലോ. ഇതാണ് കാരണം. അറബിക്കടലിൽക്കൂടി കടന്നുവരുന്ന കാറ്റ് ധാരാളം നീരാവി സമ്പാദിക്കുന്നു. എന്നിട്ട് കിഴക്കോട്ടടിക്കുമ്പോഴാണത് സഹ്യപർവത നിരകളിൽ ചെന്നുതട്ടുന്നത്. ഉടൻ ആ വായു പർവതനിരകളേക്കാൾ ഉയരുന്നു. അതോടു കൂടി അത് തണുക്കുന്നു. നീരാവി ഘനീഭവിച്ച് വെള്ളമായിത്തീരുന്നു. അങ്ങനെ മഴപെയ്യുന്നു.

വായു തണുക്കുന്ന മറ്റൊരു വഴി തണുത്ത ഭൂമിയിൽ കൂടി

സഞ്ചരിച്ചിട്ടാണ്. തണുപ്പുകാലത്ത് ഭൂമി തണുക്കുമല്ലോ. ആ ഭൂമിയിലേക്ക് ചൂടുള്ള വായു വന്നടിക്കുമ്പോൾ വായു തണുക്കുന്നു. അതിലെ നീരാവി ഘനീഭവിച്ച് മേഘവും മഴയുമായി മാറുന്നു. 'ചീത്ത കാലാവസ്ഥ' എന്ന് നാം പറയുന്ന പലതിനും ഇതാണ് കാരണം.

തണുത്ത ഭൂമി കാരണം ഉണ്ടാകുന്ന മേഘങ്ങൾ താഴെയാവും അധികവും. അനേകം നാഴിക നീളത്തിൽ ഇവ ആകാശത്തിൽ നിറഞ്ഞിരിക്കും.

ഇതിനു വിപരീതമായി, ചൂടുള്ള ഭൂമിക്കുമീതെ തണുത്ത വായു സഞ്ചരിക്കുന്നുവെങ്കിലോ? എന്തുണ്ടാവും? തണുത്ത വായു ചെന്ന്, ഘനം കുറഞ്ഞ ചൂടുള്ള വായുവിനെ മേൽപ്പോട്ടുയർത്തുന്നു. ഈ ചൂടുള്ള വായു ഉയരുമ്പോൾ ഇത് തണുക്കുന്നു. അതിലുള്ള നീരാവി ഘനീഭവിച്ച്, മഴക്കാറായും മഴയായും തീരുന്നു. ഇടിയും മിന്നലുമുള്ള മഴയ്ക്ക് പലപ്പോഴുമിതാണ് കാരണം.

യൂറോപ്പിൽ പല സ്ഥലങ്ങളിലും കട്ടിയായ മഞ്ഞുണ്ടാകാറുണ്ട്. ലണ്ടനിൽ ചൂടുള്ളതും നീരാവിയുള്ളതുമായ വായു ഗൾഫ്സ്ട്രീമിൽ നിന്ന് തണുത്ത ഭൂമിക്കു മീതെ സഞ്ചരിക്കുമ്പോഴാണിത്.

എന്നാൽ ഈ ചൂടുള്ള കാറ്റാണ് യൂറോപ്പിനെ അതിന്റെ തണുപ്പിൽ നിന്നും അൽപ്പമെങ്കിലും രക്ഷിക്കുന്നത്-അല്ലെങ്കിൽ അവിടെ പല ഭാഗവും ജനവാസത്തിനു പറ്റില്ലായിരുന്നു. യൂറോപ്പിന്റെ പുതപ്പാണത്.

മൂടൽമഞ്ഞിനെ ഇല്ലാതാക്കാൻ ഹീറ്ററുകളുപയോഗിച്ച് വായുവിനെ ചൂടാക്കിയാൽ മതി. പക്ഷെ, ഒരു രാജ്യം മുഴുവൻ ഇങ്ങനെ ചൂടാക്കാൻ വയ്യല്ലോ. ആറ്റംശക്തി വിലകുറഞ്ഞു കിട്ടിയാൽ ഇത് ഒരുപക്ഷെ ലാഭകരമായി ചെയ്യാൻ കഴിയുമെന്ന് പ്രതീക്ഷിക്കാം.

രാത്രിയിലെ തണുപ്പാണ് പലപ്പോഴും മൂടൽമഞ്ഞിനു കാരണം. സൂര്യൻ അസ്തമിക്കുന്നതോടെ ഭൂമി തണുക്കാൻ തുടങ്ങും. അതോടുകൂടി വായുവിലെ നീരാവിയിലൊരു ഭാഗം ഘനീ

ഭവിക്കും- മഞ്ഞുതുള്ളിയായിത്തീരും. ചിലപ്പോൾ അത് ഭൂമിയിൽ മിസ്റ്റ്(Mist) ആകും. കാറ്റുണ്ടെങ്കിൽ മിസ്റ്റ് കട്ടികൂടും- അവസാനം മൂടൽമഞ്ഞാവും വരെ. കാറ്റുണ്ടെങ്കിൽ ഇത്തരം മൂടൽമഞ്ഞുകൾ മാറിപ്പോകും. രാവിലെ സൂര്യനുയരുന്നതോടുകൂടി ഇത്തരം മൂടൽമഞ്ഞുമില്ലാതാവും.

വെള്ളത്തിന്റെ മോളിക്യൂളുകൾ ബാഷ്പീകരിക്കുകയും ഘനീഭവിക്കുകയും ചെയ്യുമ്പോൾ മഴ, മേഘം, മൂടൽമഞ്ഞ് എന്നിവയുണ്ടാകുന്ന കാര്യം നാം മനസിലാക്കി. എന്നാലിതൊക്കെ നിസ്സാരം. സമുദ്രത്തിൽ നിന്നുള്ള വെള്ളം ഭൂമിയിലേക്ക് വരുന്നത് ഭീമാകാരമായ ഒരു പ്രവൃത്തിയാണ്. മനുഷ്യജീവിതം അതിനെ ആശ്രയിച്ചിരിക്കുന്നു. ഈ വെള്ളം നമ്മുടെ നാഗരികത കെട്ടിപ്പടുക്കുന്നതിൽ നാം എത്രകണ്ട് ഉപയോഗിക്കുന്നുണ്ടെന്നു കൂടി മനസിലാക്കിയാലേ അതിന്റെ പ്രാധാന്യം ബോധ്യമാവുകയുള്ളൂ.

സൂര്യൻ

ഹൈഡ്രജൻ ബോംബെന്ന് നിങ്ങൾ കേട്ടിട്ടില്ലേ? ഉണ്ടാവും. ഇല്ലെങ്കിലും തരക്കേടില്ല. കാരണം, ഭീമാകാരമായ ഒരു ഹൈഡ്രജൻ ബോംബ് നിങ്ങൾ എന്നുമെന്നും കാണുന്നുണ്ട് സൂര്യൻ. ആദ്യത്തെ ഹൈഡ്രജൻ ബോംബാണത്. സൂര്യനിൽ നിന്ന വരുന്ന ചൂടിന്റെ ശക്തി നോക്കിയിട്ടാണ് അതിനേക്കാൾ ചെറിയ ഹൈഡ്രജൻ ബോംബുണ്ടാക്കാൻ ശാസ്ത്രജ്ഞന്മാർ മുതിർന്നത്.

പക്ഷേ സൂര്യനെ ബോംബെന്ന് വിളിക്കുന്നത് ശരിയാവില്ല. അതങ്ങനെ പൊട്ടിത്തെറിച്ച് ആളെ കൊല്ലുന്നൊന്നുമില്ലല്ലോ. എന്നാൽ, അതുതന്നെയാണതിന്റെ വിശേഷതയും. ഏത് ഹൈഡ്രജൻ ബോംബിനേക്കാളും ശക്തിയുള്ളതാണത്. മിനിട്ടുകളല്ല, കോടിക്കണക്കിൽ വർഷങ്ങളാണതു കത്തിജ്വലിച്ചു കൊണ്ടിരിക്കുന്നത്.

വെയിൽ എങ്ങനെയാണുണ്ടാവുന്നത്? 930 ലക്ഷം മൈൽ അകലെയുള്ള സൂര്യനിൽ നിന്നാണ് വെയിലിന്റെ ചൂടും വെളിച്ചവും നമുക്ക് കിട്ടുന്നത്. എന്തത്ഭുതം? 1900-നു മുൻപ്, വസ്തുവിൽ ഇത്രയധികം എനർജി അടങ്ങിയിട്ടുണ്ടെന്ന് ശാസ്ത്രജ്ഞന്മാർക്കറിഞ്ഞിരുന്നില്ല. പെട്രോളിനെപ്പോലെയും കൽക്കരിയെപ്പോലെയും സദാ കത്തിക്കാളുകയാണെങ്കിൽ, കുറെ കഴിഞ്ഞാൽ അതു കെട്ടടങ്ങുകയില്ലേ എന്നു വരെ ആളുകൾ സംശയിച്ചു.

കുറെ ആയിരം വർഷങ്ങൾക്കിടയിൽ സൂര്യൻ കെടുമെന്നും അവർ കരുതിയില്ല.

1898 ൽ പിയറി ക്യൂറിയും മേരി ക്യൂറിയും റേഡിയം കണ്ടുപിടിച്ചതോടുകൂടിയാണ് ഇതിനെതിരായുള്ള ആദ്യത്തെ സൂചന ലഭിച്ചത്. മറ്റ് ഏത് ഇന്ധനത്തേക്കാളും കൂടുതൽ ചൂടും വെളിച്ചവും റേഡിയത്തിൽ നിന്നു വന്നു. 1905 ൽ ഐൻസ്റ്റൈന്റെ ആപേക്ഷികതാ സിദ്ധാന്തം വന്നതോടു കൂടി വസ്തു എനർജിയായി മാറുമെന്ന് തെളിഞ്ഞു. ലോകത്തിലുള്ള വസ്തുവിന്റെ ഓരോ കണത്തിലും വളരെയേറെ എനർജി സംഭരിച്ചുവെച്ചിട്ടുണ്ടെന്ന് ഐൻസ്റ്റൈൻ പറയുന്നു. പക്ഷെ, വസ്തുവിനെ എനർജിയാക്കി മാറ്റുക എന്നതായിരുന്നു ഭാരിച്ച പ്രവൃത്തി. 1942 ൽ എനറിക്കോ ഫെർമി ഇതിനുള്ള ആദ്യത്തെ സാമഗ്രിയുണ്ടാക്കി. ഇതാണ് ന്യൂക്ളിയർ റിയാക്ടർ. ഇന്ന് സൂര്യനെപ്പോലെ കൃത്രിമമായി ഹൈഡ്രജൻ ബോംബുണ്ടാക്കാനാണ് മനുഷ്യന്റെ വെമ്പൽ. എന്താണ് സൂര്യനെന്ന ഹൈഡ്രജൻബോംബിൽ സംഭവിക്കുന്നത്?

സൂര്യന്റെ അന്തർഭാഗം വളരെ ചൂടുള്ളതാണ്. മില്യൻ കണക്കിൽ ഡിഗ്രിയായിവേണം അതിനെ പറയാൻ. ഭൂമിയിൽ വച്ച് ഏറ്റവും ഉഷ്ണം കൂടിയ ജ്വാല ഏതാണ്? അതിനേക്കാൾ ആയിരമായിരം ഇരട്ടിയാണ് സൂര്യന്റെ ചൂട്. സൂര്യനകത്തുള്ള മോളിക്യൂളുകൾ ഇത്ര ഭയങ്കരമായ ചൂടിൽ ഒരു സെക്കന്റിൽ 162130 കി.മി. വേഗത്തിലാണ് ചലിക്കുന്നത്. സൂര്യന്റെ അന്തർഭാഗത്തെ ഭയങ്കര ഉഷ്ണം, മോളിക്യൂളുകൾ വേറിട്ടുപോവുകയും, അവയിലെ ആറ്റങ്ങൾ പിളരുകയും പിളർന്ന കഷണങ്ങൾ അങ്ങോട്ടുമിങ്ങോട്ടും തെറ്റിത്തെറിച്ചു പോവുകയും ചെയ്യുന്നു.

ഹൈഡ്രജനാണ് സൂര്യനിലടങ്ങിയ മുഖ്യവസ്തു. ഹൈഡ്രജൻ ആറ്റങ്ങൾ പാറിപ്പറക്കുമ്പോൾ, മറ്റ് ആറ്റങ്ങളുമായി ഇവ കൂട്ടിമുട്ടുന്നു. അനേകം ഹൈഡ്രജൻ ആറ്റങ്ങൾ കൂടിച്ചേർന്ന് ഹീലിയം എന്ന വാതകമായിത്തീരുന്നു. ഹൈഡ്രജനേക്കാൾ ഭാരമുള്ളതാണ് ഹീലിയം. ഈ പദ്ധതി കൂടുതൽ ചലനവും ചൂടും ഉണ്ടാക്കുന്നു. ഹൈഡ്രജനിൽ നിന്ന് ഹീലിയമുണ്ടാക്കിയാണ് സൂര്യന് ചൂടു ലഭിക്കുന്നത്.

സൂര്യനിൽ നിന്ന് ചൂടല്ല നമ്മുടെ അടുത്തേക്കു വരുന്നത്.

കാണാൻ പറ്റുന്ന പ്രകാശതരംഗങ്ങളായാണ് ഇങ്ങോട്ടു വരുന്നത്. കാണാൻ വയ്യാത്ത അൾട്രാവയലറ്റും ഇൻഫ്രാറെഡ്ഡും ആയ രശ്മികളും ഇതിലുണ്ട്. ഈ റേഡിയേഷൻ രശ്മികളെല്ലാം 2,99,460 കി.മി വേഗത്തിലാണ് സഞ്ചരിക്കുന്നത്. ഇവ വന്ന് ലോകത്തിലേതെങ്കിലും വസ്തുവിൽ പതിക്കുമ്പോൾ, അതിലെ മോളിക്യൂളിനെ ഇത് ചലിപ്പിക്കുകയും ഇത് കാരണം ചൂടുണ്ടാവുകയും ചെയ്യുന്നു. സൂര്യനിൽ നിന്ന് നേരിട്ട് ചൂടല്ല വരുന്നത്- റേഡിയേഷനാണ്. ചൂടിൽനിന്ന് വെളിച്ചവും മറ്റു റേഡിയേഷനും ഉണ്ടാകുന്നു. ഈ റേഡിയേഷനാണ് പിന്നീട് ചൂടുണ്ടാക്കുന്നത്- ഭൂമിയിലെത്തുമ്പോൾ.

കത്തുന്ന ഒരു ബൾബിൻമേൽ തൊട്ടുനോക്കിയാൽ അതിനു ചൂടുണ്ടായിരിക്കും. സൂര്യപ്രകാശമേറ്റ് വസ്തുക്കൾ ചൂടാവുന്നതും മിക്കവാറും ഇതേ വിധമാണ്. സൂര്യപ്രകാശം വരുന്നത് കോടിക്കണക്കിന് മൈലുകളകലെ നിന്നാണെന്നു മാത്രം.

സൂര്യന്റെ റേഡിയേഷന് പല ഫലങ്ങളുണ്ട്. അത് ഭൂമിയുടെ ഉപരിതലത്തെ ചൂടുപിടിപ്പിക്കുന്നു. ഇതില്ലെങ്കിൽ ഭൂമിയാകെ അതിവേഗം മരവിക്കുമായിരുന്നു. സൂര്യനിൽ നിന്ന് ചൂടൊന്നും വരുന്നില്ലെങ്കിൽ, സമുദ്രങ്ങളും പുഴകളും തടാകങ്ങളും ഉറഞ്ഞു കട്ടിയാവും എന്ന് മാത്രമല്ല, വായുതന്നെ മരവിക്കാനിടയുണ്ട്. വായുവിനെ തണുപ്പിച്ച് അതിനെ - 300^{0} F വരെ എത്തിക്കുമ്പോൾ അത് ദ്രവ വായുവായിത്തീരുന്നു. തണുപ്പിച്ചാൽ അത് ഘനവായുവായി മാറുന്നു. അങ്ങനെ സൂര്യന്റെ ചൂട് നമുക്കു ശ്വസിക്കാനുള്ള വായു ഉണ്ടാക്കിത്തരുന്നു. ഈ ചൂടുതന്നെയാണ് നമ്മുടെ ശരീരം മരവിക്കാതെ നോക്കുന്നതും. ലോകത്തിൽ ജീവജാലങ്ങളെല്ലാം ഉണ്ടാവാൻ കാരണം പുതിയ വസ്തുവിന്റെ സൃഷ്ടിയാണല്ലോ. ആ പുതിയ സൃഷ്ടി നടത്തുന്നത് സൂര്യനാണ്. രസനിർമാണശാലകളിൽ ചൂട് ഉപയോഗിച്ച് പുതിയ രാസവസ്തുക്കൾ ഉണ്ടാക്കുന്നില്ലേ-അതുപോലെ. സൂര്യനിൽ നിന്നുള്ള ചൂടും വെളിച്ചവും ഉപയോഗിക്കുന്നത് പച്ചിലകളാണ്. സസ്യങ്ങളിലെ ഇലകളിലും മറ്റും ക്ലോറോഫിൽ എന്ന വസ്തു അടങ്ങിയിരിക്കുന്നു. വെയിൽ ഇലകളിൽ വീഴുമ്പോൾ ഇതിലെ ക്ലോറോഫിൽ, വായുവിൽ നിന്നും ഭൂമിയിൽ നിന്നും ലഭ്യമായ പദാർഥങ്ങളെടുത്ത് അവയെ പഞ്ചസാരയും സ്റ്റാർച്ചു

മാക്കി മാറ്റുന്നു. ഈ സ്റ്റാർച്ചും പഞ്ചസാരയുമാണ് പിന്നീട് മര മായിത്തീരുന്നത്. സസ്യങ്ങളുടെ ഇലയും കായും പഴവും കിഴ ങ്ങുമാണ് മനുഷ്യരുടേയും ജന്തുക്കളുടെയും ഭക്ഷണം. ചുരു ക്കത്തിൽ ലോകത്തിലെ ഭക്ഷണം നിർമിക്കുന്നത് പച്ചിലകളിലെ ക്ലോറോഫിൽ ആണ്.

ഭക്ഷണ നിർമാണത്തിനാവശ്യമായ അസംസ്കൃത വസ്തു ക്കൾ ചുരുക്കമാണ്. വായുവിലെ കാർബൺഡയോക്സൈഡും ഭൂമിയിൽ നിന്ന് വേരുകൾ വഴിക്കെടുത്ത പോഷകങ്ങളും ഇതി നാവശ്യമാണ്. ഇവയെ കൂട്ടിച്ചേർക്കാൻ സൂര്യപ്രകാശവും വേണം. ഇലകളിലെ പച്ചനിറത്തിലുള്ള ക്ലോറോഫിൽ ആണ് ഈ പ്രവൃത്തി ചെയ്യുന്നത്.

ഇത്രയും ഇതിനെപ്പറ്റി ശാസ്ത്രജ്ഞൻമാർക്കറിയുമെങ്കിൽ എന്തുകൊണ്ട് സസ്യങ്ങളെപ്പോലെ കൃത്രിമമായി ഭക്ഷണമുണ്ടാ ക്കിക്കൂടേ? വെള്ളവും കാർഡൺഡയോക്സൈഡും വെയിലും നമുക്കുണ്ട്. ആറ്റംബോംബും ഹൈഡ്രജൻ ബോംബും ഉണ്ടാ ക്കാൻ കഴിയുന്ന മനുഷ്യന് ഇതിനു കഴിയില്ലേ? ശാസ്ത്രജ്ഞ ന്മാർ ഇതിനെപ്പറ്റി ആലോചിക്കുന്നുണ്ട്- വേണ്ടത്ര വിജ യിച്ചില്ലെങ്കിലും. അടുത്തുതന്നെ പരിഹാരം കണ്ടെന്നു വരും. ഈ പ്രശ്നത്തിന് ഉത്തരം കാണാൻ കഴിഞ്ഞാൽ ഒരുപക്ഷെ ഏറ്റവും വലിയ കണ്ടുപിടിത്തമാവും ഇത്. ഇന്ന് ഭൂമിയിലാണ് നമുക്കാവശ്യമായ ഭക്ഷണം മുഴുവനുമുണ്ടാക്കുന്നത്. കന്നുപൂ ട്ടി, വിതച്ച്, നനച്ച്, കാവലിരുന്ന്, പ്രാണികളെ നശിപ്പിച്ച്, കൊയ്ത്, ധാന്യം കമ്പോളത്തിലെത്തിക്കണം. സൂര്യപ്രകാശത്തിൽ നിന്ന് ഭക്ഷണമുണ്ടാക്കാൻ കഴിയുമെങ്കിൽ എന്തൊരു ലാഭമായിരിക്കും? ഒരുപക്ഷെ, കൃഷിപ്പണിയേക്കാൾ ബുദ്ധിമുട്ടാകും കൃത്രിമമായ ഭക്ഷണ നിർമാണം എന്നും വന്നു കൂടെന്നില്ല. നമുക്കു ഏതാ യാലും ശ്രമിക്കാം.

സസ്യങ്ങൾ സൂര്യപ്രകാശത്തിൽ നിന്നുണ്ടാക്കുന്ന വസ്തു ക്കൾ സസ്യത്തിൽ തന്നെ ശേഖരിച്ചു വയ്ക്കുന്നു. വിത്തിൽനിന്ന് ഒരു മഹാവൃക്ഷമുണ്ടാവുന്നതോർത്തു നോക്കൂ. പത്തമ്പത് കൊല്ലത്തെ വളർച്ചയാണത്. തുടക്കത്തിൽ സസ്യത്തിൽ മരം(wood) ഉണ്ടായിരുന്നില്ല. പിന്നീടാണതുണ്ടായത്. വെള്ളം, ധാതുക്കൾ, കാർബൺഡയോക്സൈഡ്, സൂര്യരശ്മി ഇവയിൽ

നിന്നെല്ലാം കൂടിയാണ് മരം വളർന്നു തടിച്ചത്. ആ മരം മുറിച്ച് അത് വിറകിനും മരസാമാനങ്ങൾ ഉണ്ടാക്കാനും ഉപയോഗിക്കാം. മരം കത്തുമ്പോൾ അതിലടക്കം ചെയ്ത ശക്തിയാണ് മോചിക്ക

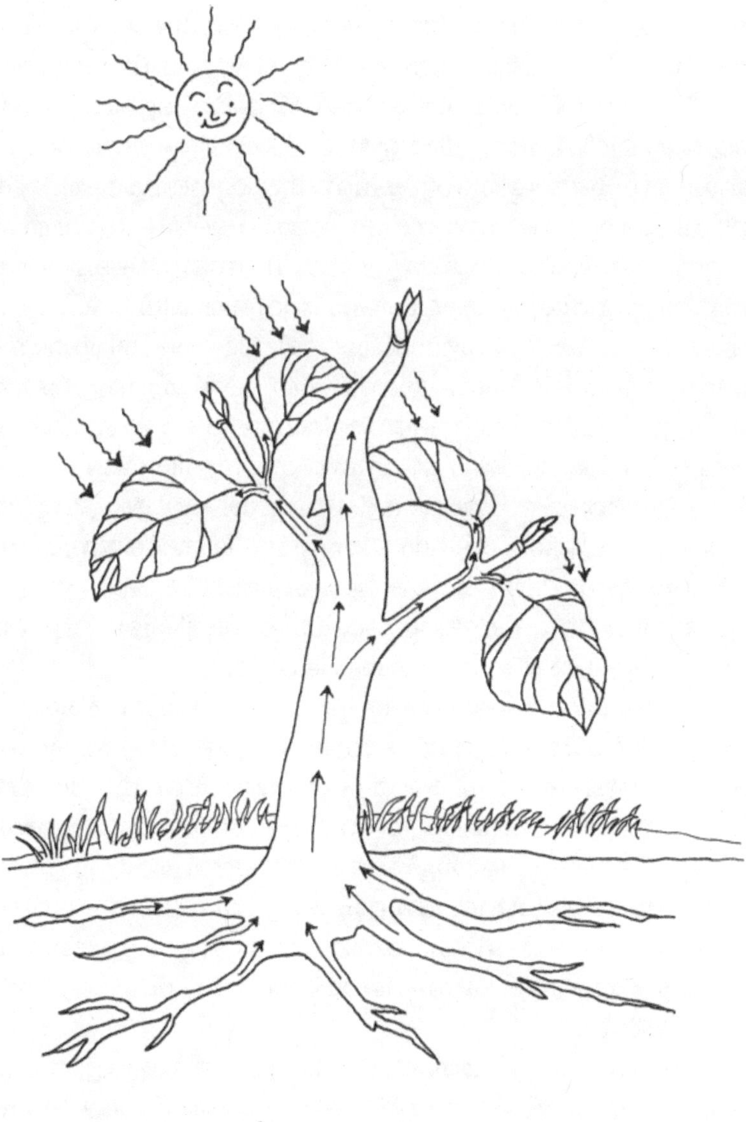

പ്പെടുന്നത്. വെളിച്ചമായും ചൂടായും 50 കൊല്ലം ശേഖരിച്ചു വച്ച ശക്തി പുറത്തു വരുന്നു. സൂര്യപ്രകാശത്തിൽ നിന്നാണ് ഈ ശക്തിയുമുണ്ടായത്.

വിറക് നല്ലൊരു ഇന്ധനമല്ല. ഒരിടത്തുനിന്ന് മറ്റൊരിടത്തേക്ക് അതിനെ എത്തിക്കാൻ വിഷമമാണ്. ഒരുപാടു സ്ഥലം വേണമതിന്. കൽക്കരിയാണെങ്കിൽ ഇത്ര സ്ഥലം വേണ്ട. കൂടുതൽ ചൂട് അതിൽ നിന്ന് ലഭിക്കുകയും ചെയ്യും. എന്താണീ കൽക്കരി? വാസ്തവത്തിൽ കരിയായ മരമാണത്. ലക്ഷക്കണക്കിന് വർഷങ്ങൾക്കു മുൻപ് വായുവിൽ ഇന്നത്തേക്കാൾ കാർബൺഡയോക്സൈഡ് ഉണ്ടായിരുന്നു. ഉഷ്ണവും കൂടുതലായിരിക്കണം. ഇതുകാരണം വളരെയേറെ സസ്യങ്ങൾ വളർന്നു. സർവത്ര പടുകൂറ്റൻ സസ്യങ്ങളും മരങ്ങളും തന്നെ. സൂര്യശക്തിയെ അവ സംഭരിച്ചു. ഇവയുടെ കാലശേഷം അവ ഭൂമിയിലാണ്ടു. പുതിയ വൃക്ഷങ്ങൾ മുകളിൽ വളരാൻ തുടങ്ങി. വർഷംപ്രതി ഇതങ്ങനെ നടന്നു. ഭൂമിക്കടിയിലായ മരങ്ങൾ പതുക്കെപ്പതുക്കെ കൂടുതൽ ഭൂഗർഭത്തിലെത്തി. നൂറുക്കണക്കിൽ അടിവരെ ഇതു ഭൂമിക്കടിയിലായി. മർദം കാരണം അമർത്തപ്പെട്ടു. അതിനു കടുപ്പം കൂടി.

ഭൂതലത്തിൽ ദശലക്ഷം വർഷങ്ങളായി, പല മാറ്റങ്ങളും വരികയാണ്. പല കാടുകളിലും ചതുപ്പിലും കടൽ കടന്നുചെന്നു. മണലും മണ്ണും പല കാടുകളേയും അടിയിലാക്കി. ഇങ്ങനെ ഭൂമിക്കടിയിൽപ്പെട്ട കാട്ടിലെ മരങ്ങൾക്ക് കട്ടികൂടുകയും അവ പരിണമിച്ച് കൽക്കരിയാവുകയും ചെയ്തു.

ദശലക്ഷം വർഷങ്ങൾ പിന്നിട്ടപ്പോൾ കര വീണ്ടും ഉയർന്നു. കടൽ പിൻവാങ്ങി. പുതിയ കാടുകൾ വീണ്ടും വളരാനും നശിക്കാനും തുടങ്ങി. പുതിയ ചതുപ്പുനിലങ്ങൾ വന്നു. പല ജന്തുക്കളും ഭൂമിയിൽ വിഹരിച്ചിരുന്നു. ഈ ജന്തുക്കളുടെ അവശിഷ്ടങ്ങൾ ചതുപ്പുനിലങ്ങളിൽ ആണ്ടുപോയി. വെള്ളം വീണ്ടും വന്നു. അവയ്ക്കു മീതെ മണലും മണ്ണും വന്നടിഞ്ഞു. ഭൂമിക്കടിയിലുള്ള കാടുകൾ വീണ്ടും കൽക്കരിയായി മാറി. ഇങ്ങനെ, പല പ്രാവശ്യം ഈ പ്രക്രിയ നടപ്പിലായി. അവസാനം കടലിൽനിന്ന് ഭൂമി ഉയർന്നു.

വർത്തമാനകാലത്തെത്തുക. ഖനിത്തൊഴിലാളികളതാ പ്രവർത്തിക്കുന്നു. കൽക്കരിയാണ് ലക്ഷ്യം. ഖനികൾ കുഴിക്കുന്നു.

മണ്ണും മണലും പാറയുമാണ് ആദ്യം കാണുക. പിന്നീട് കൽക്കരിയുടെ ഒരു പടലമാണ്. പഴയ കാട് കറുത്ത് കടുപ്പം കൂടിയതാണിത്. അതിന് കുറച്ചു മാത്രമേ കട്ടിയുണ്ടാവൂ. പിന്നെ വീണ്ടും മണ്ണും പാറയുമാകാം. അനേകം നാഴിക നീളത്തിലാവും ഈ കൽക്കരി ശേഖരങ്ങൾ നീണ്ടു കിടക്കുന്നത്.

ചില ഖനികൾക്ക് വളരെ ആഴം കൂടും. കൽക്കരിക്കു പുറമെ മണൽക്കല്ലും(മണൽ അമർത്തിയുണ്ടായത്)ഷെയിലും(മണ്ണ് അമർത്തിയത്) ചുണ്ണാമ്പുകല്ലും(കടലിലെ കക്കകൾ ചേർന്ന് അമർത്തപ്പെട്ടതാണിത്) ഉണ്ടായിരിക്കും. പിന്നീട് മറ്റൊരു അട്ടി കാണാം. ഇതു പിന്നേയും ആവർത്തിക്കുന്നു. അവസാനമാവും കൽക്കരി. വണ്ടിയോടിക്കാനും കപ്പൽയാത്രക്കും വീട്ടിൽ പാചകത്തിനും ഇരുമ്പും ഉരുക്കും ഉണ്ടാക്കാനും സിമന്റുണ്ടാക്കാനും ഗ്ലാസുണ്ടാക്കാനും മറ്റും ഈ കൽക്കരി ഉപയോഗിക്കുന്നു.

പാറകളിലുള്ള ഫോസിലുകളെ നോക്കി നമുക്കവയുടെ ചരിത്രം വായിക്കാം. കൽക്കരിയിലും മണലിലും മണ്ണിലും പല ജീവാവശിഷ്ടങ്ങളും ഉണ്ടായിരിക്കുമല്ലോ. സസ്യങ്ങളുടെ കൊമ്പുകളും ഇലകളും കാണാം. ജന്തുക്കളുടെ അവയവങ്ങളുണ്ടാക്കിയ അടയാളങ്ങൾ കാണാം. ഭീകരജീവികളുടെ വലിയ മുട്ടകൾ പോലും ഫോസിൽ രൂപത്തിൽ കണ്ടെടുത്തിട്ടുണ്ട്. ദിനോസറുകൾ പോലുള്ള വലിയ ജീവികൾ പോയിരുന്ന വഴി പോലും ഫോസിലായി കാണാമത്രെ. പലതിന്റെയും അസ്ഥികൂടങ്ങൾ കാണാം. ആ ഫോസിലുകൾ നോക്കി നമുക്ക് ഭൂചരിത്രം പഠിക്കാം. ഇവ എത്ര കൊല്ലം മുമ്പാണുണ്ടായതെന്നും കണക്കാക്കാം.

അറബിനാടുകളിലും അമേരിക്കയിലും ഇന്ത്യയിലും പല സ്ഥലത്തും മണ്ണെണ്ണ കാണാം. കൽക്കരിയെപ്പോലെതന്നെയാണ് എണ്ണയും രൂപം കൊണ്ടത്. പഴയ കാടുകൾ ഭൂമിക്കടിയിലായപ്പോൾ മരങ്ങളിൽ നിന്നു വന്ന വാതകങ്ങളും എണ്ണകളും അവിടെ കെട്ടിനിന്നു. പല സ്ഥലത്തും അവ പുറത്തേക്ക് വന്നു. അപ്പോൾ വാതകവും എണ്ണയും നഷ്ടപ്പെട്ടു. മറ്റു സ്ഥലങ്ങളിൽ എണ്ണയും വാതകങ്ങളും പുറത്തു വരാത്ത വിധം അകപ്പെട്ടു. അനേകം നൂറ്റാണ്ടുകളായി ഇതവിടെ നിന്നു. ചില ബാക്ടീരിയ ഈ പ്രവർത്തനത്തെ സഹായിച്ചിരിക്കണമെന്നാണ് അഭിപ്രാ

യം. പഴയ ഭൂമിക്കടിൽപ്പെട്ട സസ്യങ്ങളെ ജീർണിപ്പിക്കാൻ ഈ ബാക്ടീരിയ സഹായിച്ചിരിക്കണം.

ഇന്ന് ഒരു പ്രദേശത്ത് വിദഗ്ധന്മാർ ചെന്ന് കുഴിച്ചുനോക്കി അവിടെ എണ്ണയുടെയോ വാതകത്തിന്റെയോ ലാഞ്ഛനകൾ കാണുന്നുണ്ടെന്ന് പറയുമ്പോൾ, അവർ ചുവടെയുള്ള ഈ പാറകളെയാണ് പരിശോധിക്കുക. സംശയം തോന്നിയാൽ, യന്ത്രത്തമരുകൊണ്ട് പാറ തുരന്നു നോക്കും. അപ്പോൾ അടിയിലുള്ള എണ്ണ(വാതകം) ആ ദ്വാരത്തിൽ കൂടി മേൽപ്പോട്ടു വരും- ഒരു ധാരയായിട്ട്. ഇത് ശേഖരിക്കുകയും ശുദ്ധീകരിക്കുകയും ചെയ്തിട്ടാണ് വീടുകളിലേക്കും എൻജിനുകളിലേക്കും ആവശ്യത്തിന് വിനിയോഗിക്കുന്നത്.

റിഫൈനറിയിൽ വച്ചാണ് എണ്ണ ശുദ്ധീകരിക്കപ്പെടുന്നത്. റിഫൈനറിയിൽ നിന്ന് പെട്രോൾ, പാരഫിൻ, ബെൻസീൻ, നാഫ്ത, ലൂബ്രിക്കേറ്റിങ് എണ്ണ, ഗ്രീസ്, പെട്രോളിയം ജെല്ലി, ആസ്ഫാൾട്ട് ഇവയെല്ലാം ലഭിക്കുന്നു. പ്ലാസ്റ്റിക്, നൈലോൺ, ചായങ്ങൾ, മരുന്നുകൾ, സുഗന്ധദ്രവ്യങ്ങൾ, പ്രാണിസംഹാരികൾ വിസ്ഫോടന വസ്തുക്കൾ, റബർ, അണുനാശിനികൾ എന്നിങ്ങനെ ആയിരക്കണക്കിൽ വസ്തുക്കൾ ഭൂമിയിലെ എണ്ണയിൽ നിന്നും വാതകത്തിൽ നിന്നും കൽക്കരിയിൽ നിന്നും ഉണ്ടാക്കാം.

ശതലക്ഷക്കണക്കിന് വർഷങ്ങൾകൊണ്ടായിരിക്കണം സൂര്യരശ്മി പഴയ ഈ കാടുകൾ ഉണ്ടാക്കിയത്. ഈ കാടുകളിൽ നിന്നാണല്ലോ എണ്ണയും വാതകങ്ങളുമുണ്ടാക്കുന്നത്. ഓരോ വർഷവും അനേകായിരം ടൺ കൽക്കരിയും എണ്ണയും നാം ചെലവിടുന്നു. ഇതിനൊരവസാനം ഉണ്ടാവില്ലേ? ഇന്ന് എണ്ണയും കൽക്കരിയും കുഴിച്ചെടുക്കുമ്പോൾ, ശാസ്ത്രജ്ഞന്മാർ ഭയപ്പെട്ടു ചോദിക്കുന്നു. ഇതിനൊരവസാനമില്ലേ? ഒരു 100 വർഷങ്ങൾക്കിടയിൽ ഭൂമിക്കടിയിലുള്ള എണ്ണ മുഴുവനും ഇല്ലാതാകും എന്നാണൊരു കണക്ക്. ഉള്ളതൊക്കെ ഇപ്പോൾ ചെലവാക്കിയാലോ? ഭാവിയിലെന്തു ചെയ്യും ? 10 കോടി വർഷങ്ങളിലുണ്ടായതാണ് നാം ഇന്ന് ഉപയോഗിക്കുന്നത്. കൂടുതൽ എവിടെ നിന്ന് കിട്ടും?

പ്രകൃതിവിഭവങ്ങളെ സംരക്ഷിക്കണം. വൃഥാ വ്യയം അരുത്. അതേസമയം പ്രകൃതിവിഭവങ്ങളിൽ നിന്നുമാത്രം

ശക്ത്യുൽപ്പാദനം നടത്തുന്നതിനു പകരം, പുതിയ ശക്തികൾ കാണുകയും വേണം. ഇതേ പോംവഴിയുള്ളൂ.

ചലനമുണ്ടാക്കാൻ ആറ്റംശക്തി ഉപയോഗിക്കുന്ന കാര്യത്തിൽ നാം വളരെദൂരം നീങ്ങിയിരിക്കുന്നു. ആറ്റംശക്തികൊണ്ട് ഓടുന്ന മുങ്ങിക്കപ്പലുകൾ ഇന്ന് ധാരാളമാണ്. വിമാനങ്ങൾക്കും ട്രെയിനുകൾക്കും റോക്കറ്റുകൾക്കും ആറ്റംശക്തി ഉപയോഗിക്കുന്നതിനെ പറ്റി ആലോചിച്ചു വരുന്നു. ഹൈഡ്രജൻ ബോംബെന്ന രാക്ഷസനെ മെരുക്കിയെടുത്ത്, അതിൽ നിന്നുണ്ടാവുന്ന ശക്തി നിത്യജീവിതത്തിൽ ഉപയോഗിക്കാൻ പറ്റുമോ എന്നും പരിശോധിക്കേണ്ടതുണ്ട്. ആറ്റംശക്തികൊണ്ട് വിദ്യുച്ഛക്തി ഉണ്ടാക്കാൻ കഴിയുമെന്നു വന്നിരിക്കുന്നു.

കൂടുതൽ ജലശക്തി നമുക്ക് വികസിപ്പിക്കാം. സൂര്യോഷ്ണം കൊണ്ട് ജലവൃത്തമങ്ങനെ ആവർത്തിക്കും. പുഴകളിൽ അണകെട്ടുകയും മലയിൽ ജലം സംഭരിക്കുകയും ചെയ്ത് ആദായത്തിൽ വിദ്യുച്ഛക്തി ഉണ്ടാക്കാം. കാറ്റാടിയന്ത്രംകൊണ്ടും സമുദ്രപ്രവാഹങ്ങൾ കൊണ്ടും വിദ്യുച്ഛക്തി ഉണ്ടാക്കാൻ കഴിയും.

സൂര്യശക്തിയെ പല കാര്യങ്ങൾക്കും ഉപയോഗിച്ചുകൂടേ? സൗര ബാറ്ററികൾ ശാസ്ത്രജ്ഞന്മാർ കണ്ടുപിടിച്ചിരിക്കുന്നു. ചെറിയ റേഡിയോ ഇവകൊണ്ട് പ്രവർത്തിക്കുന്നു. സൂര്യോഷ്ണം കൊണ്ട് ചൂടാക്കിയ സൗരഭവനങ്ങൾക്കുള്ള വലിയ സ്ഫടികജാലകങ്ങൾ സൂര്യോഷ്ണത്തെ വീട്ടിലേക്കെത്തിക്കുന്നു. കൊടും തണുപ്പുകാലം മുഴുവൻ കൽക്കരിയോ മറ്റ് ഇന്ധനങ്ങളോ കൂടാതെ, ഒരു വീട് മുഴുവനിങ്ങനെ സൂര്യന്റെ ശക്തി കൊണ്ട് ചൂടാക്കി നോക്കുകയുണ്ടായി.

സൂര്യശക്തികൊണ്ട് ഒരു റെയിൽ എൻജിൻ പ്രവർത്തിപ്പിക്കാൻ കഴിയുമോ? ട്രെയിനിന്റെ മുൻപിൽ ഒരു വളഞ്ഞ കണ്ണാടി വയ്ക്കുക. ഇതിൽ വന്നുവീഴുന്ന സൂര്യരശ്മിയെ ഒരു ബോയ്‌ലറിലേക്ക് തിരിച്ചു വിടുക. സൂര്യരശ്മി വെള്ളത്തെ ചൂടാക്കുകയും തിളപ്പിക്കുകയും ചെയ്യും. മോളിക്യൂളുകൾക്ക് വേഗം കൂടുകയും മർദം വർധിക്കുകയും ചെയ്താൽ എൻജിൻ പിസ്റ്റണുകൾ പ്രവർത്തിപ്പിക്കാമല്ലോ.

ചെറിയ എൻജിനുകൾ ഇതിനകം തന്നെ ഉണ്ടാക്കിക്കഴിഞ്ഞു-ഇത്തരം കണ്ണാടികളുപയോഗിച്ച്. പതുക്കെ, ഒരു ലോക്ക

മോട്ടീവിനെത്തന്നെ ഇങ്ങനെ ചലിപ്പിക്കാൻ കഴിയുമത്രേ. പക്ഷെ, പ്രായോഗിക വശങ്ങൾ അനവധിയുണ്ട് ശ്രദ്ധിക്കേണ്ടതായിട്ട്.

ക്ലോറോഫിലിന്റെ രഹസ്യമറിഞ്ഞാൽ, നമുക്കു വേണ്ട ഭക്ഷണം കൃത്രിമമായിട്ടുണ്ടാക്കാം. ഭൂമിയിൽ വന്നു വീഴുന്ന സൂര്യശക്തി 125 ആയിരം മില്യൺടൺ കൽക്കരിക്കു സമമാണ്. ഇതിലെത്രയോ കുറച്ചു ചൂടേ നമുക്കാവശ്യമുള്ളൂ.

ഇരുപതാം നൂറ്റാണ്ടിൽ മാത്രമാണ് സൂര്യശക്തിയെ പറ്റിയുള്ള വിവരം കിട്ടിയത്. ഈ നൂറ്റാണ്ടിൽ മാത്രമെ സുര്യശക്തി ഉപയോഗിക്കാൻ തുടങ്ങിയിട്ടുള്ളൂ. ഇതുവരെ ഉണ്ടായതിനേക്കാൾ പുരോഗതി ഇനി ഉണ്ടാവും, തീർച്ച.

സമുദ്രം

“വെള്ളം വെള്ളം സർവത്ര
തുള്ളി കുടിപ്പാനില്ലൊട്ടും”

എന്ന വരികൾ കേട്ടിരിക്കും നിങ്ങൾ. സമുദ്രത്തിലെ വെള്ളത്തിൽ പലതരം ഉപ്പുകൾ അലിഞ്ഞുചേർന്നിട്ടുണ്ട്- അതു കുടിക്കാൻ പറ്റില്ല. വെള്ളം ആവിയായിത്തീരുമ്പോൾ, കൂടുതൽ തൂക്കം കൂടിയ ഉപ്പുകളുടെ മോളിക്യൂളുകൾ സമുദ്രത്തിൽ തന്നെ അവശേഷിക്കുന്നു. ശുദ്ധജലാണുക്കൾ മാത്രമാണ് ഉയരുന്നത്. ഇതാണ് പിന്നീട് മഴയായി തിരികെ വരുന്നത്. ഈ വെള്ളം കുടിച്ചാണ് നാമും സസ്യങ്ങളും എല്ലാ ജന്തുക്കളും ജീവിക്കുന്നത്.

ഭൂമിയിൽ വീണ മഴയിലെ ഒരു മോളിക്യൂളിന്റെ സഞ്ചാരപരിപാടി നമുക്കൊന്ന് പരിശോധിക്കാം. ഗുരുത്വാകർഷണം കാരണമാണ് അവ കീഴ്പ്പോട്ടു വീഴുന്നത്. അങ്ങനെ ആ മോളിക്യൂൾ താഴെ വീഴുന്നുവെന്ന് വയ്ക്കുക. അത് മണൽത്തരികളിലൂടെ, കളിമണ്ണിലൂടെ കീഴ്പ്പോട്ടു പോയി ഭൂമിക്കടിയിലുള്ള ഏതെങ്കിലും ഉറവിൽ ചെന്നു ചേരുന്നു. അവിടെയുള്ള കോടാനുകോടി മോളിക്യൂളുകളുടെ കൂടെ ഈ മോളിക്യൂളും കീഴ്പ്പോട്ടൊഴുകുന്നു. കുന്നിൻചരിവിൽ കൂടി ഒഴുകുന്നു. ഇങ്ങനെ പല നീരുറവകളും കൂടി ഒഴുകുമ്പോൾ അവിടെ വല്ല പിളർപ്പുകളും ഉണ്ടെങ്കിൽ ഒരു നീരുറവയായി അത് പുറത്തു വരുന്നു. ആ വെള്ളം

കുന്നിന്റെ ഉപരിതലത്തിൽ കൂടി ഒഴുകുന്നു. ഇങ്ങനെ പല നീരുറവകളും കൂടി അവസാനം ഒന്നാകുമ്പോൾ അതൊരു തോടായും പിന്നീട് അനവധി തോടുകൾ ചേർന്ന് ഒരു പുഴയായും തീരുന്നു. ഇതെല്ലാം കടലിൽ ചെന്നു ചേരുന്നു. സൂര്യോഷ്ണം കാരണം അത് വീണ്ടും ആവിയായി ആകാശത്തിലേക്കുയരുന്നു. പുറപ്പെട്ട സ്ഥലത്തു തന്നെ തിരിച്ചെത്തുന്നു.

കടലിലേക്കുള്ള മടക്കയാത്രയിൽ, നമ്മുടെ ജലമോളിക്യൂളിന് പലതും സംഭവിക്കാം. ഭൂമിയിലൊരു കുഴികുഴിച്ചു, ഒരു കർഷകനെന്നു വയ്ക്കുക. ഭൂമിക്കടിയിൽ മണ്ണു കുതിർന്നതാണെങ്കിൽ അതിൽനിന്നുള്ള വെള്ളം കുഴിയിലേക്ക് കിനിയുന്നു. ഇങ്ങനെയാണ് കിണറും കുളവും മറ്റുമുണ്ടാകുന്നത്. ഇവയിൽ നിന്ന് വെള്ളം മുക്കിത്തേവുകയോ പമ്പു ചെയ്യുകയോ ആവാം, ആവശ്യംപോലെ. കുടിക്കാനും കുളിക്കാനും കൃഷിയാവശ്യത്തിനും ഈ വെള്ളം ഉപയോഗിക്കാം. ഈ വെള്ളത്തിലൊരു ഭാഗം ആ കൃഷിക്കാരന്റെ കുട്ടി കുടിക്കുന്നു. ജീവിക്കാൻ വെള്ളം വേണം. ഇങ്ങനെ വെള്ളം കുടിച്ചില്ലെങ്കിൽ ആ കുട്ടിക്ക് ജീവിക്കാനും വളരാനും കഴിയില്ല. കരയിലെ ജന്തുക്കൾക്കും ഇങ്ങനെയാണ് വെള്ളം ലഭിക്കുന്നത്-പുഴകൾ, തോടുകൾ എന്നീ ജലാശയങ്ങളിൽ നിന്ന്.

തുണിയലക്കാനും തൊഴുത്തുകഴുകാനും വീടു വൃത്തിയാക്കാനും വെള്ളമുപയോഗിക്കുന്നു. ഇങ്ങനെ ഉപയോഗിച്ചു കഴിഞ്ഞ വെള്ളം വീണ്ടും ഭൂമിയിലേക്കു തന്നെ പോകുന്നു. അവിടെ നിന്ന് സമുദ്രത്തിലേക്കുള്ള യാത്ര, മുൻപ്രസ്താവിച്ച പോലെതന്നെ.

ഭൂമിക്കടിയിലുള്ള വെള്ളത്തിന്റെ ചില മോളിക്യൂളുകൾ സസ്യങ്ങളുടെ വേരുകളിൽ ചെന്നു മുട്ടുന്നു. ചിലത് വേരുകളിൽ കൂടി കയറി സസ്യത്തിന്റെ തണ്ടുകളിൽ കൂടി ഇലകളിലെത്തുകയും അവിടെ വച്ച് അത് ആവിയാവുകയും ചെയ്യുന്നു. സസ്യങ്ങളിൽ കൂടി വെള്ളത്തിന്റെ ഈ ചലനമില്ലെങ്കിൽ സസ്യങ്ങൾക്ക് ജീവിക്കാൻ പറ്റില്ല. നമ്മുടെ ഭക്ഷണാവശ്യമധികവും സസ്യങ്ങളിൽ നിന്നായതുകൊണ്ട്, മഴവെള്ളം ഭൂമിയിലേക്കിറങ്ങുന്നതാണ് സസ്യങ്ങൾക്കുപകരിക്കുന്നതെന്ന് മനസിലാക്കുക. ഇങ്ങനെ ഭൂമിയുടെ അടിയിലേക്ക് വെള്ളം പോകുന്നില്ലെങ്കിൽ

ഭൂമി ഒരു മരുഭൂമിയായിത്തീരും.

മഴവെള്ളം കുറെ പുഴയിലേക്കും തോട്ടിലേക്കും നേരിട്ടൊഴുകുന്നു. ഇവയ്ക്ക് വലുതും ചെറുതുമായ അണക്കെട്ടുകൾ കെട്ടി പട്ടണങ്ങളിലെ ജലവിതരണം നടത്തുന്നു. വീടുകളിൽ കുടിക്കാനും കുളിക്കാനും തുണിയലക്കാനും ഭക്ഷണം പാകം

ചെയ്യാനും ഫാക്ടറികളിൽ സോപ്പും നൈലോണും മറ്റുമുണ്ടാക്കാനും വെള്ളം ഉപകരിക്കുന്നു. ഒരു തീവണ്ടി എൻജിനിൽ വെള്ളം നിറച്ചാലേ അതിന് ഓടാൻ കഴിയൂ. ഒരു മോട്ടോർ കാറിൽ വെള്ളം നിറയ്ക്കുന്നത് ചൂടായ എൻജിനെ തണുപ്പിക്കാനാണ്. ഇങ്ങനെ ഉപയോഗിച്ച വെള്ളം വെള്ളച്ചാലിൽക്കൂടി, അഴുക്കുചാലിൽക്കൂടി ഭൂമിയിലേക്കു തന്നെ പോകുന്നു. ഇവിടെനിന്ന് അത് പുഴയിലൂടെ സമുദ്രത്തിലെത്തുന്നു.

പല രാജ്യങ്ങളിലും ഇങ്ങനെ അണക്കെട്ടുകൾ മുഖേന ശേഖരിച്ചുവച്ച വെള്ളത്തിൽ നിന്ന് വിദ്യുച്ഛക്തി ഉണ്ടാക്കുന്നു. ഒരു പൈപ്പിൽക്കൂടി ഉയരത്തിൽനിന്ന് വെള്ളം ഒഴിക്കുമ്പോൾ, ആ വെള്ളത്തിന്റെ ശക്തികൊണ്ട് ഒരു ചക്രം തിരിയുകയും, അതിവേഗമുള്ള ആ ചലനത്തിൽ നിന്ന് വിദ്യുച്ഛക്തിയുണ്ടാക്കുകയും ചെയ്യുന്നു-ഇതാണു ഡൈനാമോ. ഈ വിദ്യുച്ഛക്തി ഉപയോഗിച്ച് പല പല വേലകളും ചെയ്യുന്നു. അങ്ങനെ വെള്ളത്തിന്റെ സമുദ്രത്തിലേക്കുള്ള ചലനത്തിനിടയിൽ വീട്ടിലും നാട്ടിലും എന്തെല്ലാമെന്തെല്ലാമാണത് ചെയ്യുന്നത്?

ഇന്ന് ജലത്തിൽ നിന്നാണ് അധികവും വിദ്യുച്ഛക്തി ഉൽപ്പാദിപ്പിക്കുന്നത്. ആവിശക്തികൊണ്ടുള്ള ടർബൈനുകളുപയോഗിച്ചും ഇലക്ട്രിസിറ്റിയുണ്ടാക്കാം. അവിടെയും മഴവെള്ളത്തിന് സ്ഥാനമുണ്ട്. ഇന്ധനമായ കൽക്കരി വളരെ പഴയ മരങ്ങളിൽ നിന്നുണ്ടായതാണ്. ഈ മരങ്ങളാകട്ടെ, മില്യൻ കണക്കിൽ വർഷങ്ങൾ മഴയുപയോഗിച്ച് വളർന്നവയും.

കളിക്കും കാര്യത്തിനും പുഴയിലും മറ്റുമുള്ള വെള്ളമുപയോഗിക്കാം. നീന്താനും ബോട്ടുഗതാഗതത്തിനും അതുപകരിക്കുന്നു. എത്ര സാമാനങ്ങൾ തോടുകളിൽ കൂടി മുൻപ് വള്ളങ്ങളിൽ കൊണ്ടുപോകുന്നു? എത്ര പേരെ അവ ഒരു കരയിൽ നിന്ന് മറുകരയിൽ എത്തിക്കുന്നു? നദീതീരങ്ങളിലാണ് പല വൻ നഗരങ്ങളും സ്ഥിതിചെയ്യുന്നതെന്ന് കാണാം. ലണ്ടൻ, ന്യൂയോർക്ക്, ടോക്കിയോ, മോസ്കോ, കൽക്കത്ത, റോം, ലെനിൻഗ്രാഡ്, ഷാങ്ഹായി, മാഞ്ചെസ്റ്റർ, ലോസ് ആഞ്ജലസ്, ഷിക്കാഗോ, പാരിസ്.

വെള്ളം കിട്ടുന്ന സ്ഥലങ്ങളിലേ ഫാക്ടറികളുണ്ടാകൂ. പെരിയാറിന്റെ തീരത്തുള്ള ആലുവാ-കളമശ്ശേരി ഭാഗത്താണല്ലോ കേര

ളത്തിലെ മുഖ്യ വ്യവസായങ്ങളധികവും സ്ഥിതിചെയ്യുന്നത്. പക്ഷെ, എങ്ങനെയെല്ലാമായാലും സമുദ്രത്തിൽ നിന്ന് വായുവിലേക്കും അവിടെ നിന്ന് ഭൂമിയിലേക്കും, അവിടെ നിന്ന് വീണ്ടും സമുദ്രത്തിലേക്കും ആണ് വെള്ളമൊഴുകുന്നത്. ഈ വമ്പിച്ച ചലനത്തിനാണ് ജലചക്രം (Water cycle) എന്നു പറയുക. ജലചക്രമില്ലെങ്കിൽ നമുക്കെത്രകാലം ജീവിക്കാൻ കഴിയും?

ഈ ചക്രമാണ് മഴവെള്ളം ശുദ്ധമാകുന്നതിന് കാരണം. അതിൽ ഉപ്പില്ല. ഇതുകാരണമാണ് കടൽവെള്ളത്തിൽ ഉപ്പുണ്ടായതും. ശുദ്ധജലം മണ്ണിൽക്കൂടിയും പാറകളിൽക്കൂടിയും ഒഴുകുമ്പോൾ അവയിലുള്ള ലവണങ്ങൾ വെള്ളത്തിൽ അലിയുകയും ഇവ സമുദ്രത്തിൽ ചെന്ന് നിക്ഷേപിക്കപ്പെടുകയും ചെയ്യുന്നു.

ഈ ലോഹധാതുക്കൾക്കുമുണ്ട് ജീവിതത്തിൽ വലിയ സ്ഥാനം. സസ്യങ്ങൾ വെള്ളത്തിൽക്കൂടി ഇവയെ വലിച്ചെക്കുന്നു. തടി, ഇല, വേര് എന്നിവയുടെ നിർമാണത്തിന് ഈ ധാതുക്കളാവശ്യമാണ്. മനുഷ്യശരീരത്തിന്റെ വളർച്ചയ്ക്കും പല ധാതുക്കളുമാവശ്യമാണ്. സസ്യങ്ങളെ ഭക്ഷിക്കുമ്പോഴാണിവ നമുക്ക് ലഭിക്കുക. ജന്തുക്കൾ സസ്യോൽപ്പന്നങ്ങൾ കഴിക്കുമ്പോൾ അവയ്ക്കാവശ്യമായ ധാതുക്കൾ ലഭിക്കുന്നു.

കടലിലെത്തിയ ലോഹധാതുക്കൾക്ക് എന്തു സംഭവിക്കുന്നു? അവ അവിടെ ബാക്കിയാകുന്നു. എന്നാൽ വെള്ളം സദാ വായുവിലേക്ക് ആവിയായിപ്പോകുന്നു. കൂടുതൽ തൂക്കം കൂടിയ ലവണങ്ങളും മറ്റും അവിടെ ബാക്കിയാകുന്നു. പിന്നീട് മഴ പെയ്യുകയും വെള്ളം സമുദ്രത്തിലെത്തുകയും ചെയ്യുമ്പോൾ പിന്നെയും ലവണങ്ങൾ കടലിലെത്തുന്നു. അപ്പോൾ, വർഷം പ്രതി സമുദ്രജലത്തിന്റെ ലവണാംശം കൂടിക്കൂടി വരികയാണ്.

സമുദ്രത്തിലെ ലോഹധാതുക്കളധികവും മണ്ണിൽ നിന്നും പാറകളിൽ നിന്നും പോയതാണല്ലോ. അവ വിലപ്പെട്ടതാണ്. സ്വർണം, വെള്ളി, യുറേനിയം, അലൂമിനിയം, ഇരുമ്പ്, അയഡിൻ എന്നിവയാണവയിലുള്ളത്. ആദായകരമായ രീതിയിലെടുക്കാനുള്ള പദ്ധതികൾ ആവിഷ്കരിച്ചു കഴിഞ്ഞാൽ മാത്രം മതി. മഗ്നീഷ്യം എന്ന ലോഹം ഇപ്പോൾത്തന്നെ കടൽവെള്ളത്തിൽ നിന്നാണ് ഉണ്ടാക്കുന്നത്. തൂക്കംകുറഞ്ഞ കോണികളും കസാ

ലകളും ഉണ്ടാക്കാൻ ഇതുപയോഗിക്കുന്നു. വിമാനനിർമാണ ത്തിൽ ഇതിന്റെ സ്ഥാനം വലുതാണ്.

ഭൂമിയുടെ വയസ്സ് തിട്ടപ്പെടുത്താൻ സമുദ്രത്തിലെ ഉപ്പ് എത്ര യുണ്ടെന്നറിഞ്ഞാൽ മതിയെന്ന് ശാസ്ത്രജ്ഞന്മാർ പറയുന്നു. ഓരോ വർഷവും ഓരോ പുഴ എത്ര ഉപ്പ് വഹിച്ചുകൊണ്ടുപോ കുന്നുണ്ടെന്ന് കണക്കാക്കാം. അങ്ങനെ എല്ലാ നദികളുടെ കണക്കും കൂട്ടിയൽ ഇന്ന് ഒരു സമുദ്രത്തിലുള്ളത്ര ഉപ്പിന്റെ ശത മാനം വരണമെങ്കിൽ എത്ര വർഷങ്ങൾ വേണ്ടിവരും എന്ന് കണ ക്കാക്കാമല്ലോ. കുറെ കോടി വർഷങ്ങളാണ് ഭൂമിയുടെ വയസ്സെന്ന് പറയുന്നു. ഭൂമിയുടെ വയസറിയാനുള്ള മറ്റു വഴികളിലൂടെയും ഈ കണക്കാക്കൽ ഏറക്കുറെ ശരിയാണെന്ന് തെളിഞ്ഞിരിക്കു ന്നു. 1000,000,000 വർഷങ്ങൾ എന്നു പറഞ്ഞാൽ 10 കോടി വർഷ ങ്ങളാണ്. അങ്ങനത്തെ കുറെ പത്തുകോടി വർഷങ്ങൾ ചേർന്ന താണ് ഭൂമിയുടെ വയസ്സ്. (10 കോടി എന്ന് എണ്ണാൻതന്നെ 50 വർഷം വേണ്ടി വരും)

മഴവെള്ളം കുലംകുത്തിപ്പായുമ്പോൾ ഉപ്പും ധാതുക്കളും മാത്രമല്ല, മണ്ണും കല്ലുംകൂടി അതിൽപ്പെടും. ഇങ്ങനെ അനേക ലക്ഷം വർഷംകൊണ്ടാണ് പല പർവതങ്ങളും ഇടിഞ്ഞുതാഴു ന്നത്. ഉയർന്ന, കൂർത്ത ശിഖരങ്ങളുള്ള മലകൾ താണ് ഉരുകു ന്നു. വേഗം ഒഴുകുന്ന പുഴകൾ ആഴമുള്ള താഴ്വരകൾ സൃഷ്ടി ക്കുന്നു. ഈ ഏർപ്പാടിനെയാണ് മണ്ണരിക്കൽ എന്നു പറയുന്നത്.

പർവതങ്ങളിൽ നിന്ന് ഒഴുകി വരുന്ന മണ്ണും മണലും വെള്ളപ്പൊക്കത്തിൽ പെട്ട് സമതലത്തിൽ വന്നടിയുന്നു. ഇത് പുതിയ കരകളുണ്ടാക്കുകയും ഫലപുഷ്ടിയുള്ള മണ്ണിനെ നദീ തടങ്ങളിലെത്തിക്കുകയും ചെയ്യുന്നു. നൈൽനദീമുഖം ഇങ്ങനെ മധ്യധാരണ്യാഴിയിലേക്ക് വളരുകയാണത്രേ. ഈജിപ്ത് 'നൈലിന്റെ സന്തതി' യാണെന്ന് പറയുന്നു. നദീമുഖത്തുള്ള ഈ മൺനിക്ഷേപത്തെ ഡെൽറ്റ എന്ന് പറയുന്നു.

വെള്ളം സമുദ്രത്തിൽ നിന്ന് പുറപ്പെട്ട് സമുദ്രത്തിലെത്തു മ്പോഴേക്കും എന്തെല്ലാമാണുണ്ടായതെന്ന് ഓർത്തുനോക്കുക. മഴപെയ്തു. നാം വെള്ളം കുടിച്ചു. ഫാക്ടറികൾ പ്രവർത്തിച്ചു. പല രാസവസ്തുക്കളും ലഭിച്ചു. മാലിന്യങ്ങൾ നീക്കം ചെയ്തു. നമുക്കാവശ്യമുള്ള വിദ്യുച്ഛക്തിയിൽ വലിയൊരു ഭാഗം ലഭിച്ചു.

വെള്ളത്തിന്റെ ഈ ചലനമില്ലെങ്കിൽ വിദ്യുച്ഛക്തിയില്ല, കൽക്കരിയില്ല, സസ്യങ്ങളില്ല, ഇതരജന്തുക്കളില്ല, മനുഷ്യനുമില്ല. മഗ്നീഷ്യംപോലുള്ള ലോഹങ്ങൾ നാം സമുദ്രജലത്തിൽ നിന്നെടുക്കുന്നു. സസ്യങ്ങളിൽ നിന്ന് മറ്റു ലോഹധാതുക്കളും നമുക്ക് ലഭിക്കുന്നു. ഭൂതലത്തിലാകട്ടെ, ഒഴുകുന്ന വെള്ളം എന്തെല്ലാം മാറ്റങ്ങളാണുണ്ടാക്കുന്നത്? വെള്ളപ്പൊക്കം ഭയങ്കര നാശനഷ്ടങ്ങളുണ്ടാക്കുന്നു. ചില ദിക്കിൽ കരയുണ്ടാകുന്നു. ചില ദിക്കിൽ കടലാക്രമണവും അനുഭവപ്പെടുന്നു.

സൂര്യശക്തിയാണ് ഈ വൻപിച്ച ജലചംക്രമണത്തിന് കാരണം. വെള്ളത്തിന്റെ മോളിക്യൂളുകളുടെ ഈ സഞ്ചാരമാണ് നമുക്കും ഇതര ജീവികൾക്കും ജീവിക്കാനിടവരുത്തുന്നത്.

ആറ്റം

ഫ്രാൻസിലാണിപ്പോൾ നാം.

ഹെൻറി ബക്വറൽ എന്ന ശാസ്ത്രജ്ഞന്റെ ലാബറട്ടറിയിൽ, കൊല്ലം 1896. സൂര്യരശ്മിയിലെന്തോ പാറക്കഷണം വച്ചു നോക്കുകയാണദ്ദേഹം. പിന്നീട് ഈ കല്ലിനെ, കറുത്ത കടലാസുകൊണ്ട് പൊതിഞ്ഞൊരു ഫോട്ടോഫിലിമിന്റെ മീതെ വയ്ക്കുന്നു. രണ്ടും കൂടി മേശയിലിടുകയാണദ്ദേഹം.

എന്താണിതിലിത്ര അത്ഭുതം? ആറ്റംശക്തിയെപ്പറ്റിയുള്ള അറിവിന്റെ ജനനമാണിവിടെ കാണുന്നത്. ആകസ്മികമായാണ് ബക്വറൽ, താൻ പരീക്ഷണം നടത്തിയിരുന്ന ചില പാറകൾക്ക്, ഒരുതരം എക്സ്റേ വികിരണം ചെയ്യാനുള്ള കഴിവുണ്ടെന്നു കണ്ടത്. അവയ്ക്ക് കറുത്ത കടലാസിനുള്ളിൽക്കൂടി പോകാനും കഴിവുണ്ടായിരുന്നു എന്നദ്ദേഹം കണ്ടു. സൂര്യരശ്മിയിൽ നിന്നാണീ എക്സ്റേ ഉണ്ടാകുന്നതെന്നാണ് ആദ്യം അദ്ദേഹം കണ്ടത്. എന്നാലതിങ്ങനെയല്ലെന്ന് അദ്ദേഹം തന്നെ കണ്ടു. പാറക്ഷണത്തിനകത്തെ എന്തോ ആണ് ഇതിനു കാരണം. ഇരുട്ടായാലും വെളിച്ചമായാലും ഈ എക്സ്റേകൾ വികിരണം ചെയ്യപ്പെട്ടിരിക്കുന്നു. ബക്വറൽ പിന്നീടാണ് മനസിലാക്കിയത്, ഇതാണ് റേഡിയോ ആക്റ്റിവിറ്റിയെന്ന്. ചില വസ്തുക്കൾക്കിങ്ങനെ ശക്തിയേറിയ റേഡിയേഷൻ പ്രസരിപ്പിക്കാനുള്ള കഴിവുണ്ടെന്ന് തെളിഞ്ഞു.

ശാസ്ത്രജ്ഞന്മാരുടെ തലപുകഞ്ഞു. എന്താണീ റേഡിയേഷനു കാരണം? മറ്റു വസ്തുക്കളിൽ നിന്നു പ്രത്യേകമായി ഇതിലെന്തെങ്കിലുമുണ്ടോ? പ്രശ്നങ്ങളാണല്ലോ അവസാനം പുതിയ കണ്ടുപിടിത്തങ്ങളിലേക്ക് എത്തിക്കുക. ലോകമെങ്ങും ഇതിനെപ്പറ്റിയായി അന്വേഷണം. ബക്വറിന്റെ പാറക്കഷണത്തിലുള്ള യുറേനിയമായിരുന്നു ഇതിനുകാരണം. പിയറി ക്യൂറിയും മേരി

ക്യൂറിയും ടൺകണക്കിൽ റേഡിയോ ആക്റ്റീവ് പാറകൾ എടുത്തു, അവസാനം അൽപ്പം റേഡിയം ഉണ്ടാക്കുകതന്നെ ചെയ്തു. റേഡിയത്തിന്റെ ശക്തി എല്ലാവരേയും അത്ഭുതപ്പെടുത്തി. അതിൽനിന്ന് കരുത്തേറിയ കിരണങ്ങൾ പോവുക മാത്രമല്ല ചെയ്തത്- അതിന് ആളെ കൊല്ലാൻ പോലും കഴിവുണ്ടായിരുന്നു. കുറെയേറെ ടി എൻ ടി യിൽ നിന്നുണ്ടാവുന്നത്ര ചൂടും അതിൽ നിന്നുണ്ടാവും. റേഡിയത്തിൽ നിന്ന് പിന്നെയും പിന്നെയുമങ്ങനെ ശക്തി അനർഗളം വളരുകയാണ്. 1600 വർഷങ്ങൾ കഴിഞ്ഞാൽപോലും റേഡിയത്തിന്റെ ശക്തി പകുതിയാവുകയേ ഉള്ളൂ.

അവസാനം അനവധി പരീക്ഷണങ്ങൾക്കു ശേഷം റേഡിയോ ആക്റ്റിവിറ്റിയെപ്പറ്റി ഏറക്കുറെ ശരിയായൊരു രൂപം കിട്ടി. പുതിയ ആശയങ്ങൾ പുറത്തുവന്നു. മരം, ലോഹം, മണൽ, വെള്ളം, കടലാസ് എന്നിവയെ പറ്റിയെല്ലാം.

ലോകത്തിലെല്ലാ വസ്തുക്കളും മോളിക്യൂളുകൾ കൊണ്ട് നിർമിച്ചതാണെന്നും മോളിക്യൂളുകൾ ആറ്റങ്ങൾ കൊണ്ടുണ്ടാക്കിയതാണെന്നും നാം കണ്ടുവല്ലോ. ഇരുമ്പുപോലുള്ള വസ്തുക്കളുടെ മോളിക്യൂളുകളിൽ ഒരേയൊരു ആറ്റമേയുള്ളൂ. ഓക്സിജനെപ്പോലുള്ള മോളിക്യൂളുകളിൽ ഒരേവിധം രണ്ട് ആറ്റങ്ങൾ ഉണ്ട്. വെള്ളത്തെപ്പോലുള്ളവയ്ക്ക് ഹൈഡ്രജന്റെ രണ്ടും ഓക്സിജന്റെ ഒന്നും ചേർന്ന മൂന്ന് ആറ്റങ്ങൾ ഉണ്ട്. മരം, മാംസം എന്നിവയിൽ നൂറും ആയിരവും ആറ്റങ്ങൾ വരെ മോളിക്യൂളുകളിലുണ്ട്. പക്ഷേ, എല്ലാംകൂടി നൂറോളം മാതിരി ആറ്റങ്ങൾ മാത്രമേ ഇതുവരെ കണ്ടുപിടിക്കപ്പെട്ടിട്ടുള്ളൂ.

ഇരുമ്പ്, സൾഫർ, ഓക്സിജൻ, അലൂമിനിയം, റേഡിയം എന്നിവയിലെല്ലാം ഒരേമാതിരി ആറ്റങ്ങൾ മാത്രമേ ഉള്ളൂ. ഇവയാണ് മൂലകങ്ങൾ. പക്ഷേ വെള്ളം, പഞ്ചസാര മുതലായ വസ്തുക്കളിൽ പലതരം ആറ്റങ്ങളും അടങ്ങിയിട്ടുമുണ്ട്. വെള്ളത്തിന്റെ മോളിക്യൂളിൽ 2 ഹൈഡ്രജൻ ആറ്റങ്ങളും 1 ഓക്സിജൻ ആറ്റവുമുണ്ട്. ഇത്തരം വസ്തുക്കളെ യൗഗികം(കോമ്പൗണ്ട്) എന്നു പറയുന്നു. നമുക്കു ചുറ്റുമുള്ള പല വസ്തുക്കളും യൗഗികങ്ങളാണ്-മരം, കുമ്മായം, ചില്ല് എന്നിവ. പത്തുലക്ഷം കോമ്പൗണ്ടുകൾ ഉണ്ടാകും എല്ലാംകൂടി. പക്ഷേ, ഇവയെല്ലാം

മൂലകങ്ങളെ കൊണ്ടുണ്ടാക്കിയവയാണ്. വീടിന്റെ ഇഷ്ടികപോലെ. വസ്തുക്കളുടെ ഇഷ്ടികകൾ മൂലകങ്ങളാണ്. നൂറിൽപരം മൂലകങ്ങളെകൊണ്ട്- ഇഷ്ടികകളെകൊണ്ട്-മില്യൻകണക്കിൽ രൂപങ്ങളുണ്ടാക്കാമല്ലോ.

ചിലപ്പോൾ, പത്രങ്ങളിൽ ശാസ്ത്രജ്ഞന്റെ ചിത്രത്തോടുകൂടി ചില പന്തുകളും, വടികളും ചിത്രരൂപത്തിൽ വരച്ചതുകാണാം. ഇതാ, ഇന്ന വസ്തുവിന്റെ മോളിക്യൂലാർ രചന എന്നാവും ചിത്രത്തിന്റെ ചുവട്ടിലെഴുതിയിരിക്കുക. വസ്തുക്കൾക്കകത്ത് എങ്ങനെയാണ് പലതരം ആറ്റങ്ങൾ ക്രമീകൃതമായിരിക്കുന്നതെന്നതിനെപ്പറ്റി ശാസ്ത്രജ്ഞന്മാർ പഠനം നടത്തിയിരിക്കുന്നു.

ആറ്റങ്ങളെന്താണ്? ആറ്റത്തിനകത്തേക്ക് പോകുമ്പോൾ, അതിനകത്തെ ചലനങ്ങളുടെ കഥ- അഹോ, അത്ഭുതം തന്നെ! പലതരം കണങ്ങൾ ചേർന്നതാണ് ആറ്റം. ഇവ ചീറിപ്പായുന്നുണ്ടത്രേ! ഇലക്ട്രോണുകളെപ്പറ്റി നാം മുമ്പുതന്നെ മനസിലാക്കി. 20 വ്യത്യസ്ത കണങ്ങൾ(അതിലധികമാണിപ്പോൾ) ഇതിനകം കണ്ടുപിടിക്കപ്പെട്ടിരിക്കുന്നു. ഇനിയും കണ്ടുപിടിക്കാനുണ്ട്. എന്നാൽ, ആറ്റത്തിലെ മൂന്നുതരം കണങ്ങൾ- ഇലക്ട്രോൺ, പ്രോട്രോൺ, ന്യൂട്രോൺ-ഇവയാണ് മുഖ്യമായവ. ആറ്റത്തിന്റെ കേന്ദ്രഭാഗമാണ് ന്യൂക്ലിയസ്. ഇതിനെ സൂര്യനുമായി താരതമ്യപ്പെടുത്താം. ആറ്റത്തിന്റെ തൂക്കത്തിലധികവും ന്യൂക്ലിയസിനാണ്. ഇതിനു ചുറ്റും സൂര്യനെ ഗ്രഹങ്ങളെന്നപോലെ, ഇലക്ട്രോണുകൾ ചുറ്റിത്തിരിയുന്നു. ചിലതരം ആറ്റങ്ങൾക്ക് അൽപ്പം ഇലക്ട്രോണുകൾ മാത്രമേയുള്ളൂ. വേറെ ചിലതിന് 90-ഉം 100-ഉം മറ്റുമുണ്ട്. വാസ്തവത്തിൽ, പലതരം ആറ്റങ്ങൾ തമ്മിലുള്ള വ്യത്യാസം അവയിലുള്ള ഇലക്ട്രോണുകളുടെ എണ്ണമാണ്. ലളിതമായ ഹൈഡ്രജന്, ന്യൂക്ലിയസിനു ചുറ്റും ഒരു ഇലക്ട്രോണേ ഉള്ളൂ. സങ്കീർണമായ യുറേനിയത്തിനാകട്ടെ, 92-ഉം.

ഒരു ആറ്റത്തിന്റെ ചിത്രം നമുക്കൊന്നു പരിശോധിക്കാം. ഒരു ന്യൂക്ലിയസിൽ രണ്ടുതരം കണങ്ങളുണ്ട്. ഇവയുടെ എണ്ണത്തിലുമുണ്ടാകും വ്യത്യാസം. ഒന്നിന് പ്രോട്രോൺ എന്നും, മറ്റേതിന് ന്യൂട്രോൺ എന്നുമാണ് പേര്. ഹൈഡ്രജന് പക്ഷേ, ന്യൂക്ലിയസിൽ ഒരു പ്രോട്ടോൺ മാത്രമേയുള്ളൂ. അതിന് ന്യൂട്രോണില്ല, ന്യൂക്ലിയസിനു ചുറ്റും ഒരു ഇലക്ട്രോണുണ്ട്.

ഹെവിഹൈഡ്രജന് അതിന്റെ ന്യൂക്ലിയസിൽ ഒരു പ്രോട്രോണും, ഒരു ന്യൂട്രോണുമുണ്ട്. മൂന്നാമതൊരു തരം ഹൈഡ്രജനുണ്ട്- ഹൈഡ്രജന്റെ മൂന്നിരട്ടി തൂക്കം കൂടുതലാണിതിന്. അതിന്റെ ന്യൂക്ലിയസിൽ ചുറ്റും ഒരു പ്രോട്രോണും രണ്ട് ന്യൂട്രോണുകളുമുണ്ട്. ഹൈഡ്രജന് ആറ്റങ്ങളുടെ ഈ വ്യത്യസ്ത രൂപങ്ങളെയാണ് ഐസോടോപ്പുകളെന്ന് പറയുന്നത്. ഈ മൂന്നുതരം ഹൈഡ്രജൻ ആറ്റങ്ങളും ഹൈഡ്രജനെപ്പോലെയാണ്- കാരണം അവയുടെ ന്യൂക്ലിയസിൽ ഒരു പ്രോട്രോൺ മാത്രമേ അടങ്ങിയിട്ടുള്ളൂ- ചുറ്റും ഒരു ഇലക്ട്രോണും.

ഇനി, സങ്കീർണമായ യുറേനിയത്തിന്റെ ആറ്റം പരിശോധിക്കുക. എല്ലാ യുറേനിയം ആറ്റങ്ങൾക്കും 92 പ്രോട്ടോണാണ് ന്യൂക്ലിയസിലുള്ളത്. 92 ഇലക്ട്രോണുകൾ ന്യൂക്ലിയസുകളെ പല വഴികളിൽ കൂടി ചുറ്റിത്തിരിയ്ക്കുന്നുമുണ്ട്. യുറേനിയത്തിന്റെ ഏറ്റവും സ്വാഭാവികമായ U 283 ന് 146 ന്യൂട്രോണുകളാണ് പ്രോട്രോണിന് പുറമെ ഉള്ളത്. 93 പ്രോട്രോൺ, 146 ന്യൂട്രോൺ ഇവ കൂടിയാണതിന് U 238 എന്ന് പേർ ലഭിച്ചത്. ഇലക്ട്രോണുകൾക്ക് തൂക്കംതന്നെ കുറവാണ്. അവയെ ഈ കണക്കിൽ ചേർക്കുന്നില്ല. U 235 എന്ന മറ്റൊരു തരം യുറേനിയമുണ്ട്. പ്രോട്രോൺ 92, ന്യൂട്രോൺ 143 എന്നിവ കൂടിയതാണത്. ആറ്റം ശക്തിക്കായി ഉപയോഗിക്കുന്നത് U 235 ആണ്. പലതരം യുറേനിയങ്ങൾ ഇനിയുമുണ്ട്. ഇവയ്ക്കെല്ലാം പൊതുവെ ഒന്നുണ്ട് (92 പ്രോട്രോണും 92 ചുറ്റിത്തിരിയുന്ന ഇലക്ട്രോണും). ന്യൂക്ലിയസിലെ ന്യൂട്രോണുകളിൽ എണ്ണത്തിൽ മാത്രമാണിവ തമ്മിൽ വ്യത്യാസമുള്ളത്.

ഇതോടുകൂടി കഴിഞ്ഞുവോ, ആറ്റത്തിനകത്തെ ചലനം? ഇല്ലില്ല. തുടങ്ങിയിട്ടേയുള്ളൂ. ഇലക്ട്രോൺ, പ്രോട്രോൺ, ന്യൂട്രോൺ മുതലായ കണങ്ങൾതന്നെ പലതരം ചലനങ്ങളുടെ രൂപങ്ങളാണെന്നാണ് ശാസ്ത്രജ്ഞന്മാർ പറയുന്നത്. എന്താണീ ഇലക്ട്രോൺ? ന്യൂക്ലിയസിനു ചുറ്റും പ്രദക്ഷിണം ചെയ്യുന്നൊരു തരംഗമാണതെന്നാണ് ഇന്ന് ശാസ്ത്രജ്ഞന്മാർ പറയുന്നത്. ഒരു സെക്കന്റിൽ കോടാനുകോടി പ്രദക്ഷിണങ്ങളാണത് ചെയ്യുന്നത്. അത്രയ്ക്കുണ്ടതിന്റെ വേഗം. മറ്റു കണങ്ങൾക്കും ഇങ്ങനെയെന്തോ സ്വഭാവമുണ്ടെന്ന് പറയുന്നു- ആറ്റങ്ങൾക്കകത്ത്

സങ്കീർണമായ ചലനങ്ങളാണുള്ളതെന്നർഥം.

നമ്മുടെ ചുറ്റും അതിഭയങ്കരമാംവിധം ചലനങ്ങളുണ്ടെന്ന് നിങ്ങൾക്കതിൽ നിന്ന് മനസിലായിരിക്കുമല്ലോ. ഇലക്ട്രോണുകൾ ഓരോ ആറ്റത്തിനകത്തും അവിശ്വസനീയമായ വേഗത്തോടെ ചുറ്റിക്കറങ്ങിക്കൊണ്ടിരിക്കുന്നു. ചലനമില്ലെന്ന് തോന്നുന്ന ഒരു പാറയ്ക്കകത്ത് ഭയങ്കര ചലനങ്ങളാണുള്ളത്. ഒരു തടാകത്തിലെ ശാന്തമായ ജലപ്പരപ്പിനകത്ത് എത്രയെത്ര ചലനങ്ങളുണ്ട്? അതിന്റെ മോളിക്യൂളുകൾ നൃത്തം ചെയ്യുന്നു. ചിലവ, വായുവിലേക്കുയരുന്നു. മോളിക്യൂളിനകത്തുള്ള ഇലക്ട്രോണുകൾ വട്ടം കറങ്ങുന്നു- അവസാനമില്ലാതെ. സദാ ചലിച്ചുകൊണ്ടിരിക്കുന്നു അത്. ഈ ചലനങ്ങളും മാറ്റങ്ങളുമാണ് വാസ്തവത്തിൽ നമ്മുടെ ജീവിതത്തിനു തന്നെ അടിസ്ഥാനം.

അൽപ്പം ചൂടുകിട്ടാൻവേണ്ടി കൽക്കരി കത്തിക്കുമ്പോൾ ആറ്റങ്ങളുടെ ചലനത്തെയാണ് നം ഉപയോഗിക്കുന്നത്. കാർബൺ ആറ്റങ്ങളാണ് കൽക്കരിയിൽ. കൽക്കരിക്കു ചുറ്റുമുള്ളത് വായുവാണ്. ഓക്സിജനും മറ്റു വാതകങ്ങളുമാണതിൽ. ചൂടാക്കിയാണ് കൽക്കരി കത്തിക്കുന്നത്. ചൂടു തട്ടുമ്പോൾ കൽക്കരിയിലെ കരി മോളിക്യൂളുകളെയും അതിനുചുറ്റുമുള്ള വായുവിലെ ഓക്സിജനേയും ചലിപ്പിക്കുന്നു-അവയുടെ ചലനവേഗം വർധിക്കുന്നു. അവസാനം, കാർബൺ ആറ്റങ്ങൾ തൊട്ടുള്ള ആറ്റങ്ങളിൽ നിന്ന് പറന്നകലുന്നു. ഓക്സിജൻ ആറ്റങ്ങളുമായി ചേർന്ന് കാർബൺഡയോക്സൈഡ് എന്ന വാതകം ഉണ്ടാവുന്നു. ഇത് വായുവിൽ ലയിക്കുന്നു. കൽക്കരിയിൽ കാർബണല്ലാതുള്ള ആറ്റങ്ങളുണ്ട്. ഇവയിൽ ചിലത് ഓക്സിജനുമായി ചേരുന്നു. ചിലത് അങ്ങോട്ടുമിങ്ങോട്ടും ചേരുന്നു. പുകയുണ്ടാവുന്നത് ഇതെല്ലാം കൂടിയാണ്.

മോളിക്യൂളുകൾ അകന്നുപോയി പുതിയ വസ്തുക്കളുമായി ചേരുമ്പോൾ ആകെ അവിടെ ഒരു പരിഭ്രമമാണ്. മോളിക്യൂളുകൾ വേഗം ചാടുന്നു-ഇതാണല്ലോ ചൂട്. ഈ ചൂടുപയോഗിച്ച് വെള്ളം ചൂടാക്കുകയോ, ഒരു എഞ്ചിൻ ഓടിക്കുകയോ ചെയ്യാം-ഇങ്ങനെ പലതും. അതിനിടയിൽ ചുറ്റിക്കറങ്ങുന്ന ഇലക്ട്രോണുകൾ ഛിന്നഭിന്നമാകുന്നു-ആറ്റങ്ങൾ അങ്ങോട്ടുമിങ്ങോട്ടും വന്നു കയർക്കുന്നു. തകരുന്നു. അവയുടെ സഞ്ചാരപ

ഥങ്ങൾ മാറുന്നു.

ഒരു പഥത്തിൽ നിന്ന് മറ്റൊന്നിലേക്ക് ഇലക്ട്രോണുകൾ ചാടുന്നു. ഇതാണ് വെളിച്ചമായിത്തീരുന്നത്. അതാണ് കൽക്കരി കത്തുമ്പോൾ വെളിച്ചമുണ്ടാകുവാൻ കാരണം. മോളിക്യൂളുകളുടെ ചലനം നമുക്ക് ചൂടും ഇലക്ട്രോണുകളുടെ ചലനം വെളിച്ചവും തരുന്നു. മുമ്പുണ്ടാവാത്ത ചില പുതിയ രാസവസ്തുക്കളും. ആറ്റങ്ങളുടെ ചലനം പുതിയ രീതിയിലുള്ള ക്രമീകരണവും കാരണം ഉണ്ടാവുന്നു. അങ്ങനെ കെമിസ്ട്രിയുടെ മുഴുവൻ മണ്ഡലവും, പുതിയ വസ്തുക്കളുണ്ടാക്കുന്നതിന്റെ (ഉദാ:-ഇരുമ്പ്) മുഴുവൻ ഏർപ്പാടും ആറ്റങ്ങളുടെ ചലനത്തെ ആശ്രയിച്ചിരിക്കുന്നു- ആറ്റങ്ങൾക്കകത്തെ ഇലക്ട്രോണുകളെയും. വസ്തുക്കളിൽ മോളിക്യൂളുകൾ, ആറ്റങ്ങൾ, ഇലക്ട്രോണുകൾ ഇവ എങ്ങനെയാണ് ക്രമീകരിക്കപ്പെട്ടിരിക്കുന്നത് എന്നതിനെ ആശ്രയിച്ചിരിക്കും പുതിയ വസ്തുക്കളെങ്ങനെയുണ്ടാക്കാമെന്നതിനെപ്പറ്റിയുള്ള കെമിസ്ട്രി.

കാർബൺ ആറ്റങ്ങളുടെ ചലനത്തെ ജ്വാലയാക്കി മാറ്റി ആ ചൂടിൽ നിന്ന് ഇലക്ട്രിസിറ്റിയുണ്ടാക്കാം. ഈ ഇലക്ട്രിസിറ്റി പലതിനുമുപയോഗിക്കാം. ഒരു പവർപ്ലാന്ററിൽ കൽക്കരി കത്തിച്ചാൽ കൽക്കരിയിൽ കാർബൺ ആറ്റങ്ങളും, വായുവിലെ ഓക്സിജൻ ആറ്റങ്ങളും ചലിക്കുന്നു. ഇവയാണ് പിന്നീട് ബോയിലറിലെ വെള്ളത്തിന്റെ മോളിക്യൂളുകളെ ചലിപ്പിക്കുന്നത്. വെള്ളത്തിന്റെ മോളിക്യൂളുകളുടെ ദ്രുതഗതിയിലുള്ള ചാട്ടം കാരണം അവ ആവിയായി മാറുന്നു. ആവി ഒരു പൈപ്പിൽക്കൂടി പോയി ഒരു ചക്രത്തിന്റെ വിശറിയിൽ തട്ടുമ്പോൾ ചക്രം തിരിയുന്നു. ഇതാണ് ടർബൈൻ. അതോടുകൂടി ജനറേറ്ററിലെ കാന്തം തിരിയുന്നു. ആറ്റങ്ങളിൽ നിന്ന് ഇലക്ട്രോണുകളെ വേർതിരിച്ച് ഒരു കമ്പിയിൽക്കൂടി അയയ്ക്കുന്നു. ചലിക്കുന്ന ഇലക്ട്രോണുകളെ കമ്പിയിൽ കൂടി നിങ്ങളുടെ വീട്ടിലെത്തിക്കുന്നു. ബൾബിലെ കമ്പിയിലെ മോളിക്യൂളുകൾ ആദ്യം ചൂടാവുന്നു. ഇലക്ട്രോണുകൾ അവയുടെ പഥങ്ങൾ വിട്ട് മറ്റൊന്നിലേക്ക് പോകുമ്പോഴാണ് വെളിച്ചമുണ്ടാവുക. ഇത് പ്രകാശതരംഗങ്ങളായി മുറിക്ക് വെളിച്ചം തരുന്നു. എങ്ങുമെങ്ങും ചലനം തന്നെ.

ആറ്റത്തിന്റെ ന്യൂക്ലിയസിലേക്ക് നോക്കുക. ഇവിടെ

കാണുന്ന ചലനങ്ങൾ മറ്റു ചലനങ്ങളിൽ നിന്നെല്ലാം വ്യത്യസ്തമാണ്. ഇതിൽ നിന്നാണല്ലോ ഭയങ്കരമായ ആറ്റംശക്തി ലഭിക്കുന്നത്.

ആറ്റംശക്തി എങ്ങനെ കിട്ടുന്നു? യുറേനിയവും മറ്റു വസ്തുക്കളും ഒന്നിച്ചുവയ്ക്കുന്നു-(വെള്ളം, കാർബൺ എന്നിവ). അതിലേക്ക് ഒരു ന്യൂട്രോണിനെ വിടുക. ന്യൂട്രോണുകൾ ആ പൈപ്പിനകത്തു ചലിക്കുന്നു-യുറേനിയം ആറ്റങ്ങളെ ചെന്നു മുട്ടി (കാർബണിന്റേയും മറ്റും) പോകുന്നതോടു കൂടി സ്പീഡ് കുറയുന്നു. തികച്ചും മനസിലാകാത്ത രീതിയിൽ, U 235 ന്റെ ന്യൂക്ലിയസിന്റെ ആറ്റത്തെ ഈ ന്യൂട്രോൺ ഭേദിക്കുന്നു. അതിന്റെ കെട്ടഴിച്ച് വിട്ടമാതിരി ഒരനുഭവം. പ്രോട്രോൺ-ന്യൂട്രോൺ ബന്ധം വിടുന്നു. ഭയങ്കര വേഗത്തോടെ അവ ചിന്നിച്ചിതറുന്നു- ചൂടിന്റെ മോളിക്യൂൾ ചാട്ടവും, ഇലക്ട്രിസിറ്റിയുടെ ഇലക്ട്രോൺ ചലനവും ഒന്നും സാരമില്ല. ആയിരമായിരം ഇരട്ടി കൂടുതലാണ് ചലനം. ആറ്റം സുമാർ രണ്ടു ഭാഗങ്ങളായി പിരിയുന്നു. കുറെ ന്യൂട്രോണുകൾ മോചിപ്പിക്കപ്പെടുന്നു. സാധാരണ വെളിച്ചത്തേക്കാൾ ഫ്രീക്വൻസിയുള്ള വിദ്യുത്കാന്ത തരംഗങ്ങളുണ്ടാവുകയും ചെയ്യുന്നു. അതാണ് റേഡിയത്തിലും മറ്റുമുള്ള റേഡിയേഷൻ. എക്സ്റേയിലേക്കാൾ അധികമാണിത്. ഇവയാണ് ഗാമാരശ്മികൾ. ആറ്റംബോംബ് വിസ്ഫോടനത്തിൽ നിന്നുണ്ടാവുന്ന രോഗങ്ങൾ പലതിനും ഗാമാരശ്മികളാണ് കാരണം. കുറച്ചധികം സെക്കൻഡുനേരം ഈ രശ്മികളുമായി നേരിട്ടാൽ ഒരാൾ മരിക്കും.

ഒരു U 235 ആറ്റത്തിൽ നിന്ന് തെറ്റിത്തെറിച്ചുപോയ ന്യൂട്രോണുകൾ പൈലിലുള്ള മറ്റ് ആറ്റങ്ങളിൽ ചെന്നു മുട്ടുന്നു. ഇങ്ങനെ, തൊട്ടുള്ള U 235 ആറ്റത്തിന്റെ ന്യൂക്ലിയസും ഭേദിക്കപ്പെടുന്നു. പൈലാകെ ചൂടാവുന്നു. ഗാമാരശ്മികൾ അതിൽ നിന്നുണ്ടാവുന്നു. റേഡിയോ പ്രസാരശക്തിയുണ്ടാവുന്നു എന്നർഥം. അതിനടുക്കൽ പോകുന്നതേ ആപൽക്കരമാണ്. മരണത്തിന്, അൽപ്പം മാത്രം ശരീരത്തിലെത്തിയാൽ മതി. പൈൽ കട്ടിയുള്ള കോൺക്രീറ്റുകൊണ്ട് ആവരണം ചെയ്താൽ റേഡിയേഷൻ നമ്മുടെ അടുത്തെത്താതെയാക്കാം. ഈ അത്യുഷ്ണമുള്ള പൈലിൽക്കൂടി വെള്ളം നിറച്ച പൈപ്പുകൾ വിട്ടാൽ, ആ വെള്ളം

ചൂടാകും. ചൂടിൽ നിന്ന് വെള്ളം തിളയ്ക്കും. അതിൽനിന്ന് ആവിയുണ്ടാകും. ആവികൊണ്ട് ടർബൈൻ ഓടിക്കാം- വിദ്യുച്ഛക്തിയുൽപ്പാദനാർഥം. ഈ വിദ്യുച്ഛക്തി പലതിനുമുപയോഗിക്കാം.

ഇങ്ങനെയുള്ള ഒരു ഉപകരണത്തിനാണ് 'ന്യൂക്ലിയാർ റിയാക്ടർ' എന്നു പറയുക. വിദ്യുച്ഛക്തിയും ചൂടും നൽകാനുള്ള ഏറ്റവും നവീനാവിഷ്കരണമാണിത്. ആറ്റങ്ങൾക്കകത്തുള്ള ചലനങ്ങളിൽ നിന്ന് എനർജിയും ചലനവും ലഭിക്കുന്ന രീതിക്ക്, ഒരുപക്ഷെ, ഭാവിയിൽ ഇന്നത്തേക്കാൾ വമ്പിച്ച പ്രാധാന്യം ലഭിക്കും. ചൂട്, വെളിച്ചം, വിദ്യുച്ഛക്തി ഇവയുടെ ഉൽപ്പാദനത്തിന്. തീവണ്ടിയും കപ്പലും, വിമാനവും മോട്ടോർകാറും ആറ്റംശക്തി കൊണ്ട് ഓടിച്ചുകൂടെന്നില്ല.

അറ്റോമിക് ഇന്ധനമായി യുറേനിയം മാത്രമല്ല ഉപയോഗിക്കേണ്ടതായിട്ടുള്ളൂ. U 238 ൽ നിന്നുണ്ടാക്കിയ പ്ലൂട്ടോണിയം ഇത്തരം ഇന്ധനമായി ഉപയോഗിക്കാം. തോറിയം എന്ന വസ്തു യുറേനിയത്തിന്റെ കൂടെ ഇതിനായുപയോഗിക്കാം. യുറേനിയവും തോറിയവും ഭൂമിയിൽ വേണ്ടത്ര ഉണ്ട്- കുറേക്കാലത്തേയ്ക്കവ മതിയാവും. റിയാക്ടറുപയോഗിക്കാൻ ഉതകിയ മറ്റ് ഇന്ധനങ്ങളെപ്പറ്റിയും ശാസ്ത്രജ്ഞന്മാർ അന്വേഷിക്കുന്നുണ്ട്. ഹൈഡ്രജൻ, ലിഥിയം മുതലായ സുലഭവസ്തുക്കൾ ഇതിനായി ഉപയോഗപ്പെടുത്താം.

1955 ആഗസ്തിൽ ജനീവയിൽ വച്ചുനടത്തിയ "ആറ്റംശക്തി സമാധാനത്തിന്" എന്ന കോൺഫറൻസിൽ വരുന്ന കാലങ്ങളിൽ, വ്യവസായത്തിലും, ഗതാഗതത്തിലും അണുശക്തി ഉപയോഗിക്കാമെന്ന് പറയുന്നു. ശക്തിവിഭവങ്ങൾ ഇല്ലാതാവുമല്ലോ എന്ന ഭയത്തിൽ നിന്ന് ഇത് ജനങ്ങളെ ഒഴിവാക്കുമെന്ന് കരുതാം-കാരണം, സമുദ്രജലത്തിൽ എത്രവേണമെങ്കിലും ഹൈഡ്രജനുണ്ട്. ഇന്നത്തെ തലമുറ ആറ്റംശക്തിയെപ്പറ്റി പലതും മനസിലാക്കാനാണ് പോകുന്നത്. മനുഷ്യന്റെ കൈവശമുള്ള വിഭവങ്ങൾ വർധിക്കുകയാണിനി.

എണ്ണയോ കൽക്കരിയോ ഉപയോഗിക്കുന്നതിനു പകരം ആറ്റംശക്തി ഉപയോഗിച്ചാലെന്താണ് ഗുണം? സാധാരണ ഒരാറ്റം കത്തുന്നതും-ന്യൂക്ലിയസിനകത്തുള്ള കണങ്ങൾ പറക്കലും തമ്മിൽ-ഉണ്ടാവുന്ന ശക്തിയെ സംബന്ധിച്ച്-വലിയ വ്യത്യാസ

മുണ്ട്. ആയിരമിരട്ടിയാവും വ്യത്യാസം. അതിനാൽ, ഒരു അണുറിയാക്ടിൽ വളരെ കുറച്ച് ഇന്ധനമേ ഉപയോഗിക്കേണ്ടി വരികയുള്ളൂ- ഒരേവിധം ചൂട് കിട്ടണമെങ്കിൽ, എത്രയെത്ര കൽക്കരി കത്തിക്കണം, അൽപ്പം ചൂടിന്? യുറേനിയത്തിന്റെ 45 കി.ഗ്രാമിൽ 9,000 കി.ഗ്രാം കൽക്കരിയിൽ നിന്നുണ്ടാവുന്നത്ര ചൂടുണ്ടാക്കാമത്രേ! അതാണ് അണുശക്തി.

യുറേനിയത്തിൽ നിന്നുണ്ടാവുന്ന ശക്തി, വസ്തുവിന്റെ നാശത്തിൽ നിന്നുണ്ടാവുന്നതാണ്-ഐൻസ്റ്റൈന്റെ ആപേക്ഷിക സിദ്ധാന്തത്തിൽ പറഞ്ഞപോലെ. ആറ്റംശക്തി തന്നിരുന്ന വസ്തുക്കളെ ശാസ്ത്രജ്ഞന്മാർ തൂക്കിനോക്കിയപ്പോൾ, നഷ്ടപ്പെട്ട തൂക്കം ($e= mc^2$ എന്ന)ഐൻസ്റ്റൈന്റെ സൂത്രപ്രകാരമാണെന്ന് കാണപ്പെട്ടു. ഒരു അണുറിയാക്ടറിൽ യുറേനിയത്തിന്റെ തൂക്കം മുഴുവനും തന്നെ ശക്തിയായി മാറുന്നില്ല. ആറ്റംശക്തയായി മാറുന്നത് ഒരു ഭാഗം മാത്രമാണ്. എന്നാൽ, ഈ ചെറിയ ഭാഗം മതി, കണക്കറ്റ ശക്തി നൽകാൻ.

U 235 ന്റെയും U 238 ന്റെയും മിശ്രമാണ് സാധാരണ ലഭിക്കുന്ന യുറേനിയം. U 235 ന്റെ ഓരോ ആറ്റത്തിലും U 238 ന്റെ 148 ആറ്റങ്ങളുണ്ട്. ഇതിൽ U 235 ആണ് റിയാക്ടറുകളിൽ ഉപയോഗിക്കുന്നത്. U 238 ൽ നിന്ന് വേർതിരിച്ചു ആ ചെറിയ ഭാഗത്തിൽ നിന്ന് കൂടുതൽ ശക്തി കിട്ടുകയും ചെയ്യും. ഇങ്ങനെ നോക്കിയാൽ U 235 ന്റെ 45 കി. ഗ്രാമിൽ നിന്ന് 13,50,000 കി.ഗ്രാം സുമാർ 1500 ടൺ-കൽക്കരിയിൽ നിന്നുള്ളത്ര ശക്തി ലഭിക്കും. ചെറിയഭാഗം അറ്റോമിക് ഇന്ധനം വളരെക്കാലം നിൽക്കും. ഇവ കൊണ്ടുപോകാനും വളരെ എളുപ്പമാണ്. ഖനികളിൽ നിന്ന് എണ്ണയും കൽക്കരിയും എത്താനെത്ര കപ്പലുകളും വണ്ടികളും വേണം? അതുപോലെ അറ്റോമിക് ഇന്ധനമാണ് ഒരു കപ്പലിലോ വിമാനത്തിലോ ഉപയോഗിക്കുന്നതെങ്കിൽ കുറെ കാലത്തേക്ക് വീണ്ടും ഇന്ധനം നിറയ്ക്കാതെ അതിനുപോകാം. ഒരു മുങ്ങിക്കപ്പലിന്, ഒരിക്കലെങ്കിലും മുകളിൽ വരാതെ അത്ലാന്റിക് സമുദ്രം മുഴുവൻ ഊളിയിട്ടോടാം. സ്പേസ് യാത്ര എന്നത് ആറ്റംശക്തിയുടെ പ്രയോഗത്തോടെ ഒരു യാഥാർഥ്യമായിത്തീരും.

ന്യൂക്ലിയർ റിയാക്റ്ററിൽ പലതരം വസ്തുക്കളും ഉപയോ

ഗിക്കാം. റിയാക്റ്ററിലെ ന്യൂട്രോണുകൾ ഈ വസ്തുവിന്റെ ആറ്റങ്ങളെ വന്നുമുട്ടുന്നു- പലതരം അറ്റോമിക് വ്യത്യാസങ്ങളും ഉണ്ടാകുന്നു. ഒരു ആറ്റത്തിന്റെ ന്യൂക്ലിയസ് പുതിയൊരു തരം ആറ്റമായി മാറാം. ഈ വസ്തു നിറച്ച പെട്ടിയെടുക്കുമ്പോൾ അതിന് വലിയ വ്യത്യാസം വന്നതായി കാണാം. ഇങ്ങനെ ഉണ്ടാവുന്ന പല പുതിയ ആറ്റങ്ങളും റേഡിയോ ആക്റ്റീവാണ്. അവ അസ്ഥിരമാണ്- അധികകാലം നിൽക്കില്ല. കുറച്ചുകഴിഞ്ഞാലവ പൊട്ടുന്നു. കണങ്ങളും തരംഗങ്ങളും തള്ളിപ്പുറത്തു വരുന്നു.

ഈ പുതിയ വസ്തുക്കളാണ് റേഡിയോ ഐസോടോപ്പുകൾ. ആറ്റംശക്തി വരുന്നതിനുമുമ്പ് ഇവയെപ്പറ്റി അറിവുണ്ടായിരുന്നില്ല. ക്യാൻസർ മുതലായ രോഗചികിത്സയ്ക്ക് ഇവയുപയോഗിക്കാം. ശാസ്ത്രീയ പരീക്ഷണങ്ങൾക്കിവ അത്ഭുതകരമായ ഉപകരണങ്ങളാണ്. വ്യവസായങ്ങളിൽ പലതിനും ഇവയുപയോഗിക്കാൻ തുടങ്ങിയിരിക്കുന്നു. പ്ലാസ്റ്റിക്കും കടലാസും തമ്മിലൊട്ടിക്കുമ്പോൾ അവിടെയുള്ള 'സ്റ്റാറ്റിക് ഇലക്ട്രിസിറ്റി' പല നിർമാണപ്രക്രിയകളിലും വിഷമമുണ്ടാക്കുന്നു. അടുത്ത് റേഡിയോ ആക്റ്റീവ് സാധനങ്ങൾ വച്ചാൽ ഈ സ്റ്റാറ്റിക് ഇലക്ട്രിസിറ്റിയെ നിഷ്ക്രിയമാക്കാം.

ആറ്റം-ഹൈഡ്രജൻ ബോംബുകളിൽ യുറേനിയമാണ് ഉപയോഗിക്കുന്നതെന്ന് നിങ്ങൾക്കറിയാമല്ലോ. ആറ്റംശക്തിയെപ്പറ്റി ചർച്ചചെയ്യുമ്പോൾ ബോംബുകളുണ്ടാക്കുന്ന നാശത്തെപ്പറ്റിയാണ് പലരും ചിന്തിക്കുന്നത്. ബോംബുകളോട് നമുക്കു വിരോധമാണെങ്കിലും, ഈ വിവരം ലഭിച്ചതേതായാലും നല്ലതുതന്നെ. ഉപകരിക്കുന്ന സർവവസ്തുക്കളും ഉപദ്രവകാരികളുമാണ്. വായുവില്ലെങ്കിൽ നാം മരിക്കും. പക്ഷെ, ആ വായു കൊടുങ്കാറ്റായാലും ആപത്താണ്. ആറ്റംശക്തിയെ നാം വാഴ്ത്തുന്ന കാലം വരും. കഷണം നുറുക്കാനുപയോഗിക്കുന്ന കത്തി, ആളെ കൊല്ലാനും ഉപയോഗിക്കാം. നാം സുഖമായോടിക്കുന്ന കാറ് വല്ലവരുടെയും മീതെ കയറി ആളെ കൊല്ലാം. ഉപയോഗിക്കുന്നതെന്തിനാണ് എന്നതാണ് പ്രധാനം.

ഇലക്ട്രിസിറ്റിയുണ്ടാക്കാൻ ആറ്റംശക്തി ഉപയോഗിക്കണമെന്നൊരു ശാസ്ത്രജ്ഞനു തോന്നിയാലതിനു കഴമ്പുണ്ട്. ബോട്ടുകളോടിക്കാനായാലും കൂടുതൽ വലിയ ബോട്ടുകളുണ്ടാ

ക്കാനായാലും അതിനു കഴിയുന്നു.

ആറ്റംബോംബുണ്ടാക്കുന്നത് സങ്കീർണമായ ഒരു കാര്യമാണ്. വളരെ സമയവും പണവും വലിയ ഫാക്ടറികളിലെ അനവധി പ്രക്രിയകളും അതിന് വേണം. ഒരു ന്യൂട്രോണിനെ അങ്ങു വിട്ടുകിട്ടായാൽ മതി- പിന്നീട്, എല്ലാമങ്ങ് പണി തുടങ്ങുകയായി. U 235 ൽ ന്യൂട്രോൺ ചെന്നുമുട്ടി ആറ്റത്തെ പിളർത്തുന്നു. അതിൽനിന്ന് ഒരു ന്യൂട്രോൺ ചെന്ന് മറ്റൊരാറ്റത്തെ ഭേദിക്കുന്നു. ഏതാനും സെക്കൻഡിൽ യുറേനിയം ആറ്റങ്ങൾ ഇങ്ങനെ തകരും-ഭയങ്കര ശക്തിയോടെ.

U 235 നെപ്പോലുള്ള ബോംബിനുപയോഗിക്കുന്ന സാധനങ്ങൾ, ഒരു പ്രത്യേക വലിപ്പത്തിലധികമാണെങ്കിൽ, തന്നത്താനങ്ങു പൊട്ടിത്തെറിക്കുമെന്നാണ് പ്രായോഗികാനുഭവം. വായുവിലെ ഏകാകിയായൊരു ന്യൂട്രോണാണീ പ്രക്രിയയുടെ താക്കോൽ. ഈ വലിപ്പത്തിൽ കുറവാണ് U 235 എങ്കിൽ, ഭയാശങ്ക കൂടാതെ നിങ്ങൾക്കത് കൈയിൽ കൊണ്ടുനടക്കാം. എന്നാൽ അധികം വലിപ്പമുള്ളതാണെങ്കിൽ പൊട്ടുന്ന ഒരു ബോംബ് കൈയിൽ വച്ചുനടക്കുന്ന മട്ടിലാണത്രേ.

U 235 ന്റെ രണ്ടു കഷണങ്ങൾ-അല്ലെങ്കിലതുപോലെയുള്ള വസ്തുക്കളുടെ കഷണങ്ങൾ-ഒരു പേടകത്തിൽ വയ്ക്കുക. മുമ്പുപറഞ്ഞ വലിപ്പത്തിൽ കുറവാകും രണ്ടു കഷണങ്ങളും. അവ തമ്മിൽ ചേർത്താലാകട്ടെ, വലിപ്പം കൂടുതലാവും. തനിയെ പൊട്ടിത്തെറിക്കുന്ന സ്ഥിതിയിലെത്തും. ഈ രണ്ടു കഷണങ്ങളെ തമ്മിലടിപ്പിക്കുന്ന ഒരു ഏർപ്പാടാണ് ബോംബിനുള്ളത്. അവ തമ്മിലടുക്കുന്നതോടുകൂടി, വിസ്ഫോടനമുണ്ടാവുകയും, ശക്തി മോചിപ്പിക്കപ്പെടുകയും ചെയ്യുന്നു.

ഇത്ര കുറച്ചു സമയത്തിൽ ഇത്രയധികം ശക്തി മോചിപ്പിക്കപ്പെടുമ്പോഴുണ്ടാവുന്ന ആറ്റം വിസ്ഫോടനം നാമിതുവരെ കണ്ടതിലും വലുതായിരിക്കും. മില്യൻ കണക്കിൽ ഡിഗ്രിയിലാണ് ഈ സമയത്തുള്ള ചൂടിനെ അളക്കുക. വിചാരിക്കാൻ വയ്യാത്ത വേഗത്തിലും ദൂരത്തിലുമാണ് ആറ്റങ്ങൾ ചിന്നിച്ചിതറുന്നത്. സർവ വഴിക്കും വിദ്യുൽകാന്ത തരംഗങ്ങൾ പറക്കുന്നു. വെളിച്ചത്തിന്റെ തരംഗങ്ങൾ കണ്ണുമങ്ങിക്കുന്നു. അതിലെ ഇൻഫ്രാറെഡ് രശ്മികൾ, മൈലുകൾക്കപ്പുറം തീ കത്തിക്കുന്നു. ഒരു

മൈലിനടുത്തുള്ളവർക്ക് മരണത്തിനാവശ്യമായത്ര ഗാമാ രശ്മികൾ വിസ്ഫോടനത്തിൽ നിന്നുണ്ടാവുന്നു. അപ്പോഴത്തെ കൊടുങ്കാറ്റ് ചുറ്റുമുള്ള വീടുകളെ തള്ളിവീഴ്ത്തുന്നു. റേഡിയേഷൻ അവടെ കത്തിക്കുന്നു. ലക്ഷക്കണക്കിലാണ് ജീവനാശമുണ്ടാകുന്നത്.

ഒരു തീപ്പെട്ടിക്കോൽ കത്തിച്ചുകാണിച്ചാൽ, എത്രയോ കൽക്കരി, എത്രയോ എണ്ണ, ഓക്സിജനുമായി ചേർന്ന് പുതിയ വസ്തുക്കളായിത്തീരുന്നത് നമുക്കറിയാമല്ലോ. അതുപോലെതന്നെ, ആറ്റംബോംബിലെ ചൂട് മറ്റ് വസ്തുക്കളുടെ ഉഷ്ണത ഉയർത്തുന്നു. ആ വസ്തുക്കളുടെ മോളിക്യൂളുകൾ ചിതറിപ്പോകുന്നു. വളരെവേഗം. അവയുടെ ന്യൂക്ലിയസുകൾ പുതിയ വസ്തുക്കളായി കൂടിച്ചേരുന്നു. ഇതിൽ നിന്ന് കൂടുതൽ ചൂട് നമുക്ക് കിട്ടുന്നു. ആറ്റംബോംബ് കൂടുതൽ വലിയ തീയുണ്ടാക്കാൻ പറ്റിയ വിധം, ഒരു തീപ്പെട്ടിക്കോലുപോലെ ഉപയോഗിക്കാം! ഒരു തരം ഹൈഡ്രജൻ ബോംബിലിതാണത്രെ സംഭവിക്കുക. ഹെവിഹൈഡ്രജൻ നിറച്ച ഒരു പേടകത്തിൽ, ചെറിയ ഒരു ആറ്റംബോംബ് വയ്ക്കുന്നു. ആറ്റംബോംബ് പൊട്ടുന്നു. തൊട്ടുള്ള ഉഷ്ണത വർധിക്കുന്നു. മില്യൻകണക്കിൽ ഡിഗ്രി ഉയരുന്നു. ഹൈഡ്രജൻ ആറ്റങ്ങൾ അത്യുഗ്ര വേഗത്തോടെ ചലിക്കുന്നു. അവ പരസ്പരം മുട്ടിത്തകരുന്നു. ന്യുക്ലിയസ് ന്യൂക്ലിയസിനെ ഇടിച്ചുതകർക്കുന്നു. കൂടുതൽ തൂക്കം കൂടിയ ആറ്റങ്ങളാണ് ഉണ്ടാവുന്നത്. പുതിയതരം ആറ്റങ്ങൾ സൃഷ്ടിക്കപ്പെടുന്നു. ഈ വഴിയ്ക്ക്, ഒരു ആറ്റംബോംബിനേക്കാളധികവും ചലനങ്ങളാണൊരു ഹൈഡ്രജൻ ബോംബിലുണ്ടാവുന്നത്. ചൂടധികം. വിസ്ഫോടനശക്തിയുമധികം.

ഹൈഡ്രജൻ ഉപയോഗിക്കാതെ തന്നെ ബോംബുകളുണ്ടാക്കുവാനുള്ള വഴികളിന്നു കണ്ടുപിടിച്ചിരിക്കുന്നു. ലഘുവായ ലിഥിയം എന്ന ലോഹം ഉപയോഗിക്കാം. ഹൈഡ്രജൻ ബോംബുകൾ ആറ്റംബോംബുകളുടെ സഹായമില്ലാതെയും ഉണ്ടാക്കാം. ചുറ്റും ഘനമുള്ള ലോഹങ്ങൾ വച്ച് ഹൈഡ്രജൻ ബോംബുണ്ടാക്കിയിട്ടുണ്ട്, ഹൈഡ്രജൻ ബോംബിന്റെ വിസ്ഫോടനം ഘനലോഹങ്ങളുടെ ആറ്റങ്ങളെ റേഡിയോ ആക്റ്റീവ് ആറ്റങ്ങളാക്കി മാറ്റും. വെയിൽസിനെപ്പോലുള്ള ചെറിയ രാജ്യങ്ങളാകെ വിഷം

കൊണ്ട് നശിക്കും. ആ പ്രദേശത്താരും പിന്നീട് ബാക്കിയുണ്ടാവില്ല.

ചരിത്രത്തിന്റെ വഴിത്തിരിവിലാണ് നാം നിൽക്കുന്നത്. കൂടുതൽ വലിയ വലിയ ബോംബുകളുണ്ടാക്കാൻ ലോകത്തിനിന്നു കഴിയും. ഏറ്റവും വലിയ നഗരങ്ങൾ ചാമ്പലാക്കാം. വായുവും ഭൂമിയും റേഡിയോ ആക്റ്റിവിറ്റികൊണ്ട് വിഷലിപ്തമാക്കാം. ആളുകളെ കൊല്ലാനതുമതിയല്ലോ. ബോംബുകളുണ്ടാക്കി, അവ പൊട്ടുമോ എന്ന പരിശോധന (ആറ്റം ടെസ്റ്റ്) തന്നെ ആരോഗ്യത്തിന് ആപത്താണ്. വായു കൂടുതൽ റേഡിയോ ആക്റ്റീവാകും- ഭൂമിയിലെ ജീവനുതന്നെ അത് മാറ്റംവരുത്തും. വിത്തുകൾക്ക് മാറ്റം വരും. മനുഷ്യരുടെയും ജന്തുക്കളുടെയും കുഞ്ഞുങ്ങൾക്ക് മാറ്റംവരും. പ്രകൃതിയിലെ വികൃതികൾ സർവസാധാരണമാവും. ഇന്നുനടത്തുന്ന ടെസ്റ്റുകൾ ഭാവി തലമുറകളെ ഗൗരവമായിത്തന്നെ അലട്ടുമെന്നാണ് പല ശാസ്ത്രജ്ഞന്മാരുടേയും അഭിപ്രായം.

ആപത്ത് ഭയങ്കരം. പക്ഷെ, ആശങ്കവേണ്ട. പ്രതീക്ഷാകുസുമങ്ങളാണ് വിരിയുന്നത്. ഇന്ന് മനുഷ്യന്റെ കൈയിലുള്ള മാരകശക്തി പണ്ടൊരിക്കലും മനുഷ്യന്റെ വശമ്മുണ്ടായിരുന്നില്ല. ഏതു രാഷ്ട്രത്തെയും, ഏതു ജനവിഭാഗത്തെയും നശിപ്പിക്കണോ-മനുഷ്യന് ഇന്നതു കഴിയും. അതിനാൽ ഈ പണിക്ക് അധികം, ബുദ്ധിയുള്ളവരാരും മിനക്കെടില്ല. എന്താണുണ്ടാവുക, ആറ്റം ബോംബിട്ടാൽ എന്ന് ഇതുവരെ ആരും കൃത്യമായി തിട്ടപ്പെടുത്തിയിട്ടില്ല. ആറ്റംശക്തി സമാധാനപരമായി ഉപയോഗിക്കാനുള്ള ആഗ്രഹം പരക്കുന്നു. ടെസ്റ്റുകൾ നിരോധിക്കുന്ന കരാറിൽ പലരും ഒപ്പുവയ്ക്കുന്നു. പ്രത്യാശയ്ക്കുള്ള വഴിയല്ലേ ഇത്?

പിന്നീടോ? ചലനത്തിന്റെ കഥ തീർന്നുവോ? ഇല്ല. ഇതാ തുടങ്ങുന്നതേയുള്ളൂ. 200 വർഷം മുമ്പാണ് ഇന്ധനത്തിൽനിന്നുള്ള ചലനമുപയോഗിച്ച് യന്ത്രങ്ങൾ ആവിഷ്കരിച്ചത്. 150 വർഷം മുമ്പാണ് ഈ ശക്തി ഉപയോഗിച്ച് കപ്പലും വണ്ടിയും ഓടിക്കാൻ തുടങ്ങിയത്. 50 വർഷം മുമ്പാണ് വിദ്യുച്ഛക്തി വിപുലമായ തോതിൽ ഉപയോഗിക്കാൻ തുടങ്ങിയത്. മോട്ടോർ കാറുകൾക്കും 50 വർഷത്തെ പഴക്കമേയുള്ളൂ. 30 വർഷമായി റേഡിയോ വന്നിട്ട്. പിന്നീട് ടെലിവിഷനും രംഗത്തുവന്നു.

ഇപ്പോൾ, ഇപ്പറഞ്ഞ ചലനത്തേക്കാളെല്ലാം വലിയ ചലനം നമ്മുടെ കൈയിലുണ്ട്. അതുപയോഗിക്കാൻ തുടങ്ങുകയാണ്.

കുട്ടികളേ, നിങ്ങളുടെ ജീവിത്തിൽ ഇവയുടെ എല്ലാം ഉപയോഗം നിങ്ങൾക്കു കാണാം. ചലനം ശക്തിയായതിന്റെ കഥ തുടരുകയാണ്.

പക്ഷേ, കുട്ടികളേ, നിങ്ങൾ മുതിർന്ന് വലുതായാൽ ഒരു കാര്യം പറയണം- ഈ ശക്തിയെല്ലാം മനുഷ്യന്റെ നന്മയ്ക്കേ ഉപയോഗിക്കാവൂ എന്ന്. ദാരിദ്ര്യം ദൂരീകരിക്കാൻ; രോഗം നിർമാർജനം ചെയ്യാൻ; മൃഗമായല്ല, മനുഷ്യനായി ഇവിടെ ജീവിക്കാൻ.

ചൂട്

ഒരു ബസിലോ കാറിലോ കയറി നിങ്ങൾ സഞ്ചരിക്കുമ്പോൾ, ആ വാഹനത്തിനകത്തു നടന്നുകൊണ്ടിരിക്കുന്ന ചലനങ്ങളെപ്പറ്റി ആലോചിച്ചിട്ടുണ്ടോ? പലതരം ചീറ്റലും ഇരമ്പലും ഞരക്കങ്ങളും നിങ്ങൾ കേൾക്കുന്നുണ്ടാവും. ഒരു മണിക്കൂറിൽ 80 കി.മി വേഗത്തിലാണ് നിങ്ങൾ പോകുന്നതെങ്കിൽ എഞ്ചിനകത്ത് ഓരോ സെക്കൻഡിലും 100 സ്ഫോടനങ്ങളാണുണ്ടാവുക എന്ന് നിങ്ങൾ ഓർത്തിട്ടുണ്ടോ? ഓരോ വിസ്ഫോടനവും ഉണ്ടാവുന്നത് 10,000 വോൾട്ടിന്റെ ഇലക്ട്രിക് തീപ്പൊരി കാരണമാണെന്നും ഓർക്കുക. ഇതിലോരോന്നിനും പെട്രോളും വായുവും കൂടി ഒരു പ്രത്യേക അറയിലെത്തണം. പിന്നീടവയെ പുറത്തു തള്ളണം. ആ അറയാണ് 'സിലിണ്ടർ', സിലിണ്ടറിന്റെ വാൽവുകൾ ഓരോ സെക്കൻഡിലും 20 പ്രാവശ്യം തുറക്കുകയും അടയ്ക്കുകയും ചെയ്യുന്നു. സാധാരണ കാറുകൾക്ക് 4 സിലിണ്ടറാണുണ്ടാവുക. കൂടുതൽ വലിയ കാറുകൾക്കും ബസുകൾക്കും അധികം സിലിണ്ടറുകളുണ്ടാവും.

ഈ സ്ഫോടനങ്ങളും വാൽവ് തുറക്കലും തീപ്പൊരിയുണ്ടാവലും പെട്രോൾ വായുവിനെ സിലിണ്ടറിലേക്ക് വലിക്കലുമെല്ലാം എന്തിനാണ്? ക്രാങ്ക്ഷാഫ്ടിനെ ചലിപ്പിക്കാനാണിത്. ഈ ക്രാങ്ക്ഷാഫ്ടിനെ എഞ്ചിനാണ് ഇത്രവേഗം തിരിക്കുന്നത്.

കാർ ചീറിപ്പാഞ്ഞുപോവുകയാണ്. റിപ്പേർകളിടയ്ക്ക് വേണ്ടിവരും. എങ്കിലും കാർ പരിപൂർണമായും ഉപയോഗശൂന്യമാകും മുൻപ് 1000,000,000 സ്ഫോടനങ്ങൾ എഞ്ചിനകത്തുണ്ടായിട്ടുണ്ടാവും എന്നാണ് കണക്ക്. സെക്കൻഡിന്റെ ഒരു ചെറിയഭാഗം മതി ഇത്തരം സ്ഫോടനങ്ങൾക്ക്. തീപ്പൊരിയുണ്ടാവലും വാൽവുകളുടെ പ്രവർത്തനങ്ങളും വളരെ കൃത്യമായി നടക്കുന്നതുകൊണ്ടാണ് കാറുകൾ ഇത്ര നന്നായി പ്രവർത്തിക്കുന്നത്. ഒരു നൂറുകൊല്ലം മുൻപ് ഇത് അചിന്ത്യമായിരുന്നു.

കാറിനകത്തെ ചലനത്തിന് എന്താണ് കാരണം? ചൂട് ഒരു തരം ചലനമാണ്. ചൂടാണ് പ്രകൃതിയിൽ കാറ്റും ജലചക്രവുമുണ്ടാക്കുന്നത്. അതേ ചൂടാണിവിടെ പെട്രോളിനെ കത്തിക്കുന്നത്. പെട്രോളാണ് കാറിലെ ഇന്ധനം. പെട്ടെന്ന് കത്തുകയും സ്ഫോടനം കാരണം ധാരാളം ശക്തി തരുകയും ചെയ്യുന്നൊരു ഇന്ധനമാണ് പെട്രോൾ. പെട്രോളാണ് കാറിന്റെ വിസ്ഫോടനങ്ങളുണ്ടാക്കുന്നത്.

എല്ലാ വസ്തുക്കളും മോളിക്യൂളുകൾകൊണ്ട് ഉണ്ടാക്കിയവയാണ്. ഈ മോളിക്യൂളുകളുടെ ചലനമാണ് ചൂടുണ്ടാകുന്നതെന്നാണ് ശാസ്ത്രജ്ഞന്മാർ പറയുന്നത്. പക്ഷെ, തികച്ചും അസംഘടിതമായൊരു ചലനമാണിത്. എല്ലാ ദിശകളിലേക്കും മോളിക്യൂളുകൾ ചാടിത്തെറിക്കുന്നു. ഒന്ന് മറ്റൊരു മോളിക്യൂളിനെ പെട്ടെന്ന് മുട്ടുന്നു. സെക്കൻഡുകൾതോറും ആയിരമായിരം മോളിക്യൂളുകൾ ചലിക്കുന്നത് ഇങ്ങനെയാണ്. ഈ അസംഘടിത ചലനത്തെ സംഘടിപ്പിച്ചുകൊണ്ട് വരികയാണ് ചൂടിനെ ഉപയോഗപ്പെടുത്താനുള്ള വഴി. ഒരേ ദിശയിലേക്ക് ഈ മോളിക്യൂളുകളെ മുഴുവൻ തിരിച്ചുവിടാൻ നമുക്ക് കഴിഞ്ഞാൽ വേറെ ചിലത് ചലിപ്പിക്കാൻ അതിനു കഴിയും.

ആദ്യമായി ഇതിനു സഹായിച്ച ഒരു ഉപകരണമാണ് തോക്ക്. പണ്ട് തോക്കുകൾ ഇന്നത്തെപ്പോലെ യാന്ത്രികമായി പ്രവർത്തിച്ചിരുന്നില്ല. തോക്കിന്റെ കുഴലിലേക്ക് വെടിമരുന്നടിച്ചു കയറ്റും. അതിനുശേഷം ആകട്ടെ അതിലൊരു ഉണ്ടവയ്ക്കും, ബുള്ളറ്റിനു പകരം. ഒരു കാഞ്ചി വലിക്കുമ്പോഴുണ്ടാകുന്ന തീപൊരി വെടി

മരുന്നിനു തീകൊടുക്കും. അത് കത്തുമ്പോഴുണ്ടാകുന്ന ചൂട് മോളിക്യൂളുകളെ അതിവേഗം ചലിപ്പിക്കും. അവ തോക്കിന്റെ കുഴലിൽ ചെന്നിടിക്കും- പക്ഷേ, അതു പൊളിച്ചുവരാൻ പറ്റില്ല -തോക്കിൻകുഴൽ അത്ര ശക്തിയിലുണ്ടാക്കിയതാണ്. തുറന്ന

അറ്റത്തിലൂടെ ചലിക്കുന്ന മോളിക്യൂളുകളെല്ലാം കൂടി വരുന്നു. ഉണ്ട തെറിക്കുന്നു. അപ്പോൾ തീപിടിച്ച മരുന്നിന്റെ അങ്ങോട്ടു മിങ്ങോട്ടും ചലിച്ചുകൊണ്ടിരിക്കുന്ന മോളിക്യൂളുകളെ ഒരേ ദിശ യിൽ കൊണ്ടു വരാൻ കഴിഞ്ഞതുകൊണ്ടാണ് ഉണ്ട തെറിക്കു ന്നതെന്ന് മനസിലാക്കാമല്ലോ. ഭയങ്കര വേഗത്തിലാണ് ഉണ്ട പുറ ത്തുവരുന്നത്. ഒരു സെക്കൻഡിന്റെ ആയിരത്തിലൊരു ഭാഗം സമയം കൊണ്ടാണ് ഇപ്പറഞ്ഞ പണിയെല്ലാം നടക്കുന്നത്.

മോളിക്യൂളുകളുടെ അസംഘടിതമായ ചലനത്തെയാണ് വെടിയുണ്ടയുടെ സംഘടിത ചലനമാക്കി മാറ്റിയത്.

തോക്കിനകത്ത് ഉണ്ടയെ തെറിപ്പിച്ച അതേ ശക്തിയാണ് കാറുകളെ ഓടിക്കുന്നത്. അതുപോലെ ഇന്ന് മാരകമായി തോന്നുന്ന ആറ്റംശക്തിയും നാളെ ജനകീയാവശ്യങ്ങൾക്കായി ഉപയോഗിക്കാൻ കഴിയും.

മോട്ടോർ കാറിൽ, പൊട്ടിത്തെറിക്കുന്ന, പെട്രോളിന്റെ മോളി ക്യൂളുകളുടെ ശക്തിയെ, വേണ്ടവഴിക്കു വിടാൻ സഹായിക്കു ന്നത്-തോക്കിൻകുഴലെന്നപോലെ സിലിണ്ടറുകളാണ്. ഒരു ചെറിയ സിഗരറ്റ് ടിന്നിന്റെയോ കുഴലിന്റെയോ ആകൃതിയാണ് സിലിണ്ടറിനുള്ളത്. ചെണ്ടക്കുറ്റിയുടെ ആകൃതിയുള്ളതിനാ ലാണ് അതിനെ സിലിണ്ടർ എന്ന് പറയുന്നത്. കുപ്പികൾ, ടിന്നു കൾ, പെൻസിലുകൾ, തോക്കുകുഴൽ, പൈപ്പുകൾ എല്ലാം സിലി ണ്ടറാകൃതിയിലുള്ളവയാണ്.

മോട്ടോർ കാർ എഞ്ചിനിലെ സിലിണ്ടർ കടുപ്പമേറിയ ഇരു മ്പുകൊണ്ടുണ്ടാക്കിയതാണ്. അടിഭാഗം തുറന്ന ടിന്നുപോലെ യാണിത്. ഇതിനകത്ത് മറ്റൊരു കട്ടിയായ സിലിണ്ടറുണ്ട്. ഇതാണ് പിസ്റ്റൺ. സിലിണ്ടർ പൊള്ളയും പിസ്റ്റൺ കട്ടിയുമാണ്.

ചെറിയ ദ്വാരത്തിൽക്കൂടി ഈ സിലിണ്ടറിലേക്ക് പെട്രോളും വായുവും ചെലുത്തിയെന്ന് കരുതുക. മറ്റൊരു ദ്വാരത്തിൽക്കൂടി വൈദ്യുതക്കമ്പികൾ വരുന്നുണ്ട്, ഒരു വൈദ്യുതതീപ്പൊരിയുണ്ടാ ക്കാൻ. കാറിന്റെ സ്വിച്ച്കീ തിരിക്കുമ്പോൾ, വൈദ്യുത തീപ്പൊ രിയുണ്ടാവുന്നു. പെട്രോൾ വാതകത്തിന് ചൂടുതട്ടി അതു കത്തു ന്നു. ഭയങ്കരമായ ചൂടുകാരണം മോളിക്യൂളുകൾ അങ്ങോട്ടുമി

ങ്ങോട്ടും പായുന്നു. ഇതിന്റെ ഫലമായി പിസ്റ്റൺ ശക്തിയായി അമർത്തപ്പെടുന്നു.

എന്നാൽ, പിസ്റ്റണെ വെടിയുണ്ടയെപ്പോലെ വെളിക്കുവിടാൻ പറ്റില്ലല്ലോ. ഈ പിസ്റ്റന്റെ പ്രവർത്തനംകൊണ്ട് കാറോടിക്കുകയാണ് വേണ്ടത്. അതിനനുസരിച്ചുള്ള നിയന്ത്രണങ്ങൾ ഏർപ്പെടുത്തണം. മാത്രമല്ല, പിസ്റ്റൺ അങ്ങോട്ടുമിങ്ങോട്ടും നീങ്ങുകയും വേണം. അതിനാൽ പിസ്റ്റണെ ഒരു ദണ്ഡുമായി ബന്ധിപ്പിക്കുന്നു-കണക്ടിങ് റോഡ്. ഇത് ഒരു ക്രാങ്കുമായി ബന്ധപ്പെടുത്തിയിരിക്കുന്നു. ഒരു സൈക്കിൾ പെഡലിന്റെ മാതൃകയിലാണ് ക്രാങ്ക്, കാൽമുട്ടികൾ നിവർന്നു മടങ്ങുമ്പോൾ, പെഡൽ വട്ടത്തിലാണല്ലോ ചുറ്റുക. ഇതുപോലെ ക്രാങ്ക് തിരിയുന്നു. ഈ ക്രാങ്കിനോട് ബന്ധിപ്പിച്ചിട്ടുള്ള ഒരു ഷാഫ്ടും ഇതിനനുസരിച്ച് തിരിയുന്നു. ഈ ഷാഫ്ടിനെ മറ്റു ഷാഫ്ടുകളിലൂടെയും ഗിയറുകളിലൂടെയും പിൻചക്രങ്ങളുമായി ബന്ധപ്പെടുത്തിയിരിക്കുന്നു.

പെട്രോൾ എഞ്ചിന്റെ പിന്നിലുള്ള മൗലികാശയം ഇത്രേയുള്ളൂ. പക്ഷേ പ്രായോഗികമായി കുഴപ്പമൊന്നും കൂടാതെ കഴിക്കണമെങ്കിൽ, എന്തെല്ലാം വേണം? സ്വയം നിയന്ത്രിക്കുന്ന വാൽവുകളുണ്ടെങ്കിലേ സിലിണ്ടറിലേക്ക് യഥാസമയം പെട്രോൾ വാതകം കയറുകയും മലിനവായു പുറത്താവുകയും ചെയ്യൂ. വളരെ കുറച്ചു സമയമാണിതിന് ലഭിക്കുക- അതിനിടയിൽ വൈദ്യുത തീപ്പൊരിയുണ്ടാക്കണം.

വിസ്ഫോടനങ്ങൾ വളരെയേറെ സ്പന്ദനങ്ങൾ ഉണ്ടാക്കുന്നു. ഈ സ്പന്ദനങ്ങളെ കുറയ്ക്കാനാണു വലിയൊരു സിലിണ്ടറിനു പകരം അനവധി ചെറിയ സിലിണ്ടറുകൾ ഉപയോഗിക്കുന്നത്. എല്ലാ സിലിണ്ടറുകളിലും ഒരേ സമയത്തല്ല വിസ്ഫോടനങ്ങൾ നടക്കുന്നത്- ഓരോന്നോരോന്നായി ക്രമപ്രകാരമാണ്. ഇതുകാരണം ഒച്ച കുറയുകയും കൂടുതൽ ലാഘവത്തോടെ പ്രവർത്തിക്കുകയും ചെയ്യുന്നു. സിലിണ്ടറിനാകട്ടെ, രണ്ടു വാൽവുകളുണ്ട്-ഒന്ന് പെട്രോൾ വാതകത്തെ സ്വീകരിക്കാൻ; മറ്റേത്, കത്തിക്കഴിഞ്ഞ വാതകം പുറംതള്ളാൻ.

നാലു സിലിണ്ടറുകളുള്ള എഞ്ചിനിൽ എട്ടു വാൽവുകൾ

അതിവേഗം തുറക്കുകയും അടയുകയും ചെയ്യുന്നു- പല സമയങ്ങളിലാണിവ പ്രവർത്തിക്കുന്നതെങ്കിലും. നാലു തീപ്പൊരു പ്ലഗ്ഗുകളും വേണം-ഓരോ സിലിണ്ടറിനും ഓരോന്ന്. ഇതും വ്യത്യസ്തസമയങ്ങളിലാവണം. എന്നാൽ ഇതും ഇതിലപ്പുറവും ചലനങ്ങളുണ്ടാക്കത്തക്കവണ്ണം ടെക്നോളജി ഇന്ന് പുരോഗമിച്ചിരിക്കുന്നു. ലക്ഷക്കണക്കിൽ ചെറിയ വിസ്ഫോടനങ്ങളാണ് റോഡിൽക്കൂടി പായുന്ന കാറുകളെയും മറ്റും ഓടിക്കുന്നത്.

പെട്രോൾ എഞ്ചിൻ രംഗത്തുവന്നത് ഇരുപതാം നൂറ്റാണ്ടിലാണ്. 1750 മുതൽ 1900 വരെ അധികവും ആവിഎഞ്ചിനുകളാണുണ്ടായിരുന്നത്. ഇവയ്ക്ക് ആവിയാണ്, പെട്രോളല്ല എനർജി നൽകുന്നത്. സിലിണ്ടറും നീങ്ങുന്ന പിസ്റ്റണും ആവിഎഞ്ചിനുമുണ്ട്. കത്തുന്ന പെട്രോൾ പിസ്റ്റണെ ചലിപ്പിക്കുന്നതിന് പകരം ചൂടുള്ള ആവിയാണ് പിസ്റ്റൺ തള്ളിനീക്കുക. വെള്ളം ചൂടാക്കുമ്പോൾ(കൽക്കരിയോ, വിറകോ ഉപയോഗിച്ച്) അതിന്റെ മോളിക്യൂൾ ചലിക്കുന്നു. അവ ദ്രവരൂപത്തിൽനിന്ന് ബാഷ്പരൂപത്തിലാവുന്നു. ഈ ആവിയെ, അടപ്പുറപ്പായ ഒരു ബോയ്ലറിൽ സൂക്ഷിക്കുന്നു. അവിടെ ആവിയുടെ മോളിക്യൂളുകൾ ദ്രുതഗതിയിൽ ചലിക്കാൻ ശ്രമിക്കുന്നു-പക്ഷേ, പുറത്തുകടക്കുവാൻ വയ്യല്ലോ. അപ്പോഴാണ് ഒരു കവാടം തുറക്കുന്നത്. ആവി അതിൽക്കൂടി തള്ളിക്കയറി സിലിണ്ടറിലെത്തുന്നു. തള്ളിച്ച കാരണം അതിലെ പിസ്റ്റൺ നീങ്ങുന്നു. വാൽവുകൾ ആവിയെ വിടാനുള്ളവയാണ്. പിസ്റ്റന്റെ ഇരുവശങ്ങളിലും വാൽവുകളുണ്ട്, അങ്ങോട്ടുമിങ്ങോട്ടും അതിനെ ചലിപ്പിക്കാൻ.

പെട്രോൾ എഞ്ചിനിൽ നിന്നും, ആവി എഞ്ചിനിൽ നിന്നും വ്യത്യാസമാണ് ജെറ്റ് എഞ്ചിൻ. പക്ഷേ മൗലികമായി എല്ലാം ഒരേ വിധത്തിലാണ്. കത്തുന്ന ഇന്ധനത്തിന്റെ ചൂടാണ് ഇവിടെയും ഉപയോഗിക്കുക. പെട്രോൾ എഞ്ചിനെപ്പോലെ ജെറ്റ് എഞ്ചിനും ഒരു തോക്കിന്റെ കുഴലുപോലെയിരിക്കും- പക്ഷേ, എഞ്ചിനെല്ലാം കൂടിയാൽ ഈ കുഴലിനു സമം. ഒരു തോക്കിന്റെ കാഞ്ചി വലിച്ചാൽ ഉണ്ട മുൻവശത്തുകൂടി പോകുമല്ലോ. ആ സമയം തോക്ക്, തിരിച്ചു നെഞ്ഞത്തൊരടിയടിക്കുമെന്ന് അതു

മായി പരിചയമുള്ളവർക്കറിയാം. വലിയൊരു പീരങ്കിയിൽ ഈ തിരിച്ചടികാരണം, അതു കുറെ പിൻവാങ്ങുകകൂടി ചെയ്യും.

ന്യൂട്ടൺ എന്ന മഹാശാസ്ത്രജ്ഞൻ തന്റെ പ്രസിദ്ധങ്ങളായ ചലനനിയമങ്ങളെക്കൊണ്ട് ഈ തിരിച്ചടിക്ക് വിശദീകരണം നൽകി. 300 വർഷം മുൻപാണിത്. ഓരോ പ്രവൃത്തിക്കുമെതിരായി അതേ മാതിരി ഒരു എതിർപ്രവൃത്തിയുണ്ടെന്ന് അദ്ദേഹം പറഞ്ഞു. ഒരു തോക്കിൽ നിന്നുള്ള ഉണ്ട തുറന്ന കുഴലിൽ കൂടി പുറത്തുംപോകും പോലെ, പൊട്ടിത്തെറിക്കുന്ന വാതകങ്ങളാണിവിടെ പ്രവർത്തിക്കുന്നതെന്ന് മാത്രം. ഇതാണ് ജെറ്റിനെ ചലിപ്പിക്കുന്നത്. ചുമലിനടുത്ത് വച്ച്, തോക്കുകൊണ്ട് വെടിവയ്ക്കുമ്പോൾ ഈ പ്രതികരണം അനുഭവപ്പെടും. പിന്നെ, ഉണ്ടപോലെ വേഗത്തിൽ തോക്കു ചലിക്കുന്നില്ലെങ്കിൽ അതിനുകാരണം തോക്കിന്റെ തൂക്കക്കൂടുതലാണ്. ഏതായാലും ക്രിയയും പ്രതികരണവും സമമാണ്.

ജെറ്റ് എഞ്ചിൻ ചൂടുള്ളതും കത്തുന്നതുമായ വായുവിനെയാണ് ഇവിടെ വെടിയുണ്ടയായി ഉപയോഗിക്കുന്നത്. ഇങ്ങനെ വായു ഒരു വശത്തേക്കു പോകുമ്പോൾ ഉണ്ടാകുന്ന പ്രതികരണമാണ് ജെറ്റിന്റെ പ്രവർത്തനത്തിനു കാരണം. പെട്രോളിനേക്കാൾ വിലകുറഞ്ഞ പാരഫിനാണ് ജെറ്റ് എഞ്ചിനിലെ ഇന്ധനം. തോക്കിലെ ഉണ്ടയെപ്പോലെയല്ല. ചൂടുള്ള വാതകം ജെറ്റിൽക്കൂടി സ്ഥിരമായി പോകുകയാണ്. ഇതുകാരണം ജെറ്റുവിമാനം സ്ഥിരമായി മുൻതള്ളപ്പെടുകയും ചെയ്യുന്നു.

പെട്രോൾ, ആവി, ജെറ്റ് എഞ്ചിനുകളിൽ എവിടെ നിന്നാണ് ചലനം ഉൽഭവിക്കുന്നത്? പെട്രോൾ, കൽക്കരി, പാരഫിൻ എന്നിവ കത്തുമ്പോഴത്തെ ചൂടിൽ നിന്നുതന്നെ. മോളിക്യൂളുകളുടെ അസംഘടിത ചലനത്തെ നേർവഴിയാക്കിത്തീർക്കുകയാണ് എഞ്ചിനുകൾ ചെയ്യുന്നത്. ഇതിന് ചൂടുണ്ടാക്കാനെന്തെങ്കിലും ഇന്ധനം ഉപയോഗിക്കണം. ഏതുതരം വിറകുമാകാം. മരമോ കരിയോ എണ്ണയോ ആവിക്കുപകരം ഉപയോഗിക്കാം. ചില പ്രത്യേക തരം എഞ്ചിനുകളിൽ, പെട്രോളിനു പകരം ആൽക്കഹോളും ഈതറും ഉപയോഗിക്കുന്നു. പെട്രോളിന് വില

കൂടിയിരിക്കുകയാണ്. ഡീസൽ എഞ്ചിനുകൾക്കാണ് ഇന്ന് പ്രചാരം, പ്രത്യേകമായ ചില ആവിഷ്കാരങ്ങളോടു കൂടിയ ഒരു പെട്രോൾ എഞ്ചിനാണത്. പെട്രോളിനേക്കാൾ വില കുറഞ്ഞ ഡീസൽഎണ്ണ കത്തത്തക്കവണ്ണം അതു ഡിസൈൻ ചെയ്തിരിക്കുന്നു. ജെറ്റ് എഞ്ചിനിൽ പാരഫിനും റോക്കറ്റുകളിൽ ആൽക്കഹോൾ മുതലായ ഇന്ധനങ്ങളും ഉപയോഗിക്കുന്നു. പക്ഷേ, ജെറ്റ് എഞ്ചിനായാലും റോക്കറ്റായാലും പെട്രോൾ-ഡീസൽ എഞ്ചിനുകളായാലും, കത്തുന്ന ഇന്ധനമാണ് അവയുടെ ചാലകശക്തി.

ഇന്ന് ഫാക്ടറികളിൽ പെട്രോൾ എഞ്ചിനോ, ആവി എഞ്ചിനോ കാണില്ല. ഇലക്ട്രിക് മോട്ടോറുകളാവും അധികം പ്രവർത്തിക്കുന്നത്. ലോഹം അടിച്ചുപരത്താനും മരം അറുത്തു മുറിക്കാനും പ്ലാസ്റ്റിക്കുകളെ ഞെക്കിവിടാനും എല്ലാം വിദ്യുച്ഛക്തി വ്യവസായശാലകളിൽ ഉപയോഗിക്കുന്നു. വീടുകളിൽ റഫ്രിജറേറ്റർ, ഫാൻ, സ്റ്റൗ, വാക്വം ക്ലീനർ ഇവയെല്ലാം വൈദ്യുതി ഉപയോഗിച്ച് പ്രവർത്തിപ്പിക്കുന്നു. ഈ ഇലക്ട്രിക് മോട്ടോറുകളിലേക്ക് കമ്പികൾ വഴി പവർസ്റ്റേഷനിൽ നിന്ന് വിദ്യുച്ഛക്തി വരുന്നു. പവർസ്റ്റേഷനിൽ, അതിവേഗം തിരിയുന്ന ജനറേറ്ററുകളാണ് ശക്ത്യുൽപ്പാദനം നടത്തുക. ഈ ജനറേറ്റുകളെ തിരിക്കുന്നത് ടർബൈൻ എന്ന തിരിച്ചക്രമാണ്. കാറ്റാടി പോലെയാണ് ടർബൈൻ. കാറ്റാടി കാറ്റത്തു തിരിയുന്നു. ടർബൈൻ ചൂടുള്ള ആവികൊണ്ടോ വെള്ളച്ചാട്ടത്തിന്റെ ശക്തികൊണ്ടോ തിരിയുന്നു. സ്റ്റീം ടർബൈനിന്റെ പിറകിൽ ആവിയുണ്ടാക്കാനുള്ള ഒരു തീകുണ്ഡമുണ്ടാകും. വെള്ളച്ചാട്ടത്തിന്റെ ശക്തികൊണ്ട് തിരിയുന്ന ടർബൈനുണ്ട്. സൂര്യനുണ്ടാക്കിയ മഴയാണല്ലോ വെള്ളച്ചാട്ടത്തിന് കാരണം. അപ്പോൾ വീട്ടിലും ഫാക്ടറിയിലുമുണ്ടാവുന്ന വിദ്യുച്ഛക്തിക്ക് ആത്യന്തികകാരണം ചൂടാണെന്നു വരുന്നു.

എന്നാൽ എഞ്ചിൻ പ്രവർത്തിപ്പിക്കാൻ ഇന്ധനമോ വിദ്യുച്ഛക്തിയോ ലഭിച്ചില്ലെങ്കിലോ? പിന്നെ മോട്ടോർ കാറോ കപ്പലോ തീവണ്ടിയോ ഏറോപ്ലെയിനോ ഇല്ല. കുതിരപ്പുറത്ത് പോകയോ പല്ലക്കിൽ കേറുകയോ വേണ്ടിവരും. കൊളംബസും വാസ്കോഡിഗാമയും ചെയ്തതുപോലെ പത്തേമാരികളിൽ അനേകമാ

സങ്ങൾക്കുശേഷമാവും ഉദ്ദിഷ്ടസ്ഥാനത്തെത്തുക.

മാത്രമല്ല, ഭക്ഷണം, വീട്, വസ്ത്രം മറ്റ് അത്യാവശ്യ വസ്തുക്കൾ ഇവയെല്ലാമുണ്ടാക്കാനുള്ള പ്രയത്നവും പൂർവാധികം വർധിക്കും. ചാവാളിക്കാളകളെക്കൊണ്ടു കന്നുപൂട്ടിയിരിക്കുന്ന സ്ഥാനത്ത് 100 കുതിരശക്തിയുള്ള ട്രാക്ടറാണ് പല ദിക്കിലും ഉപയോഗിക്കുന്നത്. കാളവണ്ടിയുടെ സ്ഥാനത്ത് ലോറി വേഗത്തിലും ലാഭത്തിലും ഉൽപ്പന്നങ്ങൾ ചന്തയിലെത്തിക്കും. പണ്ട്, അവനവന്റെ അത്യാവശ്യത്തിനാണ് ഭക്ഷ്യധാന്യങ്ങൾ കൃഷിക്കാരൻ ഉണ്ടാക്കിയിരുന്നത്. ഇന്ന് കൂടുതൽ ഭക്ഷണമുണ്ടാക്കി സമൂഹത്തിൽ എല്ലാവരേയും അയാൾ തീറ്റിപ്പോറ്റുന്നു. പണ്ട് അണ കെട്ടുന്ന ഒരു പദ്ധതി തീർക്കാൻ അനേക വർഷങ്ങൾ പിടിച്ചിരുന്നു. ഇന്ന് രണ്ടു മൂന്നു വർഷങ്ങൾ മതി. ഇന്ത്യയിൽ നിന്നും സോവിയറ്റ് യൂണിയനിലേക്കും ആസ്ത്രേലിയയിൽ നിന്ന് യൂറോപ്പിലേക്കും പഴങ്ങൾ എത്തിക്കാൻ എത്രയോ ദിവസങ്ങൾ വേണ്ടിയിരുന്നു. വഴിക്ക് പഴങ്ങളെല്ലാം കേടു വന്നിരുന്നു. ഇന്നോ?

ചൂടുവേണം വസ്തുക്കളെ നീക്കാനും തള്ളാനും മറ്റും. പുതിയ വസ്തുക്കളുണ്ടാക്കാനും വേണം ചൂട്. ഇരുമ്പുണ്ടാക്കാൻ, ഇരുമ്പയിരും കരിയും ഒരു തീച്ചൂളയിൽ(ബ്ലാസ്റ്റ്) ഇടുകയാണല്ലോ ചെയ്യുന്നത്. കരികത്തുമ്പോൾ, ഇരുമ്പയിർ ചൂടാവുകയും അതിൽനിന്ന് ഇരുമ്പ് വേർതിരിയുകയും ചെയ്യുന്നു.കെട്ടിടങ്ങൾക്കും കാറുകൾക്കും യന്ത്രസാമഗ്രികൾക്കും മറ്റും വേണ്ടി ഈ ഇരുമ്പുപയോഗിക്കുന്നു. സിമന്റുണ്ടാക്കാൻ, ആദ്യം കളിമണ്ണും ചുണ്ണാമ്പുകല്ലും കൂടി ചൂടാക്കുന്നു- തിരിയുന്ന വലിയൊരടുപ്പിൽ. ഗ്ലാസുണ്ടാക്കാൻ മണലും സോഡാബൈക്കാർബണും ചുണ്ണാമ്പകല്ലും കൂടി ചൂടാക്കുന്നു. കടലാസുണ്ടാക്കാൻ മരക്കഷണങ്ങൾ ചില രാസവസ്തുക്കളുമായിച്ചേർത്ത് തിളപ്പിക്കുന്നു. പ്ലാസ്റ്റിക്കുകളെല്ലാം തന്നെ, രാസവസ്തുക്കളെ ചൂടാക്കിയാണുണ്ടാക്കുന്നത്.

ചൂടാകുമ്പോൾ പ്ലാസ്റ്റിക്, കടലാസ്, സിമന്റ്, ഗ്ലാസ്, ഇരുമ്പ് ഇവയുടെയെല്ലാം മോളിക്യൂളുകൾ കൂടുതൽ വേഗത്തിൽ ചലിക്കുമല്ലോ. ആ ചലനത്തിനിടയിൽ അവ പല വസ്തുക്കളുമായി

രൂപഭേദപ്പെടുന്നു. പുതിയ വസ്തുക്കളെന്നു പറഞ്ഞാൽ മോളിക്യൂളുകൾക്ക് പുതിയ ക്രമീകരണം ലഭിക്കുന്നു എന്നാണർഥം. മോളിക്യൂളുകൾ പുതിയ രീതിയിൽ സംഘടിക്കുമ്പോഴാണ് പുതിയ വസ്തുക്കളുണ്ടാവുക. നാഗരികതയുടെയും ഗതാഗതത്തിന്റെയും പിന്നിൽ, നിർമാണരംഗത്തും രാസവ്യവസായങ്ങളിലുമെല്ലാം ചൂടാണ് ഇങ്ങനെ മോളിക്യൂളുകളെ മാറ്റിത്തീർക്കുന്നത്. കൽക്കരി, എണ്ണ, വിറക് ഇവയെല്ലാം ചൂടുണ്ടാക്കാനുള്ള ഇന്ധനങ്ങളാണ്.

എന്നാൽ, ഊ ചൂടിന്റെയെല്ലാം തുടക്കം സൂര്യനാണ്.

ശബ്ദം

കുജനിൽ മനുഷ്യനുണ്ടോ?

ഉണ്ടെന്നും ഇല്ലെന്നും അഭിപ്രായമുണ്ട്. നമുക്ക്, ഉണ്ടെന്നു വിചാരിക്കുക. ആ മനുഷ്യന് ശബ്ദം കേൾക്കാൻ കഴിവില്ലെന്നും കരുതുക. ആംഗ്യം കാണിച്ചാണ് സംസാരം. അയാൾ ഭൂമിയിൽ വന്നു, വലിയൊരു ടൗൺഹാളിൽ ഒരു പൊതുയോഗം നടക്കുന്നതിൽ പങ്കെടുക്കുകയാണെന്ന് വയ്ക്കുക.

ഒരാൾ എഴുന്നേറ്റു, ഒരു ഇരുമ്പുദണ്ഡിന്റെ പിന്നിൽ നിൽക്കുന്നു. ഈ ദണ്ഡിനറ്റത്തുള്ളതാണ് മൈക്രോഫോൺ. കുജനിലെ മനുഷ്യനിതറിയില്ല. വായ്പൊളിച്ച് ആ പ്രസംഗകനെന്തോ കാണിക്കുന്നു. പിന്നെ, എല്ലാവരും എഴുന്നേൽക്കുന്നു. ഒരു ഗാനാലാപമാണത്. സംഗീതോപകരണങ്ങൾ പല ആകൃതിയിലുമുള്ളത് അവർ എടുക്കുന്നു. ഈർച്ചവാൾ കൊണ്ട് മരം മുറിക്കുന്നതുപോലെ ചിലർ(വയലിനിസ്റ്റുകൾ) എന്തോ കാണിക്കുന്നു. വേറെ ചിലർ വട്ടത്തിലുള്ള എന്തിൻമേലോ(ചെണ്ട) തല്ലുന്നു. വേറെ ചിലർ വായിലെന്തോ വെച്ച് കവിൾ വീർപ്പിക്കുന്നു. ഒരാൾ മുമ്പിൽ നിന്ന് കൈയും കലാശവും കാണിക്കുന്നു. സഭയിലെല്ലാവരും വായ് തുറക്കുകയും അടയ്ക്കുകയും ചെയ്യുന്നു. ഇത്രയും കുജനിലെ മനുഷ്യന് കാണാം. പിന്നെ എല്ലാവരും ഇരിക്കുന്നു. പ്രസംഗകന്മാർ മൈക്കിന്റെ മുന്നിൽവന്ന് പ്രസംഗിക്കുന്നു. അവർ ചുണ്ടനക്കുന്നതും കൈ

ഉയർത്തുന്നതും മാത്രമേ, കേൾക്കാൻ കഴിവില്ലാത്ത കുജമനുഷ്യന് കാണാൻ കഴിയുന്നുള്ളൂ. ഒരു മണിക്കൂറിനു ശേഷം അയാൾ പോകുന്നു. സഭാവാസികൾ കൈ രണ്ടും കൊട്ടുന്നു(കൈയടി).

കുജമനുഷ്യന് ശബ്ദം കേൾക്കാൻ വയ്യെങ്കിൽ ഇതാവും അനുഭവം. ആംഗ്യഭാഷയാണയാൾക്കറിയുക. ചുണ്ടനങ്ങുന്നതേ അയാൾ കാണുന്നുള്ളൂ. ഇതു കാണാനാണോ അവരിരിക്കുന്നത്? ചുണ്ടനങ്ങുന്നതിലുള്ള വ്യത്യാസം അയാൾ അറിയുന്നുണ്ട്. പക്ഷേ, ഇത്രയുംനേരം ഇതുകാണാൻ ആ സഭ ഇരുന്നുകൊടുത്തത് എത്ര ആലോചിച്ചിട്ടും അയാൾക്കു മനസിലായില്ല. എന്താണിവരിത്ര അലസരായിരിക്കുന്നത്?

വാസ്തവത്തിൽ, പ്രസംഗവേദിയിലുള്ളവർ അവരുടെ അഭിപ്രായങ്ങൾ സഭയെ അറിയിക്കുകയായിരുന്നുവെന്നും $2^1/_2$ മണിക്കൂറിനകത്ത് നൂറുകണക്കിലാശയങ്ങൾ പ്രസംഗകരിൽ നിന്നും സഭാവാസികൾക്ക് ലഭിച്ചിരിക്കണമെന്നും നമുക്കറിയാമല്ലോ. കുജമനുഷ്യന് ഇതിനെപ്പറ്റിയെല്ലാം മനസിലാക്കിക്കൊടുക്കണം.

രണ്ടാണികൾക്കിടയിൽ ഒരു കമ്പി വലിച്ചു കെട്ടിയിട്ടുണ്ടെന്ന് വയ്ക്കുക. അതിനെ ഒരു വശത്തേക്ക് പിടിച്ചു വലിച്ചുവിടുക. കമ്പി അതിന്റെ സ്ഥിരം സ്ഥാനത്തേക്ക് നീങ്ങുന്നു. എന്നാലത് പെട്ടെന്നവിടെ നിൽക്കുന്നില്ല. മറുവശത്തേക്ക് ചലിക്കുന്നു. മറുഭാഗത്ത് വലിഞ്ഞ സ്ഥിതിയിലാണതു നിൽക്കുന്നത്. പിന്നീടത് തിരിച്ചിങ്ങോട്ടുതന്നെ വരുന്നു. ഇങ്ങനെ അത് അങ്ങോട്ടുമിങ്ങോട്ടും ചലിക്കുന്നു. കുറെക്കഴിഞ്ഞാലത് നിശ്ചലമാകുന്നു. ഇങ്ങനെ ഒരു കമ്പിയുടെ ദ്രുതചലനത്തിനെയാണ് സ്പന്ദനമെന്ന് പറയുന്നത്.

കമ്പി സ്പന്ദിക്കുമ്പോൾ ശ്രുതിമധുരമായൊരു ശബ്ദം ഉണ്ടാകുന്നു. സ്പന്ദനമവസാനിച്ചാൽ ശബ്ദം അവസാനിക്കുന്നു. എന്താണിതിനു കാരണം?

കമ്പി സ്പന്ദിക്കുമ്പോൾ അതിനിടയിലുള്ള വായു ചലിക്കുന്നു. കമ്പി ഒരു വശത്തേക്ക് പോകുമ്പോൾ അവിടെയുള്ള വായുവാണ് ചലിക്കുന്നത് എങ്കിൽ മറുഭാഗത്തേക്ക് പോകുമ്പോൾ അവിടത്തെ വായുവാണ് ചലിക്കുന്നത്. ഇങ്ങനെ വായു ഒരു ഭാഗത്തേക്ക് ചലിക്കുമ്പോൾ അതു തൊട്ടടുത്ത വായുവിനേയും

പിന്നെയും തൊട്ടടുത്തു കിടക്കുന്ന വായുവിനെയും സ്പന്ദിപ്പിക്കുകയും, അവസാനം അത് ചെവിയിൽ എത്തുകയും ചെയ്യുന്നു. അതിനൽപ്പം താമസം പിടിക്കും, ശരിയാണ്. ആദ്യത്തെ ചലനം കഴിഞ്ഞ് കുറച്ചുകഴിഞ്ഞാലല്ലേ അവസാനത്തെ ചലനം? മണിക്കൂറിൽ 1208 കി.മീ - സെക്കന്റിൽ 1100 അടി- ആണ് ഇതിന്റെ വേഗം. ശബ്ദത്തിന്റെ വേഗമാണത്.

അങ്ങനെ ഒരു വശത്തെ വായു ചലിക്കുമ്പോൾ കമ്പി മറുഭാഗത്തേക്ക് പോരും. ആ വിടവിലേക്ക് വായു പുറമേനിന്ന് ചെല്ലും. അങ്ങനെ കമ്പി സ്പന്ദിക്കുമ്പോൾ അതിനു ചുറ്റുമുള്ള വായു ചലിക്കുന്നു. വായുവിലുണ്ടാക്കുന്ന ചലനങ്ങളാണ് നിങ്ങൾ കേൾക്കുന്ന ശബ്ദമായിത്തീരുന്നത്. ചെവിയിലെ ചില അവയവങ്ങൾ ഈ സ്പന്ദനങ്ങൾക്കനുസരിച്ച് സ്പന്ദിക്കുകയും ഈ സ്പന്ദനം അന്തഃകർണത്തിലെ ദ്രവത്തിൽ അലകളുണ്ടാക്കുകയും ഈ അലകൾ ഇലക്ട്രിക് സന്ദേശങ്ങളുണ്ടാക്കി നാഡി വഴി അവയെ തലച്ചോറിലെത്തിക്കുകയും തലച്ചോറിനെ വ്യാഖ്യാനിക്കുകയും ചെയ്യുന്നു. നിങ്ങൾ ഒരു കമ്പിയുടെ ഈണമാണ് കേട്ടതെന്ന് എങ്ങനെയാണ് മനസിലാക്കുക.

ഇളകുന്ന കമ്പിയിൽ നിന്ന് ചെവിയിലേക്കുള്ള വായുവിന്റെ ചലനം മിക്കവാറും, വെള്ളത്തിൽ വിരലിട്ടാൽ ഉണ്ടാകുന്ന അലകളെപ്പോലെയാണ്. വട്ടത്തിലുള്ള അലകളായിട്ടാണ് വെള്ളത്തിലത് നീങ്ങുന്നത്. ശബ്ദതരംഗങ്ങളും-ഈ വായു സ്പന്ദനമാണല്ലോ-ഇതുപോലെ സഞ്ചരിക്കുന്നു. വെള്ളത്തിന്റെ അലകളേക്കാൾ അത്ഭുതകരമാണിവ. കാണാൻ കഴിയില്ല, വേഗവും കൂടുതലാണ്. എങ്കിലും, ശബ്ദതരംഗങ്ങളെ ഫോട്ടോ എടുക്കാൻ കഴിഞ്ഞിരിക്കുന്നു.

ഭൂമിയിലുണ്ടാവുന്ന ഏതു ചലനവും ശബ്ദമുണ്ടാക്കുന്നു-കാരണം, സപന്ദനങ്ങളുണ്ടാവുന്നതു തന്നെ. ഒരു മേശമേലടിച്ചാൽ അത് സ്പന്ദിക്കുന്നു. വായുവും സ്പന്ദിക്കുന്നു. ഒരു കുഴൽ വിളിക്കുമ്പോൾ, കുഴലിനകത്തുള്ള വായു സ്പന്ദിക്കുകയും, പ്രത്യേക ശബ്ദമുണ്ടാക്കുകയും ചെയ്യുന്നു.

എന്നാൽ ചന്ദ്രനിലുണ്ടായ ഒരു വിസ്ഫോടനം നിങ്ങളറിയുന്നില്ല. ഭൂമിക്കും ചന്ദ്രനുമിടയിൽ കുറെ ഉയരത്തിൽ വായുവില്ല. അപ്പോൾ വായു സ്പന്ദനവും സാധ്യമല്ലല്ലോ.

ഒരു മരക്കഷണത്തിൻമേൽ രണ്ടാണികൾക്കിടയിൽ വലിച്ചുമുറുക്കിയ ഒരു കമ്പിയുടെ കാര്യമെടുക്കാം. കൂടുതൽ ശക്തിയായി അതിനെ വലിച്ചുവിടുമ്പോൾ ഉച്ചത്തിലാവും ശബ്ദം. കാരണം അറിയാനെളുപ്പമാണ്. കൂടുതൽ വേഗം, കുടുതൽ വ്യാപ്തിയോടെ, കമ്പി ചലിക്കുന്നതാണിതിനു കാരണം. അത് വായുവിനെ കൂടുതൽ ശക്തിയിൽ അമർത്തുന്നു. വായുവിന്റെ സ്പന്ദനം അധികരിക്കുകയും, അതിനനുസരിച്ച് ചെവിയിലുണ്ടാക്കുന്ന സ്പന്ദനങ്ങൾ അധികമാവുകയും ചെയ്യുന്നു. ഇലക്ട്രിക് സന്ദേശങ്ങൾക്കും ഇതിനനുസരിച്ച് ശക്തി കൂടുന്നു.

ശബ്ദം പിന്നേയും കൂട്ടണമെങ്കിൽ കമ്പിയെ ഒരു പൊള്ളയായ പെട്ടിയിന്മേൽ ഘടിപ്പിച്ചാൽ മതി. ഒരു വയലിനിൽ ഇതാണ് ചെയ്തിരിക്കുന്നത്. കഴിയുന്നത്ര കട്ടി കുറഞ്ഞ തടികൊണ്ടാണ് മരപ്പെട്ടിയുടെ നിർമിതി. ഉറപ്പും വേണം. ആകൃതിയും നല്ല സ്വരമുണ്ടാക്കാൻ പറ്റിയതായിരിക്കും. നന്നായി സ്പന്ദിക്കുന്ന കമ്പികളാണ്(ഉരുക്ക്, ഗട്ട്)ഇതിനുപയോഗിക്കുന്നത്. 4 കമ്പികളുണ്ട് വയലിനിൽ- പാട്ടുപാടാൻ പറ്റിയ സ്വരങ്ങളെല്ലാമതിലുണ്ടാകണമല്ലോ. വയലിൻ വായിക്കുമ്പോൾ പലതരം ശബ്ദങ്ങളും ഉണ്ടാവുന്നുണ്ട്. താണതരം ശബ്ദംമുതൽ ഉയർന്നതരംവരെ. പലതരം തൂക്കമുള്ളതും വ്യത്യസ്ത ലോഹങ്ങളെക്കൊണ്ടുള്ളതുമായ നാലുകമ്പികളാണ് വയലിനിലുള്ളത്. കട്ടിയുള്ള കമ്പിയിൽ വായിക്കുമ്പോൾ താണ സ്വരം കിട്ടുന്നു. സന്നമായ കമ്പിയിൽ വായിക്കുമ്പോൾ കൂടുതലുയർന്ന ശബ്ദവും കേൾക്കാം. തൂക്കം കൂടിയ കമ്പിയുടെ സ്പന്ദനങ്ങൾ പതുക്കെയാണ്. അത് സെക്കൻഡിൽ 100 സ്പന്ദനങ്ങളുണ്ടാക്കുമ്പോൾ കനംകുറഞ്ഞ കമ്പി, 300 സ്പന്ദനങ്ങളുണ്ടാക്കുന്നു. 100 സ്പന്ദനങ്ങളുണ്ടാക്കുന്ന കമ്പി ചുറ്റുമുള്ള വായുവിൽ, സെക്കൻഡിൽ 100 സ്പന്ദനങ്ങളുണ്ടാക്കുന്നു. അതിനനുസരിച്ച് ചെവിയിലെ ശ്രുപടഹവും സ്പന്ദിക്കുന്നു. ശ്രവണനാഡികൾ ഈ സ്പന്ദനത്തെ സന്ദേശങ്ങളാക്കി മസ്തിഷ്കത്തിലെത്തിക്കുകയും, കേട്ട ശബ്ദം നിങ്ങൾ തിരിച്ചറിയുകയും ചെയ്യുന്നു. കട്ടികുറഞ്ഞ കമ്പിയുടെ സ്പന്ദനം സെക്കൻഡിൽ 300 ആയതുകൊണ്ട്, അതിനനുസരിച്ചുള്ള സ്വരവ്യത്യാസം അറിയുന്നു. പക്ഷേ, രണ്ടിലും പ്രവർത്തിക്കുന്ന നാഡികൾ വേറെയായിരിക്കും.

വയലിൻ വായിക്കുന്ന ഒരാൾ തന്റെ വിരലുകൾ കമ്പിയുടെ ചുവട്ടിൽ മാറ്റി മാറ്റി പിടിക്കുന്നത് കണ്ടിട്ടില്ലേ? വിരലുവരെയുള്ള കമ്പിയേ സ്പന്ദിക്കൂ. വിരലുയർത്തുകയോ മറ്റോ ചെയ്യുമ്പോൾ സ്പന്ദിക്കുന്ന കമ്പിയുടെ നീളം കുറയുകയും കൂടുകയും ചെയ്യുന്നു. നീളം കുറഞ്ഞ കമ്പിയാണ് കൂടുതൽ വേഗം സ്പന്ദിക്കുക. കൂടുതൽ ശ്രുതിയുള്ള ശബ്ദം അതിൽ നിന്നുണ്ടാകുന്നു. പലതരത്തിലുള്ള 4 കമ്പികളാണ് വയലിനുപയോഗിക്കുന്നത്. അവയുടെ നീളം കൂട്ടുകയും കുറക്കുകയും ചെയ്യുന്നത് കൈവിരലുകളാണ്.

വയലിൻ കമ്പികളെ വലിച്ചു മുറുക്കുന്നതും അയച്ചുവിടുന്നതും എന്തിനാണ്? മുറുക്കം കൂടിയാൽ സ്പന്ദനങ്ങൾ വർധിക്കും. അയഞ്ഞ കമ്പികൾക്ക് സ്പന്ദനം കുറവുമായിരിക്കും.

ഓരോ സെക്കൻഡിലുമുള്ള സ്പന്ദനങ്ങളെയാണ് ആവൃത്തി എന്നു പറയുന്നത്. ഓരോ സെക്കൻഡിലും 100 സ്പന്ദനമുണ്ടാക്കുന്ന ഒരു കമ്പിയുടെ ആവൃത്തി സെക്കൻഡിൽ 100 സൈക്കിളാണെന്നു പറയും. ഉയർന്ന ആവൃത്തിയിൽ നിന്ന് ഉയർന്ന ശബ്ദങ്ങളും താണ ആവൃത്തിയിൽ നിന്ന് താണ ശബ്ദങ്ങളുമുണ്ടാകുന്നു.

ഒരു പിയാനോവിന്റെ ഉള്ളിൽ അനവധി കമ്പികളുണ്ട്. ഓരോ കട്ടയും അമർത്തുമ്പോൾ ഓരോ ഹാമർ ചെന്ന് കമ്പിയിൽ മുട്ടിയാണ് പ്രത്യേകതരം ശബ്ദങ്ങളുണ്ടാവുന്നത്. കട്ടിയിലും, നീളത്തിലും, മുറുക്കത്തിലും പിയാനോവിലെ കമ്പികൾ പലതരത്തിലായതുകൊണ്ടാണ് അതിൽ നിന്ന് ആവശ്യമായ സ്വരങ്ങളെല്ലാം വരുന്നത്.

സ്പന്ദനങ്ങൾ-അതു വയലിനിൽ നിന്നായാലും, പിയാനോവിൽ നിന്നായാലും-അത്ര എളുപ്പത്തിൽ ശബ്ദമായി മാറുന്നില്ല. ഒരേ ശ്രുതിതന്നെ പിയാനോവിലും വയലിനിലും വായിക്കുന്നു. രണ്ടും ഒരേ വിധമാണോ? ആണെന്നും പറയാം. അല്ലെന്നും പറയാം. ഓരോ സംഗീതോപകരണത്തിനും ഗുണമോരോന്നാണ്. ശ്രുതിക്കു പുറമേ ഓരോ ഉപകരണത്തിനും അതിന്റേതായ ഉപശ്രുതികളും ഉണ്ട്. ആ നിലയ്ക്ക് വ്യത്യാസങ്ങളുണ്ട്. ഈ സ്പന്ദനങ്ങൾ ചെവിയിലെത്തുമ്പോൾ, വ്യത്യസ്തങ്ങളായ നാഡികൾക്കാണ് ചലനമുണ്ടാവുന്നത്. മസ്തിഷ്കത്തിന്, സ്പന്ദനങ്ങളുടെ ഈ പാറ്റേൺ അനുസരിച്ച് ഏതു യന്ത്രമാണ് പാടുന്നത് എന്നു പറയാം.

ഒരാളുടെ സംഭാഷണം ശ്രദ്ധിക്കുന്നുവെന്നിരിക്കട്ടെ. ഏറക്കുറെ ഇതുതന്നെയാണെപ്പോഴും നടക്കുന്നത്. സ്വര യന്ത്രത്തിലെ മാംസപേശികളിലെ സ്പന്ദനങ്ങൾ പുറത്തുള്ള വായുവിലേയ്ക്കെത്തുന്നു. മാംസപേശിയുടെ നീളവും അതിന് വികസിക്കാനുള്ള സ്ഥലത്തിന്റെ ഏറ്റക്കുറച്ചിലും കാരണം ചില സ്വരങ്ങളും പുറപ്പെടുന്നു. ചുണ്ട്, നാവ്, കവിൾ ഇവയും വ്യത്യസ്ത സ്വരങ്ങളുണ്ടാക്കുന്നതിൽ സഹായിക്കുന്നു. അ, ഇ, ഉ, എ മുത

ലായ സ്വരങ്ങളുണ്ടാവുന്നത്, വായിലും ചുണ്ടിലും പ്രത്യേക മാറ്റങ്ങളുണ്ടാക്കിയിട്ടാണ്. ക, ച, ട, മ, യ, ര, ല, വ എന്നിങ്ങനെയുള്ള വ്യഞ്ജനങ്ങളാകട്ടെ പുറത്തേക്കുവിടുന്ന വായുദ്വാരത്തെ നാവും ചുണ്ടും മറ്റും, നിയന്ത്രിച്ചുണ്ടാക്കുന്നതാണ്. ഇങ്ങനെ സംഭാഷണത്തിനാവശ്യമായ ഒട്ടേറെ സ്വരങ്ങൾ നമുക്കുണ്ടാക്കാൻ കഴിയുന്നു. ഓരോന്നോരോന്നായി ഈ ശബ്ദങ്ങളെ അടുക്കി വെക്കുമ്പോഴാണ് ഭാഷയുണ്ടാവുന്നത്. ലോകത്തിൽ പല ഭാഷകളുമുണ്ട്. ഓരോ ഭാഷയിലും അനേകായിരം വാക്കുകളുണ്ട്. ഇവയിൽ നിന്നെല്ലാം അർഥം മനസിലാക്കത്തക്കവണ്ണം മനുഷ്യമസ്തിഷ്കം വളർന്നിരിക്കുന്നു. കോപവും, താപവും, സ്നേഹവും, വെറുപ്പും, തമാശയും, ഗൗരവവുമെല്ലാം നമുക്കിങ്ങനെ പ്രദർശിപ്പിക്കാൻ കഴിയും. എന്തെല്ലാം ആശയങ്ങളാണ് നാം സംസാരിക്കുമ്പോൾ സ്പന്ദനങ്ങളായും ശബ്ദങ്ങളായും രൂപാന്തരപ്പെടുന്നത്? "വരുന്ന ശനിയാഴ്ച പകൽ 2 മണിക്ക് ചെങ്കൊടി തിയേറ്ററിന്റെ മുമ്പിലുള്ള റെഡ്സ്റ്റാർ കഫെയിൽ, നിങ്ങൾ മാർക്സിന്റെ മൂലധനവുമായി വരണം" എന്നുപറഞ്ഞാൽ 56 സെക്കൻഡിൽ, എന്തെല്ലാം ആശയങ്ങളതിൽ കൊള്ളിച്ചു? ഒരാളുടെ വായിൽ നിന്ന് മറ്റൊരാളുടെ ചെവിയിലേക്ക് ഈ സ്പന്ദനങ്ങൾ യാത്രചെയ്യുന്നു. അർഥം മനസിലായി, പിന്നത്തെ ശനിയാഴ്ച അവർ കാണുകയും ചെയ്യുന്നു. ചലനം ഭാഷയായും അർഥമായും മാറുന്ന ഒരത്ഭുത സിദ്ധിയാണിത്. ചൊവ്വയിൽ നിന്നുവന്ന മനുഷ്യന് ഈ ചലനങ്ങൾ-ഭാഷ-മനസിലായില്ലെങ്കിൽ അത്ഭുതപ്പെടാനില്ല. അത്രയും സങ്കീർണമാണിത്-വാസ്തവത്തിൽ.

മൃഗങ്ങളിൽ നിന്ന് തികച്ചും വ്യത്യസ്തമാണ്, മനുഷ്യന്റെ സംസാരിക്കാനുള്ള ഈ കഴിവ്. പല മൃഗങ്ങളും കരയുന്നു-ആപത്തിലും, സ്നേഹത്തിലും, കോപത്തിലും. എന്നാൽ, മനുഷ്യൻ വികാരത്തിനനുസരിച്ചല്ല ശബ്ദമുണ്ടാക്കുന്നത്. ഭാഷയെന്നതിൽ കൂടിയാണ്. പിന്നീട് എഴുത്തും വായനയും വന്നു. ആധുനിക നാഗരികതയുടെ വളർച്ച ഇങ്ങനെയാണുണ്ടായത്.

തൊട്ടടുത്തുള്ള ആളോടുമാത്രം സംസാരിച്ചാൽ മനുഷ്യന് തൃപ്തിയാവില്ല. ആയിരക്കണക്കിന് മൈലകലെയുള്ളവരെ തന്റെ കാര്യങ്ങൾ അറിയിക്കാൻ അദ്ദേഹം ആഗ്രഹിക്കുന്നു. ദൂരത്തുള്ള

കുടുംബവുമായി ബന്ധപ്പെടാനയാൾ ആഗ്രഹിക്കുന്നു. റേഡിയോവിൽ കൂടി ലണ്ടനിലും മോസ്കോവിലും പറയുന്നത് നാം കേൾക്കുന്നു.

ഇതിനായി ടെലഫോൺ, റേഡിയോ എന്നിവ കണ്ടുപിടിച്ചു. വളരെദൂരം അർഥമുള്ള ചലനങ്ങൾ നമുക്കയക്കാം. ഇവയെപ്പറ്റിയാവാം ഇനി പഠിക്കുന്നത്.

ടെലഫോൺ

ണിം—ണിം—ണിം—ണിം—ണിം

അതാ ടെലഫോൺ മണിയടിക്കുന്നു. മദ്രാസിൽ നിന്നുള്ള വിളിയാണത്. അവിടെ ഒരു കമ്പനിയിൽ ഉദ്യോഗമുള്ള അനുജന് കലശലായ സൂക്കേടാണത്രെ. വേഗം പുറപ്പെടണം.

അതല്ലെങ്കിൽ അത് ബോംബെയിൽ നിന്നാവാം. എന്തോ ബിസിനസ് കാര്യം.

ലോകം മുഴുവൻ ഇന്ന് ഫോൺവഴി ബന്ധം സ്ഥാപിച്ചിരിക്കുന്നു. ഡോക്ടറെ വിളിക്കാനും, ആംബുലൻസ് കൊണ്ടുവരാനും, അഗ്നിബാധ അറിയിക്കാനും എല്ലാം ഫോൺ ഉപയോഗിക്കാം. നഗരജീവിതത്തിന്റെ അവശ്യോപാധികളിലൊന്നായിത്തീർന്നിരിക്കുന്നു അത്. പല ഗ്രാമങ്ങളിലും ഫോൺ സൗകര്യം എത്തിയിരിക്കുന്നു.

ദൂരെയുള്ള സ്നേഹിതനോടും, ബന്ധുവിനോടും നിങ്ങൾക്ക് ഫോൺവഴി സംസാരിക്കാം.

എങ്ങനെയാണിങ്ങനെ ശബ്ദം ഒരു കമ്പിയിൽ കൂടി ആയിരക്കണക്കിനു മൈലുകൾ സഞ്ചരിക്കുന്നത്? വിദ്യുച്ഛക്തിയുടെ ചലനത്തിനു ശബ്ദമില്ലല്ലോ.

ശബ്ദമല്ല, കമ്പിയിൽക്കൂടി അയയ്ക്കുന്നത്. പലരും അങ്ങനെ ധരിച്ചിരിക്കുന്നു. ഒരു ടെലഫോൺ കമ്പിയോടു ചേർത്ത് കാതുവച്ചാൽ നിങ്ങൾക്കൊന്നും കേൾക്കുവാൻ കഴിയില്ല. കമ്പി മുറിച്ചാലും, ശബ്ദമൊന്നും കേൾക്കില്ല. കാരണമെന്താണ്? കമ്പിയിൽക്കൂടി പോകുന്നത് ഒരു വിദ്യുൽധാരമാത്രമാണ്-ശബ്ദമല്ല. എന്നാൽ, വിദ്യുച്ഛക്തി എങ്ങനെ ശബ്ദമായി മാറുന്നു?

ഫോണിന് രണ്ടറ്റമുണ്ട്. സംസാരിക്കുന്ന അറ്റവും കേൾക്കുന്ന അറ്റവും. ഒരേ ഫോണിൽത്തന്നെ. ഒരു ഭാഗം ചെവിയിലാവും; മറ്റേ ഭാഗത്താണ് സംസാരിക്കുക. ഒരാൾ സംസാരിക്കുന്നു, അവിടെ ഒരു മൈക്രോഫോണുണ്ട്. മറ്റേ അറ്റത്ത്, ചെവിയിൽ വച്ച ഭാഗത്ത് ഒരു റിസീവറുമുണ്ട്. ബാറ്ററിയിൽ നിന്നാണ് കമ്പിയിലേക്ക് വിദ്യുച്ഛക്തി പോകുന്നത്. മൈക്കിൽ സംസാരിക്കുന്നു. ഇത് ഒരു ശബ്ദതരംഗമുണ്ടാക്കുന്നു. ഈ തരംഗം മൈക്രോണിൽച്ചെന്ന് വീഴുന്നു. അതിലുള്ള ഡയഫ്രം ചലിക്കുന്നു. സംസാരിക്കുന്ന ആളുടെ സ്വരത്തിനനുസരിച്ചാവും ഡയഫ്രത്തിന്റെ സ്പന്ദനങ്ങൾ.

കമ്പിയിൽക്കൂടി ബാറ്ററിയിൽ നിന്നുള്ള വിദ്യുച്ഛക്തി പ്രവഹിക്കുന്നുണ്ട്. അതിനെ പിൻതുടരുക. ബാറ്ററിയിൽ നിന്ന് ഇലക്ട്രോണുകൾ പോകുന്നു-ഡയഫ്രത്തിൽ കൂടി, അതിനോടുതൊട്ടുള്ള ചെറിയൊരു ചെപ്പിൽകൂടി. ചെപ്പിനകത്തു നിന്ന് വിദ്യുൽധാര റിസീവറിലുള്ള ഒരു ഇലക്ട്രോ മാഗ്നറ്റിലേക്ക് പോകുന്നു. വീണ്ടും അതു ബാറ്ററിയിലേക്ക് വരുന്നു. ഈ ചെപ്പിൽ എന്താണുള്ളത്? സൂക്ഷിച്ചുനോക്കിയാൽ അതിൽനിറയെ കരിയുടെ കണങ്ങൾ കാണാം— ഒരു പെട്ടിയിൽ ചെറിയ ഉപ്പിൻതരികൾ ഇട്ടിരിക്കുന്നതുപോലെയാണ് കരിത്തരികളും ഇട്ടിരിക്കുന്നത്. കാർബൺ ഒരുവിധം നന്നായി ഇലക്ട്രിസിറ്റി വഹിച്ചുകൊണ്ടുപോകുന്നതുകൊണ്ട് അത് ഈ ചെപ്പിൽക്കൂടി പോകുന്നു. ഒരു കണത്തിൽ നിന്ന് മറ്റൊരു കണത്തിലേക്ക്.

ശബ്ദതരംഗത്തിന്റെ ആക്കമനുസരിച്ച് പതുക്കെയും വേഗത്തിലും സ്പന്ദിക്കുന്ന ഡയഫ്രം ഈ കരിത്തരികളെ അധികമോ കുറച്ചോ അമർത്തുന്നു. അവ തമ്മിലുള്ള അടുപ്പം കൂട്ടുകയോ കുറയ്ക്കോ ചെയ്യുന്നതിങ്ങനെയാണ്. ഇതോടുകൂടി, അവയ്ക്കിടയിൽക്കൂടി പോകുന്ന വിദ്യുച്ഛക്തിക്കും വ്യത്യാസം വരുന്നു. കൂടുതൽ ഇലക്ട്രോണുകൾ ചെപ്പിലൂടെ പോകുമ്പോൾ കൂടുതൽ കറന്റ് ഉണ്ടാവുമല്ലോ. ഡയഫ്രത്തിന്റെ ചലനത്തിനനുസരിച്ച്, ചെപ്പിലുള്ള കാർബൺ കണങ്ങളുടെ അടുപ്പം വ്യത്യാസപ്പെടുകയും അതിനനുസരിച്ച് കമ്പിയിൽക്കൂടിപ്പോകുന്ന കറന്റും വ്യത്യാസപ്പെടുകയും ചെയ്യുന്നു. നാം വിചാരിക്കുന്നതിലും വേഗമാണീ വ്യത്യാസങ്ങളെല്ലാം നടത്തുന്നത്. സെക്കൻഡിൽ 200,

സെക്കൻഡിൽ 100, സെക്കൻഡിൽ 1000, ഇങ്ങനെ ശബ്ദത്തിനനുസരിച്ച്, ഇവയിലും വരുന്നുണ്ട് വ്യത്യാസങ്ങൾ. വിദ്യുച്ഛക്തി, ചുരുക്കിപ്പറഞ്ഞാൽ ശബ്ദത്തിനനുസരിച്ച് വ്യത്യാസപ്പെടുന്നു.

സംസാരിക്കുന്ന ആളുടെ ശബ്ദത്തിന് ഒരു കമ്പിയിൽക്കൂടി വളരെ ദൂരെപ്പോകാൻ വയ്യെങ്കിലും, ഇലക്ട്രിസിറ്റിക്കതാവാം. ഒരു റിലേ റെയ്സിലെ ഓട്ടക്കാരെപ്പോലെ ഇലക്ട്രിക്ധാര ഈ സ്പന്ദനങ്ങളെ ശബ്ദതരംഗത്തിൽ നിന്ന് ഇലക്ട്രിക് സ്പന്ദനമാക്കുന്നു. ഇവ ചെന്ന് റിസീവറിൽ മുട്ടുന്നു. അവിടെ വിദ്യുൽ സ്പന്ദനങ്ങളെ ശബ്ദതരംഗങ്ങളാക്കി മാറ്റാനുള്ള ശ്രമമാണ്. ഇതെങ്ങനെയാണ്?

അത്ര വിഷമമൊന്നുമില്ല. റിസീവറിൽ കാന്തത്തിന്റെ ചുറ്റും ഒരു കമ്പിയുണ്ട്. ഇതൊരു ഇലക്ട്രോമാഗ്നറ്റാണ്. ഇതിനടുത്തൊരു ഇരുമ്പുതകിടുണ്ട്. കാന്തം ഇതിനെ ആകർഷിക്കും-വികർഷിക്കും. അതോടെ, വിദ്യുൽസ്പന്ദനങ്ങൾ റിസീവറിലെത്തും. വിദ്യുച്ഛക്തി കൂടും- പിന്നെ കുറയും. ശബ്ദമുണ്ടാക്കുന്ന വ്യതിയാനങ്ങൾക്കനുസരിച്ച് കറന്റ് കൂടുമ്പോൾ ഇലക്ട്രിക് മാഗ്നറ്റിന് ശക്തികൂടും. ഇരുമ്പുതകിടിനെ കൂടുതൽ ശക്തിയിലാകർഷിക്കും. അത് കാന്തത്തിന്റെ അടുത്തുവരും. കറന്റ് കുറഞ്ഞാലാവട്ടെ, വൈദ്യുതകാന്തത്തിന്റെ ശക്തി കുറയും. ഇരുമ്പിനെ അത്രതന്നെ ആകർഷിക്കാൻ വയ്യല്ലോ ഇതിന്. കാന്തത്തിൽ നിന്ന് അത് അത്രയും അകന്നുപോകും. അങ്ങനെ സ്പന്ദനത്തിനനുസരിച്ചുള്ള കറന്റ് റിസീവറിലൂടെ പോകുന്നതോടുകൂടി ഇരുമ്പുതകിടിന്റെ ചലനമുണ്ടാകുന്നു-അങ്ങോട്ടുമിങ്ങോട്ടും. മൈക്രോഫോണിൽ സംസാരിക്കുന്ന ആളുടെ ശബ്ദമനുസരിച്ചാണത്. ഇത് കേൾക്കുന്ന ആളുടെ ചെവിയിലെത്തുന്നു. ശബ്ദത്തിനനുസരിച്ചായതിനാൽ ശബ്ദം കേൾക്കുന്നതായി തോന്നുന്നു. ശരിക്കുള്ള ശബ്ദമല്ല- ഒരു കോപ്പിയാണത്. ശബ്ദതരംഗം പോയി, വിദ്യുൽതരംഗമായി, വീണ്ടും ശബ്ദതരംഗമാവുന്നു.

ഗ്രഹാംബെല്ലാണ് ഫോൺ കണ്ടുപിടിച്ചത്, ഒരു ടെലഫോണിനകത്ത്, മൈക്രോഫോണിലും റിസീവറിലും ഉണ്ടാകുന്ന ചലനങ്ങളും, ഇലക്ട്രോണുകൾ കമ്പിയിൽക്കൂടി മാറിയും മറിഞ്ഞും പോകുന്നതും ഒന്നാലോചിച്ചു നോക്കൂ. ഒരത്യൽഭു

തമാണത്.

പക്ഷേ, നിങ്ങൾ ദൂരത്തുള്ള ഒരു ചങ്ങാതിയോടു സംസാരിക്കുമ്പോൾ ഇതിലും അൽഭുതങ്ങൾ നടക്കുന്നുണ്ട്. ഒരേ പട്ടണത്തിലാണെങ്കിൽ, ഒരു നമ്പർ "ഡയൽ" ചെയ്യുന്നു. പത്തുപതിനായിരക്കണക്കിൽ ടെലഫോണുള്ളൊരു നഗരത്തിലിതാ നിങ്ങളുടെ സ്നേഹിതന്റെ ടെലിഫോൺ ബെല്ലടിക്കുന്നു. റോഡരുകിലെ കമ്പികളിൽക്കൂടിയാണ് സന്ദേശങ്ങളെല്ലാം പോകുന്നത്. നിങ്ങൾ സ്നേഹിതനെ വിളിച്ച അവസരത്തിൽ തന്നെ എത്രയോ പേർ അവരുടെ സ്നേഹിതന്മാരെയും വിളിച്ചിരിക്കും. ഈ സന്ദേശങ്ങളെല്ലാം ചേർന്ന് മിശ്രമാവാതിരിക്കാൻ ഓരോ കൂട്ടർക്കും ഓരോ കമ്പിവേണം. 16.213 കി.മീ. അകലെയാണ് സ്നേഹിതനെങ്കിൽ, ആദ്യം നിങ്ങളുടെ ഫോണിൽ നിന്നുള്ള കമ്പി റോഡിലേക്കും അവിടെ നിന്ന് എക്സ്ചേഞ്ചിലേക്കും, അവിടെനിന്ന് 16.213 കി മീ അകലേയുള്ള എക്സ്ചേഞ്ചിലേക്കും പിന്നീട് സ്നേഹിതന്റെ ഫോണിലേക്കും പോകുന്നു. നിങ്ങൾ സംസാരിക്കുമ്പോൾ 16.213 കി.മീ. നീളമുള്ള കമ്പി നിങ്ങളുടെ കൈയിലാണെന്നർഥം. ഫോൺ തിരിച്ച് സ്റ്റാൻഡിൽ വച്ചാൽ കണക്ഷൻ അവസാനിച്ചു. പിന്നീട് മറ്റൊരു ചങ്ങാതിയെ വിളിച്ചാൽ മറ്റൊരു കമ്പിയാണതിന്. പലപ്പോഴും കമ്പിയിൽക്കൂടി പല ശബ്ദങ്ങളും കൂടിച്ചേരുന്നതും കാണാം. എത്രയോപേർ സംസാരിക്കുന്നുണ്ടെങ്കിലും ഇതെങ്ങനെയാണ് കൂടിച്ചേരാതെ പോകുന്നത്.

ടെലഫോൺ എക്സ്ചേഞ്ചിലെ ചെറിയ ഇലക്ട്രോ മാഗ്നറ്റുകളാണ് ഇതിനു കാരണം. നിങ്ങളുടെ ഡയലിങ്ങിനനുസരിച്ചാണ് ഇവ പ്രവർത്തിക്കുന്നത്. ഡയലിന് 10 ദ്വാരമാണ്. 1 മുതൽ 0 വരെ.

3613 എന്ന നമ്പർ വിളിക്കണമെന്നു കരുതുക. ആദ്യം 3 എന്ന നമ്പരിൽ വിരലിട്ട് ഡയൽ മുഴുവൻ തിരിക്കുന്നു. അതു തിരിച്ചുവരുമ്പോൾ എക്സ്ചേഞ്ചിലുള്ള ഇലക്ട്രോ മാഗ്നറ്റുകളിലൊന്നിനെ 3 പ്രാവശ്യം ഉയർത്തുന്നു. 3 എന്ന കമ്പിയുമായി അത് ബന്ധപ്പെടുന്നു. പിന്നീട് 6 എന്ന് ഡയൽ ചെയ്യുമ്പോൾ ആറുതവണ അത് പൊന്തുന്നു. ഇങ്ങനെ ഡയലിങ്ങിനനുസരിച്ച് ഇലക്ട്രോ മാഗ്നറ്റുകൾ എത്രകണ്ടുയരുന്നു എന്നതിനെ ആശ്രയിച്ച് അതാതു കമ്പികളുമായി ബന്ധപ്പെടുകയും

അവസാനം 3613 എന്ന നമ്പരിലുള്ള ടെലഫോണിന് കണക്ഷൻ കിട്ടുമ്പോൾ അത് ബെല്ലടിച്ചു തുടങ്ങുകയും ചെയ്യുന്നു- കാരണം, ബാറ്ററിയിലെ വിദ്യുച്ഛക്തി ഈ കമ്പികളിലൂടെ സ്നേഹിതന്റെ ഫോണിലേക്കെത്തുന്നു.

ഡയലിങ്ങും, വിദ്യുൽധാരയുടെ വിതരണവും, ഇലക്ട്രോ മാഗ്നറ്റുകളുടെ ചാട്ടവും, ആവശ്യമുള്ള കമ്പി സ്വീകരിക്കലും എല്ലാം പത്തുപതിനഞ്ച് സെക്കൻഡുകൾക്കകത്ത് നടക്കും. ഈ ചുരുങ്ങിയ സമയത്തിൽ നൂറുകണക്കിലാണ് ചലനങ്ങൾ. പതിനായിരക്കണക്കിൽ ഫോണുകളിൽ നിന്ന് നിങ്ങൾക്കാവശ്യമുള്ള ഫോൺ തെരഞ്ഞെടുക്കുന്നു.

ഇത്രയും നിയന്ത്രണമുള്ള ചലനങ്ങൾ എന്തെല്ലാം അത്ഭുതം സൃഷ്ടിക്കുന്നു?

എന്നാലിതിലധികം അൽഭുതകരമാണ്, കമ്പികളില്ലാതെതന്നെ ശബ്ദം എത്തിക്കുന്ന സമ്പ്രദായം, ഒരു നൂറുകൊല്ലം മുമ്പ്, മൂവായിരം മൈൽ അകലെയുള്ള ശബ്ദം കേൾക്കാമെന്ന് ഒരാളും പ്രതീക്ഷിച്ചിരുന്നില്ല. ഇന്ന് കേൾക്കാൻ മാത്രമല്ല, ആളെ കാണാനും കൂടിയുള്ള ടെലിവിഷനും ഏർപ്പെടുത്തിയിരിക്കുന്നു.

റേഡിയോയും ടെലിവിഷനും

റേഡിയോയുടെ ആശയം ആദ്യമായുദിച്ചത് ബ്രിട്ടീഷ് ശാസ്ത്രജ്ഞനായ ജെയിംസ് ക്ലാർക്ക് മാക്സ്വെല്ലിനാണ്. എന്താണ് വെളിച്ചം? ഇതായിരുന്നു പ്രശ്നം. 1873 ൽ തന്റെ സിദ്ധാന്തം-വെളിച്ചം ഒരു തരം ഇലക്ട്രോ മാഗ്നറ്റിക് തരംഗമാണെന്ന് - അദ്ദേഹം ആവിഷ്കരിച്ചു. ഇതുപോലെ ഇനിയും വിദ്യുൽകാന്തതരംഗങ്ങളുണ്ടായിക്കൂടെന്നില്ലെന്നും അദ്ദേഹം പ്രസ്താവിച്ചു. ഇൻഫ്രാറെഡ് രശ്മികൾ അൾട്രാവയലറ്റ് രശ്മികൾ എന്നിവയെപ്പറ്റിയും അദ്ദേഹം പ്രതിപാദിച്ചു. റേഡിയോ തരംഗങ്ങളെന്ന് അദ്ദേഹം പറഞ്ഞില്ലെങ്കിലും, ആ മാതിരി തരംഗങ്ങളുണ്ടാകാനിടയുണ്ടെന്ന് അദ്ദേഹം ഊഹിച്ചു.

ഹെൻറിച്ച് ഹെർട്സ് എന്ന ജർമൻ ശാസ്ത്രജ്ഞൻ മാക്സ്വെൽ ഊഹിച്ച തരംഗങ്ങൾ ഉണ്ടാക്കാനാവുമോ എന്ന് പരിശോധിച്ചു. 1885-ൽ ആദ്യത്തെ റേഡിയോ തരംഗങ്ങൾ ഇദ്ദേ

ഹമുണ്ടാക്കി. വിദ്യുൽ തീപ്പൊരിയുണ്ടാക്കുന്ന ഒരു ലഘുയന്ത്രം മാത്രമായിരുന്നു അദ്ദേഹത്തിന്റെ ആദ്യത്തെ ട്രാൻസ്മിറ്റർ. ഇലക്ട്രിക് തീപ്പൊരികളിൽ നിന്ന് റേഡിയോ തരംഗങ്ങൾ ഉണ്ടാവുന്നുണ്ടെന്നും, ഒരു ഏരിയലിന്റെ സഹായത്തോടെ ഇവയെ 'പിക്കപ്പു' ചെയ്യാമെന്നും അദ്ദേഹം പറഞ്ഞു.

ഏകദേശം സദൃശ്യമായ വഴിക്ക് ആർക്കും ഇത്തരമൊരു ലഘു റേഡിയോ തരംഗമുണ്ടാക്കാൻ കഴിയും. ഒരു വാക്വം ക്ലീനറോ, ഇലക്ട്രിക് റേസറോ, അടുത്തുള്ളൊരു റേഡിയോ റിസീവർ പ്രവർത്തിക്കുന്നതിനോടൊപ്പം പ്രവർത്തിപ്പിച്ചാൽ ചില അന്തരീക്ഷ ബഹളങ്ങൾ കേൾക്കാം. വാക്വം ക്ലീനറും ഇലക്ട്രിക് റേസറുമാണ് ഈ അന്തരീക്ഷ ബഹളങ്ങളുണ്ടാക്കുന്നത്. വീട്ടിൽ ഇടക്കിടെ ഏതെങ്കിലും സ്വിച്ച് ഓണും, ഓഫും ആക്കിയാൽത്തന്നെ റേഡിയോവിൽ കലക്കങ്ങൾ ഉണ്ടാക്കാൻ കഴിയും.

വെളിച്ചത്തിന്റെ സ്വിച്ച് ഇടുകയും, വിടുകയും ചെയ്യുമ്പോൾ റേഡിയോവിൽ അതിന്റെ ശബ്ദം കേൾക്കാം. ഇലക്ട്രിക് ധാരയിലെന്തു വ്യത്യാസം വന്നാലും അതിൽ നിന്ന് റേഡിയോ തരംഗങ്ങളുണ്ടാവും, അതാണിതിനു കാരണം. ഒരു കമ്പിയിലെ ഇലക്ട്രിസിറ്റി ഓഫോ, ഓണോ ആക്കിയാലും ഉടൻ വ്യത്യാസങ്ങളുളവാകും. ഒരു വിദ്യുൽത്തീപ്പൊരിയെന്നു പറഞ്ഞാൽ, വായുവിൽ, ഒരു സെക്കൻഡിൽ അനേകായിരം പ്രാവശ്യം അങ്ങോട്ടുമിങ്ങോട്ടും ചാടുന്ന വിദ്യുൽധാരയാണെന്ന് പറയപ്പെടുന്നു.

കമ്പികളുടെ സഹായമില്ലാതെ ഹെർട്സിന്റെ റേഡിയോ തരംഗങ്ങൾ ഉപയോഗിച്ച് - തീപ്പൊരികളിൽ നിന്ന്- സന്ദേശങ്ങളയക്കാൻ പറ്റുമോ എന്ന് ഇറ്റാലിയൻ ശാസ്ത്രജ്ഞൻ മാർക്കോണി അത്ഭുതപ്പെട്ടു. 1896 ആവുമ്പോഴേക്കും വളരെ മൈലുകൾക്കപ്പുറം ഇത്തരം സന്ദേശങ്ങൾ അദ്ദേഹമയച്ചു- കുത്തും വരയും സിഗ്നലുകളുപയോഗിച്ച്. 1901 ൽ, മാർക്കോണി കമ്പിയില്ലാക്കമ്പി മുഖേനയുള്ള വിക്ഷേപണത്തെ ഒരറ്റത്തോളം വളർത്തിയിരുന്നു- സമുദ്രാന്തരങ്ങൾക്കപ്പുറത്തേക്കു കൂടി.

പക്ഷേ, 1906-ൽ പരിഷ്കരിക്കപ്പെട്ട റേഡിയോ വാൽവുകൾ കണ്ടുപിടിക്കുന്നതു വരെ, പ്രസംഗവും, സംഗീതവും ഇങ്ങനെ അയയ്ക്കാൻ സാധിച്ചില്ല. ഡീഫോറസ്റ്റ് ആണ് റേഡിയോ വാൽവു കണ്ടുപിടിച്ചത്. വിദ്യുൽ തീപ്പൊരികളിൽ നിന്നുള്ള

റേഡിയോ തരംഗങ്ങൾ വക്രഗതിയിലാണുള്ളത്-അവ അന്ത രീക്ഷ ബഹളമുണ്ടാക്കുന്നു. ഡീഫോറസ്റ്റിന്റെ റേഡിയോ വാൽവ് ക്രമീകൃതമായ റേഡിയോ തരംഗങ്ങളുണ്ടാക്കാൻ വഴിവച്ചു- അവ റിസീവു ചെയ്യാനും. ആയിരക്കണക്കിൽ നാഴിക അകലെ എങ്ങ നെയാണിങ്ങനെ വിക്ഷേപണം ചെയ്യുക-കമ്പിയില്ലാതെ?

റേഡിയോ പ്രക്ഷേപണ നിലയത്തിൽ റേഡിയോ വാൽവു കളും മറ്റു വിദ്യുൽയന്ത്രങ്ങളും, പെട്ടെന്ന് വ്യത്യാസം വരുന്ന കറന്റുണ്ടാക്കുന്നു. റേഡിയോ ട്രാൻസ്മിറ്ററിന്റെ ഈ ഭാഗത്തെ 'ഓസിലേറ്റർ' എന്നു വിളിക്കുന്നു- ഓസിലേഷനെന്നു പറ ഞ്ഞാൽ സ്പന്ദനമെന്നാണർഥം. വിദ്യുൽധാരയെ സ്പന്ദിപ്പിക്കു ന്നൊരു ഉപകരണമാണിത്. ഒരു ഫലപ്രദമായ റേഡിയോ തരം ഗമുണ്ടാക്കണമെങ്കിൽ, കറന്റിന്റെ സ്പന്ദനങ്ങൾ അതിവേഗത്തി ലാവണം-സെക്കൻഡിൽ 10,000 സ്പന്ദനങ്ങൾ വരെ വേണം. എന്നാലിതിലധികം സ്പന്ദനങ്ങളോടുകൂടിയതാവും അധികം റേഡിയോ സ്പന്ദനങ്ങളും, മീഡിയം വേവുബാൻറിൽ 300 മീറ്റ റുള്ള ഒരു സാധാരണ തരംഗം.

300 മീറ്റർ തരംഗത്തിനെന്തു സംഭവിക്കുന്നു? ഓസിലേറ്ററാ ണിതുണ്ടാക്കുന്നത്. അവിടെ നിന്നതു വന്നതിനു ശേഷം ഈ സ്പന്ദനങ്ങളെ റേഡിയോ വാൽവുകളുള്ള ഒരിടത്തേക്ക് അയ ക്കുന്നു- ഈ സ്പന്ദനങ്ങളെ ശക്തിപ്പെടുത്താനാണിത്. ഇതി നെയാണ് ഉച്ചഭാഷിണി എന്നു പറയുക. കറന്റിന്റെ സ്പന്ദന ങ്ങളെ അതു വലുതാക്കുന്നു. ഈ ശക്തിയുള്ള കറന്റിന്റെ സ്പന്ദ നത്തിന് ശക്തിയായൊരു റേഡിയോ സിഗ്നലുണ്ടാക്കാൻ കഴി യും. സ്പന്ദനത്തിന്റെ സമയമൊന്നും വ്യത്യാസപ്പെടുന്നില്ല. ഒരു സെക്കൻഡിൽ മില്യൻ സ്പന്ദനങ്ങളാണ് ഓസിലേറ്ററിൽ നിന്നുണ്ടാവുന്നതെങ്കിൽ ആംപ്ലിഫയർ സിഗ്നലിൽ നിന്ന് അതു തന്നെ വരുന്നു.

ഇങ്ങനെ ശക്തികൂടിയ സിഗ്നൽ ഒരു കമ്പിയിൽക്കൂടി ഒരു ഉയർന്ന ഏരിയലിലേക്ക് പോകുന്നു. വിദ്യുൽധാരയിലെ ഇല ക്ട്രോണുകൾ കമ്പിയിലേക്ക് കയറുന്നു-പിന്നീട് കയറിയും, ഇറ ങ്ങിയും, സെക്കൻഡിലൊരു മില്യൻ തവണ! ഈ അവസരം ഒരു ഇലക്ട്രോ മാഗ്നറ്റിക് തരംഗം-റേഡിയോതരംഗം-എല്ലാ ദിശ കളിലേക്കും അയക്കുന്നു. ഇതിനെ വാഹകതരംഗം എന്നു വിളി

ക്കുന്നു. ശബ്ദത്തെയും, സംഗീതത്തെയും വഹിച്ചുകൊണ്ടുപോകുന്നതിതാണ്.

ട്രാൻസ്മിറ്ററിന്റെ അടുത്താണ് നിങ്ങൾ നിൽക്കുന്നതെങ്കിൽ-അതിൽ നിന്ന് റേഡിയോ തരംഗങ്ങൾ പോകുന്നുണ്ടെങ്കിലും, യാതൊന്നും നിങ്ങൾ കേൾക്കില്ല. വായുവിൽക്കൂടി എന്തെങ്കിലും പോകുന്നുണ്ടെന്ന് എങ്ങനെ പറയാനാണ്? ഏരിയലിനടുത്താണ് നിൽക്കുന്നതെങ്കിൽ, വളരെ ളുപ്പത്തിൽ റേഡിയോ തരംഗങ്ങളെ കണ്ടുപിടിക്കാം. ഒരു ചെറിയ നിയോൺ ബൾബവിടെപ്പിടിച്ചാൽ, അത് കത്തുമത്രേ. എന്താണിതിന് കാരണം? വായുവിൽക്കൂടി റേഡിയോ തരംഗങ്ങൾ പോകുമ്പോൾ അവ വല്ലടത്തും മുട്ടിയാൽ അതിൽനിന്ന് ഒരു വിദ്യുൽധാരയുണ്ടാകുന്നു- റേഡിയോ സ്റ്റേഷനിൽ നിന്ന് പുറപ്പെട്ടപോലൊരു വിദ്യുൽധാര. റേഡിയോസ്റ്റേഷനിൽ മേൽപ്പോട്ടും, കീഴ്പ്പോട്ടും കുതിക്കുന്ന ഇലക്ട്രോണുകളുണ്ടെങ്കിൽ- ഇവ സെക്കൻഡിൽ മില്യൻ കണക്കിൽ ചലിക്കുന്നുണ്ടെങ്കിൽ-ഇതാണ് വാഹകതരംഗം-ഇതും സെക്കൻഡിൽ മില്യൻതവണ സ്പന്ദിക്കുന്നുണ്ടെങ്കിൽ-ഇലക്ട്രോണുകൾ മുന്നോട്ടും പിന്നോട്ടും പോകുന്നു.

ഒരു റേഡിയോ വേവിൽ നിന്നുണ്ടാകുന്ന ഇലക്ട്രിക് കറന്റ് ആദ്യത്തെ കറന്റുപോലെ ശക്തമല്ല. ഒരു നിയോൺ ബൾബോ, മറ്റോ കത്തിക്കാനതിന് കഴിവുണ്ടാവാം. പത്തോ ഇരുപതോ അടി ദൂരത്തിൽ, വളരെ മൈലകലെ ഏരിയയിലുണ്ടാവുന്ന കറന്റ് വളരെ ലഘുവാണ്. അതിനെ കണ്ടുപിടിക്കാൻ പ്രത്യേകം ഉപകരണങ്ങൾ വേണം. ഒരു ആംപ്ലിഫയറിന്റെ ഉപയോഗത്തോടെ, അനവധി റേഡിയോ വാൽവുകളുപയോഗിച്ച്-മറ്റു വൈദ്യുത ഭാഗങ്ങളും-കറന്റിന് ശക്തി കൂട്ടാം. അതായത്, റേഡിയോ റിസീവറിലുള്ളത്ര കറന്റും, റേഡിയോ സ്റ്റേഷനിൽ നിന്നയച്ച കറന്റും തുല്യമാക്കാമെന്നർഥം.

എന്നാൽ റേഡിയോ സിഗ്നലിൽ നിന്ന് എങ്ങനെയാണ് പാട്ടും പ്രസംഗവും കേൾക്കുക.

റേഡിയോ സ്റ്റേഷനിലെന്താണ് നടക്കുന്നതെന്നു നോക്കുക. ഒരാളതാ പാടുന്നു-ഒരു മൈക്രോഫോണിന്റെ മുമ്പിൽ. അത് മൈക്രോഫോണിൽ ചില ചലനങ്ങളുണ്ടാക്കുന്നു. പാട്ടിന്റെ

സ്പന്ദനങ്ങൾക്കനുസരിച്ച് ഓസിലേറ്റർ സ്പന്ദിക്കുന്നു. ആംപ്ലിഫയർ അതിനെ വലുതാക്കുന്നു. ഇങ്ങനെ വ്യത്യസ്തമായ കറന്റ് മുകളിലേക്കുയരുമ്പോൾ-ഏരിയയിലേക്ക്-അതേ രൂപത്തിലൊരു റേഡിയോ തരംഗത്തെ അത് വായുവിലേക്ക് വിടുന്നു. വീട്ടിലുള്ള റേഡിയോവിന്റെ ഏരിയൽ ഇതിലൊരു ഭാഗത്തെച്ചെന്ന് പിടിക്കുന്നു. ഏരിയലിൽ ഒരു കറന്റുണ്ടാവുന്നു-മിക്കവാറും അതേ സ്പന്ദനത്തിൽ. കൂടുതൽ റേഡിയോ വാൽവുകളും മറ്റു ഭാഗങ്ങളുമുപയോഗിക്കുമ്പോൾ സംഗീതസ്പന്ദനങ്ങളെ വാഹക തരംഗങ്ങളിൽ നിന്ന് വേർതിരിച്ചെടുക്കുന്നു. ഇതിനെ വലുതാക്കുന്നു. ട്രാൻസ്മിറ്ററിലുണ്ടായ അതേ ശബ്ദതരംഗങ്ങൾ ഇവിടെ ഉണ്ടാവുകയും ചെയ്യുന്നു. അങ്ങനെ അതേ പാട്ട് നാം റേഡിയോയിൽ കേൾക്കുന്നു.

ടെലഫോൺ റിസീവറിന്റെ മാതിരിയാണ് ലൗഡ് സ്പീക്കർ. അതൊരു വലിയ ടെലഫോൺ റിസീവറാണ് എന്നു പറയാം. അതിൽ മുഖ്യമായും ഒരു ഇലക്ട്രോമാഗ്നറ്റുണ്ട്. വ്യത്യസ്തമായ ഇലക്ട്രിക് കറന്റ് ഒരു കാന്തത്തെ ആകർഷിക്കുകയും വികർഷിക്കുകയും ചെയ്യുന്നു- വിദ്യുൽസ്പന്ദനങ്ങൾക്കനുസരിച്ച് അത് പിന്നോട്ടും മുന്നോട്ടും നീങ്ങുന്നു.

അനേകം ചലനങ്ങളാണ് റേഡിയോയിൽ നിന്ന് ശബ്ദം കേൾപ്പിക്കുന്നത്. എന്നാൽ ഒരു ടെലിവിഷൻ സെറ്റിലോ? ഇതിലധികമാവും ചലനങ്ങൾ.

റേഡിയോ തരംഗങ്ങളാണ് ടെലിവിഷനിലും ഉപയോഗിക്കുന്നത്. എങ്കിലും, ശരിക്ക് പ്രവർത്തിക്കണമെങ്കിൽ സ്പന്ദനത്തിന്റെ ഫ്രീക്വൻസി ഉയർത്തണമെന്ന്-റേഡിയോവിൽ സെക്കൻഡിൽ ഒരു മില്യൻ എന്നതിൽ നിന്ന് 50 മില്യനാക്കണം ടെലിവിഷനിൽ -ശാസ്ത്രജ്ഞന്മാർക്കറിയാം.

ടെലിവിഷൻ സ്റ്റേഷനിലൊരു ക്യാമറയുണ്ട്- ഒരു ട്യൂബിന്റെ അറ്റത്തുള്ള സ്ക്രീനിൽ ഇതൊരു ഛായയുണ്ടാക്കുന്നു. ഒരുകൂട്ടം ഇലക്ട്രോണുകൾ കീഴ്പ്പോട്ടു വരുന്നു. കുഴലിൽക്കൂടി സ്ക്രീനിൽ തട്ടുന്നു. ഇവയെല്ലാം കൂടി ഇനേകം രേഖകളെപ്പോലെ തോന്നുന്നു. ഇതിന് സ്കാനിങ് എന്നു പറയുന്നു. ബ്രിട്ടീഷ് ടെലിവിഷൻ സിസ്റ്റത്തിൽ 1/25 സെക്കൻഡിൽ 405 പ്രാവശ്യമാണിങ്ങനെ സ്കാനിങ്. പിന്നീടത് വീണ്ടും 1/25

സെക്കൻഡിൽ 405 പ്രാവശ്യം പോകുന്നു. ഇലക്ട്രോൺ കിരണാവലി ഓരോ ബിന്ദുക്കളേയും സ്പർശിക്കുമ്പോൾ, കറന്റ് കൂടുതൽ വരാൻ അതിടകൊടുക്കുന്നു. വെളിച്ചമുള്ളൊരു ബിന്ദുവിൽ മുട്ടുമ്പോൾ കൂടുതൽ വിദ്യുച്ഛക്തിയും, വെളിച്ചം കുറയുമ്പോൾ കുറച്ച് ശക്തിയും പ്രവഹിക്കുന്നു. അങ്ങനെ അത് സ്ക്രീനിൽ അങ്ങോട്ടുമിങ്ങോട്ടും ചാടുമ്പോൾ, ഒരു ഇലക്ട്രിക് കറന്റ് പുറത്തുവരുന്നു-വെളിച്ചത്തിനും, ഇരുട്ടിനുമനുസരിച്ച്.

റേഡിയോവിലെന്നപോലെ, ഈ മാറുന്ന കറന്റ് കൂടുതൽ വേഗം സ്പന്ദിക്കുന്ന വാഹക സിഗ്നലുമായി ചേരുന്നു. മൈക്രോഫോണിലെ സ്പന്ദനങ്ങളും ഇങ്ങനെ കൂടിച്ചേർന്നതാവും. പുറത്തുവരുന്ന റേഡിയോ തരംഗത്തിനും 50 മില്യൻ സ്പന്ദനങ്ങളുണ്ട്- വാഹകതരംഗം പോലെ. മാത്രമല്ല, ഇലക്ട്രോൺ കിരണാവലിയുടെ സ്കാനിങ്ങ് കൊണ്ടുണ്ടാവുന്ന സ്പന്ദനങ്ങൾ വേറെയും. ശബ്ദമുണ്ടാക്കുന്ന ആളുടെ ശബ്ദതരംഗങ്ങൾക്കെല്ലാം പുറമെയാണിത്.

ടെലിവിഷൻ പ്രക്ഷേപണ കേന്ദ്രത്തിൽ നിന്ന് പോകുന്ന റേഡിയോതരംഗം സ്പേസിലേക്ക് കുതിച്ചു കയറുന്നു, സെക്കൻഡിൽ 186,000 മൈൽ വേഗത്തിൽ. ഒരു സെക്കൻഡിനകം അത് നിങ്ങളുടെ ഏരിയലിൽ വന്നു മുട്ടും. റേഡിയോവിലെന്നപോലെ, ഈ തരംഗങ്ങൾ ഏരിയലിൽ നേരിയൊരു കറന്റുണ്ടാക്കുന്നു- ആദ്യത്തെ തരംഗത്തിനനുസരിച്ച് ടി വി സെറ്റിലുള്ള മുപ്പതിലേറെ വാൽവുകളും മറ്റു വൈദ്യുതാവയവങ്ങളും ഈ കറന്റിൽ നിന്ന് ശബ്ദവും രൂപവും വേർതിരിച്ചെടുക്കുന്നു. കമ്പികളിലൂടെയും വാൽവുകൾ മുതലായ ഭാഗങ്ങളിലൂടെയും ഇലക്ട്രോണുകൾ കുതിച്ചുപായുന്നു- സെക്കൻഡിൽ 50 മില്യൻ സ്പന്ദനങ്ങളോടുകൂടി. പല വാൽവുകളും ഈ സ്പന്ദനത്തെ ശക്തിപ്പെടുത്തുന്നു. മറ്റു വാൽവുകൾ ചിത്രത്തെ വേർതിരിച്ചെടുക്കുന്നു. അവയെ ശക്തിപ്പെടുത്തുന്നു. വേറെ ചിലവ ശബ്ദത്തെ വേറിട്ടെടുക്കുന്നു. ശക്തിപ്പെടുത്തുന്നു. കാത്തോഡ് റേ ട്യൂബ് എന്നു പറയുന്നതാണ് ചിത്രം പ്രതിഫലിപ്പിക്കുന്ന കുഴൽ.

എന്താണീ കാത്തോഡ് റേ ട്യൂബ്? പിൻവശത്തു നിന്ന് ഒരു ഇലക്ട്രോൺ കിരണാവലി കുഴലിന്റെ നെടുകെ കുതിച്ചുവരു

ന്നു. കുഴലിൽ മാറിവരുന്ന കറന്റിനിടയിൽ കൂടിയാണീ ഇലക്ട്രോണുകൾ പോകുന്നത്. സ്ക്രീനിലത് ചെന്നു തട്ടുകയും ആദ്യം കേന്ദ്രത്തിലുണ്ടായ പോലുള്ള രേഖകൾ നിർമിക്കുകയും ചെയ്യുന്നു - 1/25 സെക്കൻഡിൽ 405 രേഖകളെന്ന തോതിൽ. ഈ സ്കാനിങ്ങ് രേഖകളുണ്ടാക്കലാണ് ടി വി സെറ്റിലൊരു ഭാഗത്തിന്റെ പ്രവൃത്തി.

ശരിയായൊരു ചിത്രം കിട്ടണമെങ്കിൽ ശരിക്കും സമയം പാലിക്കാൻ കഴിയണം. വളരെ വേഗത്തിലാണ് ഇലക്ട്രോണുകൾ പോകുന്നത്. ട്യൂബിനകത്തും, ടി വി സെറ്റിനകത്തും മറ്റുമുള്ള ചലനങ്ങൾ ദ്രുതഗതിയിലാണ്.

വൈദ്യുതി

ഇലക്ട്രോൺ

ഇലക്ട്രിക് ഷോക്ക് നിങ്ങൾക്കനുഭവപ്പെട്ടിട്ടുണ്ടോ? തൊട്ടാൽ നിങ്ങളെ കഷ്ടത്തിലാക്കുന്ന ആ കമ്പിക്കിത്ര ശക്തി എവിടെന്നു കിട്ടി?

ചൂട്, വെളിച്ചം, എക്സ്റേ, റേഡിയോ തരംഗങ്ങൾ ഇവയെല്ലാം ചലനത്തിന്റെ പലതരം രൂപങ്ങളാണ്. എന്നാൽ, ചൂടുള്ള വസ്തുക്കളിൽ ചൂടിന്റെ ചലനം കാണാൻ കഴിയാത്തതുപോലെ, കമ്പിക്കകത്ത് വിദ്യുച്ഛക്തിപോകുന്നതും നമുക്ക് കാണാൻ കഴിയില്ല. ഇലക്ട്രിക് കമ്പിയിലെ ചലനങ്ങൾ കാണാൻ കണ്ണുകൾക്ക് കഴിയില്ല. എന്നാൽ ഇലക്ട്രോണുകൾ എന്ന കണങ്ങൾ ചലിക്കുന്നുണ്ടെന്നാണ് ശാസ്ത്രജ്ഞന്മാർ പറയുന്നത്. വൈദ്യുതധാര പ്രവഹിക്കുമ്പോൾ മില്യൻ കണക്കിൽ ഈ ചെറിയ കണങ്ങൾ ഒരു കമ്പിയിൽക്കൂടി പോകുന്നു. പൈപ്പിൽക്കൂടി വെള്ളം പോകുമ്പോൾ, ആ വെള്ളം നാം കാണുന്നില്ലല്ലോ. എങ്കിലും ടാപ്പ് തുറന്നാൽ ആ വെള്ളം പല വിക്രിയകളും കാട്ടുന്നു. അതുപോലെ കമ്പിയിൽക്കൂടി ഇലക്ട്രോണുകൾ ചലിക്കുന്നതും കാണാൻ പറ്റില്ല. എങ്കിലും ഇവ എന്തെല്ലാം പ്രവൃത്തികൾ ചെയ്യുന്നു?

ആറ്റങ്ങളുടെ ഭാഗങ്ങളാണ് ഇലക്ട്രോണുകൾ. ഇവ സർവ

വസ്തുക്കളിലുമുള്ളതാണ്. മനുഷ്യനിലും, മരത്തിലും, മേശയിലും, പുസ്തകത്തിലും, മഷിയിലും, കമ്പിയിലുമെല്ലാമതുണ്ട്. പിന്നെ ഷോക്ക് അനുഭവപ്പെടാത്തതെന്തുകൊണ്ടാണ്? ഇലക്ട്രോണുകൾ ചലിക്കാത്തതുകൊണ്ട്. അവ പുസ്തകത്തിലോ മേശയിലോ നിൽക്കുന്നു. നിശ്ചല ജലത്തിൽ പാറിക്കിടക്കുമ്പോൾ നിങ്ങൾക്കൊന്നും അനുഭവപ്പെടില്ലല്ലോ. വെള്ളത്തിന്റെ തണുപ്പ് അനുഭവപ്പെടും-പക്ഷേ, വേദനയോ ഷോക്കോ ഇല്ല. എന്നാൽ, ഒരു ചെറിയ കുഴലിൽക്കൂടി വെള്ളം നിങ്ങളുടെ മുഖത്തേക്കടിച്ചോ? വെള്ളത്തിന്റെ ചലനമാണ്, വെള്ളമല്ല, നമുക്കനുഭവപ്പെടുന്നത്. ഏതാണ്ടിതുപോലെ ചലിക്കുമ്പോൾ മാത്രമേ ഇലക്ട്രോണുകൾ അനുഭവപ്പെടുന്നുള്ളൂ. ഒരു വൈദ്യുതകമ്പി തൊട്ടാൽ, ഇലക്ട്രോണുകൾ കമ്പിയിൽ നിന്ന് വിരലുകളിലേക്ക് ചാടുന്നു-അപ്പോഴാണ് ഷോക്ക് കിട്ടുന്നത്.

സർവത്ര ഇലക്ട്രോണുണ്ടെന്നത് അവിശ്വസനീയമായി തോന്നുന്നുണ്ടാവും. എങ്ങനെ അതറിയാം? ഒരു സ്ഫടികക്കോലോ പ്ലാസ്റ്റിക് ചീപ്പോ കുറെനേരം സിൽക്കുകൊണ്ട് തുടയ്ക്കുക. അത് ചെറു കടലാസു കഷണങ്ങളുടെ മീതെ കാണിക്കുന്നു. കടലാസ് പറക്കുന്നത് കാണാം. ഗ്ലാസിൽ നിന്ന് ഇലക്ട്രോണുകൾ സിൽക്കിലേക്ക് പോകുന്നു. അതാണ് കടലാസു തുണ്ടുകളെ സ്ഫടികക്കോൽ ആകർഷിക്കാൻ കാരണം. നഷ്ടപ്പെട്ട ഇലക്ട്രോണുകളെ തിരിച്ചുകിട്ടാനുള്ള ശ്രമമാണത്. വരൾച്ചയുള്ളൊരു ദിവസമാണിതേറ്റവും ഫലിക്കുക. മഴയുള്ള ദിവസമാണെങ്കിൽ സ്ഫടികക്കോലൊന്ന് ആദ്യം ചൂടാക്കേണ്ടി വരും- പരീക്ഷണം ഫലിക്കണമെങ്കിൽ.

ഇടിയും മിന്നലുമുള്ളൊരു രാത്രി, എന്താണ് ആകാശത്തും സംഭവിക്കുന്നത് ? മേഘങ്ങൾക്കിടയിലോ, മേഘങ്ങൾക്കും ഭൂമിക്കുമിടയിലോ ഇലക്ട്രോണുകൾ പെട്ടെന്ന് പ്രവഹിക്കുന്നു. ഇലക്ട്രിക് തീപ്പൊരികൾ ഉണ്ടാകുന്നു. അതാണ് ഇടിമിന്നൽ. ഇടിവെട്ടലിന്റെ ഭയങ്കര ശബ്ദമാണ് പിന്നീട് കേൾക്കുന്നത്.

ഉരസിയുണ്ടാവുന്ന വൈദ്യുത ചാർജ്, വരണ്ട ദിവസങ്ങളിലാണധികമുണ്ടാവുക. ഈറനാകുമ്പോൾ, നീരാവി വന്ന് വസ്തുക്കളെ ആവരണം ചെയ്യുന്നു— ഇലക്ട്രോണുകൾ രക്ഷപ്പെടുന്നതിനെ ഇതു സഹായിക്കുന്നു. അങ്ങനെ വൈദ്യുതചാർജ്

ശേഖരിക്കപ്പെടുന്നില്ല. ഒരു വരണ്ട ദിവസം, ഇലക്ട്രോണുകൾ അത്ര വിപുലമായ തോതിലൊന്നും രക്ഷപ്പെടുന്നില്ല.

വൈദ്യുതച്ചാർജുകൾ പല വിധത്തിലുമുണ്ടാവാം-- ഒരു വസ്തുവിൽ നിന്ന് എടുക്കാനും മറ്റൊന്നിൽ കൊണ്ടുപോയി കൂട്ടാനും. പലവിധം ഉരസൽകൊണ്ട് ഇതുണ്ടാക്കാമല്ലോ. മറ്റൊരു ലളിതമാർഗം 1831 ൽ മൈക്കൽ ഫാരഡെ കണ്ടുപിടിച്ചു.

ഉപരിവിദ്യാഭ്യാസമൊന്നുമില്ലാതെ, ഒരു ലാബറട്ടറി വേലക്കാരനായിരുന്ന ഫാരഡെ നിലം അടിച്ചുവാരുകയും കുപ്പികൾ കഴുകുകയും ചെയ്തു. പതുക്കെ വലിയ ശാസ്ത്രജ്ഞനായിത്തീർന്നു. അദ്ദേഹത്തിന്റെ ഏറ്റവും വലിയ കണ്ടുപിടിത്തങ്ങളിലൊന്ന് വിദ്യുൽധാര എങ്ങനെ ഉണ്ടാക്കുന്നു എന്നതിനെക്കുറിച്ചാണ്. ഇതിന് കാന്തം കൊണ്ടാണ് പരീക്ഷണം ചെയ്തത്. ഒരു കാന്തംകൊണ്ട് അതിനെ ഒരു കമ്പിച്ചുരുളിന്റെ സമീപത്തേക്ക് ചലിപ്പിച്ചു- ഇത് ഒരു കമ്പിവഴി ഒരു മാപകവുമായി ബന്ധപ്പെടുത്തിയിരിക്കുന്നു. ഇലക്ട്രിക്മീറ്റർ നോക്കി, വിദ്യുൽധാര പ്രവഹിക്കുന്നുണ്ടോ ഇല്ലയോ എന്ന് മനസിലാക്കാം. കാന്തത്തിന്റെ അടുത്തേക്ക് കമ്പിച്ചുരുൾ കൊണ്ടുപോയാലും ഇതുതന്നെ സംഭവിക്കുമെന്ന് അദ്ദേഹം കണ്ടു. അധികം ഇലക്ട്രിക് കറന്റ് കിട്ടാൻ കൂടുതൽ ചുറ്റുകൾ കമ്പിച്ചുരുളുണ്ടായാൽ മതിയെന്നും, കൂടുതൽ ശക്തിയുള്ള കാന്തങ്ങളുപയോഗിച്ചാൽ മതിയെന്നും, കൂടുതൽ വേഗത്തിൽ കമ്പിച്ചുരുളോ കാന്തമോ ചുഴറ്റിയാൽ മതിയെന്നും അദ്ദേഹം കണ്ടുപിടിച്ചു. ഇലക്ട്രിക് ജനറേറ്ററിന്റെ പിന്നിലുള്ള ആശയം കണ്ടുപിടിച്ചത് ഫാരഡെ ആണ്. തെരുവിലും വീട്ടിലും വെളിച്ചംതരുന്ന വിദ്യുച്ഛക്തി ഈ ജനറേറ്ററിൽ നിന്നാണ് വരുന്നത്.

ആധുനികമായൊരു ജനറേറ്റിന്റെ(ഡൈനാമോ) ഫാരഡെയുടെ സിദ്ധാന്തമായാണ് പ്രയോഗിച്ചിട്ടുള്ളത്. വലിയ ശക്തിയേറിയ കാന്തങ്ങൾക്കുള്ളിൽ ഭീമാകാരമായതും, അനവധി ചുറ്റുള്ളതുമായ കമ്പിച്ചുരുൾ തിരിയുമ്പോൾ വിദ്യുൽധാരയുണ്ടാക്കുന്നു- അത്രയും ലളിതമാണത്.

എന്നാൽ, കറന്റുണ്ടാവുന്നത് അത്ര എളുപ്പത്തിലല്ല. ഏറ്റവും വലിയ ശാസ്ത്രജ്ഞനുപോലുമറിയില്ല, എങ്ങനെയാണ് കാന്തത്തിനടുത്ത് കമ്പിച്ചുരുൾ ചലിപ്പിച്ചാൽ വിദ്യുത്ച്ഛക്തി ഉണ്ടാ

വുക എന്ന്. കമ്പിയിൽ ഇലക്ട്രോണുകളുണ്ടെന്ന് നമുക്കറിയാം. മരം, റബർ, സ്ഫടികം, കടലാസ് എന്നിവയേക്കാൾ, ഇലക്ട്രോണുകളെ ലോഹകമ്പികൾ കടത്തിവിടുമെന്നും നമുക്കറിയാം. കാന്തത്തിന്റെയോ കമ്പിച്ചുരുളിന്റെയോ ചലനം ഇലക്ട്രോണുകളെ തള്ളിനീക്കുന്നു — അങ്ങനെ അവ കമ്പിയിൽക്കൂടി നീങ്ങുന്നു. അങ്ങനെയാണ് വിദ്യുൽധാരയുണ്ടാവുക.

മറ്റു വസ്തുക്കളേക്കാൾ വേഗത്തിൽ ലോഹത്തിൽകൂടി ഇലക്ടോണുകൾ പ്രവഹിക്കുന്നു. ജനറേറ്ററിൽനിന്ന് തെരുവിനടിയിലും കമ്പിക്കാലിലുമുള്ള കമ്പിയിലൂടെയാണ് വീടുകളിലേക്കും ഫാക്ടറികളിലേക്കും വിദ്യുച്ഛക്തി പോകുന്നത്. ഇലക്ട്രോണുകളെ കമ്പികളിൽ നിർത്താൻ അവയെ റബർ, കടലാസ്, തുണി, പ്ലാസ്റ്റിക്, വായു എന്നിവകൊണ്ട് പൊതിയുന്നു. (ഇവയെ ഇൻസുലേറ്ററുകൾ എന്ന് വിളിക്കുന്നു.) ഇങ്ങനെ ഇലക്ട്രോണുകളെ ആവശ്യമുള്ളിടത്തെത്തിക്കുന്നു.

ജനറേറ്ററിനകത്ത് കാന്തമോ കമ്പിച്ചുരുളോ അനങ്ങിയില്ലെങ്കിൽ വിദ്യുൽധാരയുണ്ടാവില്ല. വൈദ്യുതോൽപ്പാദനകേന്ദ്രങ്ങളിൽ ജനറേറ്ററുകൾ പകലും രാത്രിയും തിരിയണം. ഒരു പുഴയിൽ അണകെട്ടി, അതിലെ വെള്ളത്തിനെ ഒരു കുഴലിൽക്കൂടി കൊണ്ടുവന്ന് ഒരു ടർബൈൻ തിരിപ്പിക്കുന്നു. (തിരിയുന്നൊരു ചക്രമാണ് ടർബൈൻ). ടർബൈനോടുകൂടിയാണ് ജനറേറ്റർ ബന്ധിപ്പിച്ചിരിക്കുന്നത്. അതോടുകൂടി അതും തിരിയുന്നു. അങ്ങനെ വിദ്യുൽച്ഛക്തിയുണ്ടാവുന്നു.

മറ്റു ചലനങ്ങളെക്കൊണ്ടുമുണ്ടാവാം വിദ്യുച്ഛക്തി. വെള്ളം, അതല്ലെങ്കിൽ കത്തുന്ന കൽക്കരിയിൽ നിന്നുണ്ടായ ചൂട്, രണ്ടും ഇതിനുപയോഗിക്കാം.

ഇലക്ട്രോണുകളെ ചലിപ്പിക്കാൻ മറ്റുവഴികളുമുണ്ട്. മണലിൽ ഉള്ള സിലിക്കൺ എന്ന വസ്തുവിൽ— ആ മാതിരി ലോഹങ്ങളിൽ വെളിച്ചം തട്ടിക്കലാണൊരു വഴി. വെളിച്ചത്തിന്റെ 2,99 460 കി.മി. വേഗം, അതിലെ ഇലക്ട്രോണുകളെ തള്ളിനീക്കുന്നു. അവയെ പ്രവഹിപ്പിക്കാൻ സഹായിക്കുന്നു— അങ്ങനെ വിദ്യുൽധാര ഉണ്ടാവുന്നു. സൂര്യരശ്മിയിൽ നിന്ന് വിദ്യുച്ഛക്തിയുണ്ടാക്കാൻ ഇത്തരം വസ്തുക്കൾ എന്തെങ്കിലും ഉപയോഗിക്കാമോ? ആവാം. നമുക്കതിന് കഴിയും. ഇപ്പോൾ സൗര

ബാറ്ററികൾ കൊണ്ട് വൈദ്യുതി ഉണ്ടാക്കുന്നുണ്ട്. കട്ടികുറഞ്ഞ സിലിക്കൺ പ്ലേറ്റുകളുപയോഗിച്ച്. ഇതിനെ ഫോട്ടോ ഇലക്ട്രിസിറ്റി എന്നു വിളിക്കുന്നു.

വെളിച്ചത്തിന് വിദ്യുച്ഛക്തി ഉണ്ടാക്കാൻ പറ്റില്ലെങ്കിൽ ടെലിവിഷൻ സാധ്യമല്ലെന്ന് നിങ്ങൾക്കറിയാമോ? ടെലിവിഷൻ, സ്റ്റേഷനിൽ നിന്നുള്ള ചിത്രങ്ങൾ റേഡിയോതരംഗംവഴി നിങ്ങളുടെ വീട്ടിലെത്തിക്കുന്നു. പക്ഷേ, റേഡിയോ തരംഗങ്ങൾ ഉണ്ടാകുന്നതിനു മുമ്പ് ഇലക്ട്രിക് സിഗ്നലുകളുമായി ആ തരംഗത്തെ മാറ്റണം. ഈ പ്രവൃത്തിചെയ്യുന്ന ടെലവിഷൻ ക്യാമറ, ഫോട്ടോ എടുക്കുന്നു. ഫിലിമിലിതു രേഖപ്പെടുത്തുന്നതിനു പകരം അതിനെ ഒരു പ്രത്യേകതലത്തിലാണ് പതിപ്പിക്കുന്നത്. ഈ തലം വെളിച്ചം തട്ടിയാൽ വൈദ്യുതീകരിക്കപ്പെടുന്നു. ടെലിവിഷൻ ക്യാമറ ഒരു ഇലക്ട്രിക് ചിത്രമുണ്ടാക്കുന്നു. ഇത് റേഡിയോ തരംഗമായി മാറുന്നു. ഇതിനെയാണ് പുറത്തേക്കു വിടുക.

ഒരു തവളക്കാലുകൊണ്ടുള്ള പരിക്ഷണത്തിൽ നിന്നാണ്, ഇലക്ട്രോൺ പ്രവാഹത്തിനുള്ള മറ്റൊരു വഴി കണ്ടുപിടിച്ചത്. 1780 ൽ ഇറ്റലിയിലെ ശാസ്ത്രജ്ഞനായ ഗാൽവാനി, ചത്ത ഒരു തവളയുടെ കാലിലെ ഒരു നാഡിയിൽക്കൂടി വിദ്യുൽധാരയയച്ച് മാംസപേശികളെ ചലിപ്പിക്കാമെന്ന് കണ്ടുപിടിച്ചു. ഒരു കഷണം ചെമ്പും ഇരുമ്പും ഉപയോഗിച്ച് തവളയുടെ കാലിൽ വിദ്യുൽധാര പ്രവഹിപ്പിക്കുകയാണ് ചെയ്തത്.

വിദ്യുൽച്ഛക്തിയും ജീവിതവും തമ്മിലുള്ള ബന്ധമെന്തെന്ന് ഗാൽവാനിയുടെ പരീക്ഷണങ്ങൾ തെളിയിച്ചു. ശരീരത്തിലുള്ള ആയിരമായിരം നാഡികൾ വൈദ്യുത കമ്പികളെ പോലെയാണ്. മസ്തിഷ്കത്തിലേക്ക് സഞ്ചരിക്കുന്ന വിദ്യുൽധാരകൾ ഈ നാഡികളിൽകൂടിപ്പോയിട്ടാണ് കാണാനും കേൾക്കാനും മറ്റുമുള്ള കഴിവു നമുക്കുണ്ടാക്കുന്നത്. മസ്തിഷ്കത്തിൽ നിന്നുവരുന്ന വിദ്യുൽധാരയാണ് നമ്മളെ നടക്കാനും ഓടാനും ഫുട്ബാൾ കളിക്കാനും മറ്റും സഹായിക്കുക.

ഗാൽവാനിയുടെ പരീക്ഷണം ഇറ്റലിയിലെ മറ്റൊരു ശാസ്ത്രജ്ഞൻ അലക്സാൻഡ്രോ വോൾട്ടയെ ആകർഷിച്ചു. ഇരുമ്പുചെമ്പുകമ്പികളെങ്ങനെ തവളക്കാലിനെ ചലിപ്പിക്കുമെന്ന് അദ്ദേഹം അത്ഭുതപ്പെട്ടു. അദ്ദേഹം, അമ്ലവിലയനമായ വിനിഗറിൽ

ഒരു ചെമ്പുകമ്പിയും ഒരു ഇരുമ്പുകമ്പിയും ഇട്ടുനോക്കി. ഇവ തമ്മിൽ ബന്ധിപ്പിച്ച് ഇടയിലൊരു വിദ്യുൽമീറ്ററും വച്ചു. ഇതു ചെയ്തപ്പോൾ ഇതിൽ നിന്നൊരു വൈദ്യുതധാര വരുന്നുണ്ടെന്നദ്ദേഹം കണ്ടു. ഇരുമ്പു-ചെമ്പുകമ്പികൾ കൊണ്ട് തവളയുടെ ഉപ്പുരസം ചേർന്ന ദ്രവത്തിൽ മുക്കിയപ്പോൾ അതിൽ നിന്ന് വിദ്യുച്ഛക്തിയുണ്ടായതാണ് തവളയുടെ കാലിനെ ചലിപ്പിച്ചതെന്നും വോൾട്ടാ അനുമാനിച്ചു.

വിദ്യുച്ഛക്തിയുണ്ടാക്കാൻ പുതിയൊരു മാർഗം വോൾട്ടാ കണ്ടുപിടിച്ചു- ലോഹങ്ങളിൽനിന്നും അമ്ല-ഉപ്പുവസ്തുക്കളിൽ നിന്നും. ഇന്ന് കാറിലും ടോർച്ചിലും മറ്റും വിദ്യുച്ഛക്തിയുണ്ടാക്കാൻ ഉപയോഗിക്കുന്ന ബാറ്ററികളുടെ ജന്മമുണ്ടായതിങ്ങനെയാണ്.

എങ്ങനെയാണ് ബാറ്ററികളിൽ നിന്ന് ഇലക്ട്രിക് കറന്റുണ്ടാവുന്നത്? ബാറ്ററിയിൽ അത് ശേഖരിച്ചു വച്ചതാണെന്ന് ചിലർ ധരിക്കുന്നു. വാസ്തവത്തിലതങ്ങനെയല്ല. ബാറ്ററി നിർമാതാവ് ഉപ്പുവെള്ളത്തിലോ അമ്ലത്തിലോ ലോഹം ഇടുന്നു. ഇതിനിടയിൽ ലോഹം ജീർണിക്കുകയും വിദ്യുൽധാരയുണ്ടാവുകയും ചെയ്യുന്നു. ഇതു ചെയ്യുമ്പോൾ ലോഹത്തിന്റെ ചില ഭാഗം അമ്ലമായിച്ചേരുന്നു. ഇതോടുകൂടി ചില ഇലക്ട്രോണുകൾ സ്വതന്ത്രമാവുന്നു. ഇവ കമ്പിക്കുചുറ്റും പോയി കറന്റുണ്ടാക്കുന്നു. ഇലക്ട്രോണുകളവിടെ എപ്പോഴുമുണ്ടെങ്കിലും ലോഹം ജീർണിക്കുമ്പോൾ മാത്രമാണവ ചലിക്കുന്നത്.

മോട്ടോർകാർ ബാറ്ററിയിലും മറ്റും ഈ പ്രവർത്തനം വിപരീതമാക്കാൻ കഴിയും- ഇതിന് ബാറ്ററി ചാർജുചെയ്യുകയെന്നാണ് പറയുക. കാരീയമാണ് ബാറ്ററിയിലെ പ്രധാന ലോഹം. കാർ സ്റ്റാർട്ടു ചെയ്യാനും മറ്റുമായി ബാറ്ററി ഉപയോഗിക്കുമ്പോൾ കാരീയം ജീർണിക്കുന്നു- അത് അമ്ലവുമായിച്ചേർന്ന് വെളുത്ത ഒരു പൊടിയാവുന്നു. അധികം ഈയമിങ്ങനെ പൊടിയായിത്തീരുന്നതോടെ ബാറ്ററി 'ഡിസ്ചാർജാ'വുന്നു. എന്നാൽ ഓരോ കാർ എഞ്ചിനിലുമുണ്ടൊരു ജനറേറ്റർ. എഞ്ചിൻ പ്രവർത്തിക്കാൻ തുടങ്ങിയാൽ ജനറേറ്ററിൽ കറന്റുണ്ടാവുമല്ലോ. ഇതിലൊരു ഭാഗം ബാറ്ററിയിലേക്കാണ് പോകുന്നത്. ബാറ്ററി പ്രവർത്തിക്കുമ്പോൾ കറന്റ് വരുന്നതിന്റെ വിപരീതമായാണ് ജനറേറ്ററിൽ നിന്ന് വിദ്യു

ച്ഛക്തി ബാറ്ററിയിലേക്ക് ഒഴുകുന്നത്. ഇതുകാരണം കാരീയത്തിൽ നിന്നുണ്ടായ വെള്ളപ്പൊടി വീണ്ടും കാരീയമായിത്തീരുകയും ബാറ്ററിക്ക് 'ചാർജ്' കിട്ടുകയും ചെയ്യുന്നു.

ബാറ്ററികൾക്കും ഡ്രൈസെല്ലുകൾക്കും രണ്ട് അറ്റങ്ങൾ ഉണ്ട്. ഒന്നിൻമേൽ + എന്നും, മറ്റേതിൽ — എന്നും അടയാളപ്പെടുത്തിയിരിക്കും. + ൽ നിന്ന് (പോസിറ്റീവ്) - ലേക്ക് (നെഗറ്റീവ്) ഒരു കമ്പികൊണ്ട് ബന്ധിപ്പിച്ചാൽ, ഇലക്ട്രോണുകൾ നെഗറ്റീവ് അഗ്രത്തിൽനിന്ന് പോസിറ്റീവ് അഗ്രത്തിലേക്ക് പ്രവഹിക്കുന്നു. ഒരു മെക്കാനിക് ഒരു കാറിന്റെ ഡിസ്ചാർജായ ബാറ്ററി റീചാർജു ചെയ്യുമ്പോൾ തിരിച്ച് കറന്റ് അയക്കുകയാണ് ചെയ്യുന്നത്. ഇതിനായി തന്റെ ചാർജറിന്റെ നെഗറ്റീവ്, ബാറ്ററിയുടെ നെഗറ്റീവുമായും പോസിറ്റീവിനെ പോസിറ്റീവുമായും ബന്ധിപ്പിക്കുന്നു. കൂടുതൽ ശക്തിയുള്ള ചാർജറിൽ നിന്ന് ഇലക്ട്രോണുകൾ ബാറ്ററിയിലേക്ക് പോകുന്നു. ബാറ്ററിയ്ക്കകത്തെ ഇലക്ട്രോണുകളുടെ ഗതി വിപരീതമാക്കുന്നതിങ്ങനെയാണ്.

ഇലക്ട്രിക് കറന്റുണ്ടാക്കാൻ മറ്റുവഴികളുണ്ട്. രണ്ടു വ്യത്യസ്ത ലോഹക്കമ്പികളെ യോജിപ്പിച്ച് ചൂടാക്കുക. ചൂടാക്കുമ്പോൾ, കമ്പിയിലെ ഇലക്ട്രോണുകൾ ചലിച്ചു തുടങ്ങുന്നു — വളരെക്കുറച്ചു കറന്റുമാത്രമേ ഇങ്ങനെ ഉണ്ടാവുന്നുള്ളൂ. അതുകൊണ്ട്, വീട്ടിൽ വിദ്യുച്ഛക്തി വിതരണത്തിനൊന്നും പറ്റില്ല. എന്നാൽ ചില താപമാപിനികൾ ഈ തത്വമാണുപയോഗിക്കുന്നത്. ചൂടാക്കിയതിന്റെ ഫലമായി ഈ വിധമുണ്ടാകുന്ന കറന്റിനെ തെർമോഇലക്ട്രിക് കറന്റെന്നു വിളിക്കുന്നു.

കൂട്ടിച്ചേർത്ത കമ്പികളിൽ നിന്നെങ്ങനെയാണ് ചൂട് വിദ്യുച്ഛക്തി ഉണ്ടാകുന്നത്? എല്ലാ വസ്തുക്കളും മോളിക്യൂൾ നിർമിതമാണ്; മോളിക്യൂളുകളാകട്ടെ, ചെറിയ ആറ്റങ്ങളെക്കൊണ്ടും. ആറ്റങ്ങൾക്കകത്തുള്ളത് ഇലക്ട്രോണുകളാണ്. ആറ്റത്തിന്റെ ഓരോന്നിന്റെയും കേന്ദ്രത്തിലുള്ള ന്യൂക്ലിയസിന് ചുറ്റുമാണ് ഇലക്ട്രോണുകൾ വട്ടം ചുറ്റുന്നത്. ചില ആറ്റങ്ങൾക്ക് 100 ഇലക്ട്രോണുകൾ വരെയുണ്ട്. ഒരു വസ്തുവിനെ ചൂടാക്കിയാൽ അതിന്റെ മോളിക്യൂളുകൾ അധികമധികം വേഗത്തിൽ ചലിക്കുന്നു. ഇത് ആറ്റങ്ങളെ കൂടുതൽ വേഗം ചലിപ്പിക്കുമല്ലോ. ആറ്റത്തിന്റെ ഈ വർധിച്ച വേഗം ചില ഇലക്ട്രോണുകളെ ഇള

ക്കുന്നു— അവ ചലിക്കുന്നു. മോളിക്യൂളുകളെയാണ് ചൂട് ചലിപ്പിക്കുന്നതെങ്കിലും, അതിന്റെ ഫലമായി ഇലക്ട്രോണുകളിലുണ്ടാവുന്ന ചലനത്തിൽ നിന്ന് വിദ്യുച്ഛക്തി ഉണ്ടാവുന്നു.

റേഡിയോ വാൽവുകളിൽ ഈ തത്വമാണ് ഉപയോഗിക്കുന്നത്. റേഡിയോ വാൽവുകൾ കത്തുന്നതെന്തുകൊണ്ടാണ്? വാൽവിനകത്ത് ഫിലമെന്റ് എന്നൊരു കമ്പിയുണ്ട്. ഫിലമെന്റ് ചൂടായാൽ ചില ഇലക്ട്രോണുകൾ ചലിക്കുകയും, വാൽവിനകത്ത് അവ സഞ്ചരിക്കുകയും ചെയ്യുന്നു. ഈ ഇളകിയ ചില ഇലക്ട്രോണുകൾ ചലിക്കുകയും, വാൽവിനകത്ത് അവ സഞ്ചരിക്കുകയും ചെയ്യുന്നു. ഈ ഇളകിയ ഇലക്ട്രോണുകളാണ് റേഡിയോ വാൽവിന്റെ പ്രവർത്തനത്തിനു കാരണം. രണ്ടാമതൊരു വിദ്യുൽധാരകൂടി വാൽവിന്റെ ഫിലമെന്റിലേക്ക് വിടുകയും, അപ്പോൾ ഈ ഇലക്ട്രോണുകളെ ചലിപ്പിക്കാനാവശ്യമായ ചൂട് അതിനുണ്ടാവുകയും, ചെയ്യുന്നു. പ്രവർത്തിക്കുമ്പോൾ വാൽവിലെ ഫിലമെന്റ് കടുംചുവപ്പാകുന്നത് കാണാം.

സമ്മർദം ചെലുത്തിയാൽ ചില ക്രിസ്റ്റലുകളെപ്പോലുള്ള വസ്തുക്കൾക്കും ഇലക്ട്രിക് കറന്റുണ്ടാക്കാൻ കഴിയും. ഒരു പ്രത്യേക ക്രിസ്റ്റലിൻമേൽ ഹാമറുകൊണ്ടുള്ള ഒരടിക്ക്, ഒരു നിയോൺവെളിച്ചം പെട്ടെന്ന് ഒരു നിമിഷനേരത്തേക്ക് കത്തുന്നു. ഗ്രാമഫോണിലെ ക്രിസ്റ്റലുകളിൽ ഈ രീതിയിലാണ് കറന്റുണ്ടാക്കുന്നതത്രേ. സൂചി റെക്കാർഡിന്റെ ചാലിൽക്കൂടി പോകുമ്പോൾ, അത്(സൂചി) രണ്ടുഭാഗത്തേക്കും സ്പന്ദിക്കുന്നു. സൂചി ഒരു ക്രിസ്റ്റലിൽ ചെന്നുതട്ടുന്നു. ക്രിസ്റ്റലിനെ അത് മുന്നോട്ടും പിന്നോട്ടും തള്ളുമ്പോൾ വ്യത്യസ്തമായ കറന്റുകളുണ്ടാവുകയും ഇവ ഗ്രാമഫോണിന്റെ സൗണ്ട്ബോക്സിൽ വച്ച് അവിടെയുള്ള വാൽവുകളെ പ്രവർത്തിപ്പിക്കുകയും നാം കേൾക്കുന്ന ശബ്ദമുണ്ടാവുകയും ചെയ്യുന്നു.

കമ്പികളിൽ, റേഡിയോ തരംഗങ്ങൾക്കും വിദ്യുച്ഛക്തിയുണ്ടാക്കാം. ഏരിയൽ കണക്ഷനുള്ള ഒരു റേഡിയോ കണ്ടിരിക്കുമല്ലോ. ഏരിയലില്ലെങ്കിൽ ശബ്ദം കുറയും. ഏരിയൽ കണക്ഷൻ വിരൽകൊണ്ട് തൊടുക. ശബ്ദം കൂടുതലാവും; കാരണം നിങ്ങൾ ഒരു ഏരിയലായി പ്രവർത്തിക്കുകയാണ്. റേഡിയോ സ്റ്റേഷനിൽ നിന്ന് സെക്കൻഡിൽ 2,99460 കി.മി. വേഗത്തിൽ

വരുന്ന റേഡിയോ തരംഗങ്ങൾ നിങ്ങളിൽക്കൂടി കടക്കുന്നു- ശരിക്കും വൈദ്യുതധാരകളുണ്ടാക്കുകയും ചെയ്യുന്നു. ഓരോ ഏരിയലിനകത്തും ഇതുതന്നെയാണ് സംഭവിക്കുന്നത്. ഈ ചെറു കറന്റുകളെ റേഡിയോ വലുതാക്കുന്നു. അതിനകത്തെ ഉച്ചഭാഷിണി അവയെ ശബ്ദമാക്കി മാറ്റുകയും ചെയ്യുന്നു.

ഇതിലെന്തൽഭുതം? ഇലക്ട്രിക് കറന്റുണ്ടാക്കാനുള്ള പല വഴികളെപ്പറ്റിയും നാം പറഞ്ഞുവല്ലോ. നമുക്കുചുറ്റും, നമുക്കകത്തും എല്ലാം ഇലക്ട്രോണുകൾ നിറഞ്ഞിരിക്കയാണല്ലോ. നിശ്ചലമായ ജലംപോലെ, ലോകത്തിലെ സർവവസ്തുക്കളിലും ഇലക്ട്രോണുകൾ നിശ്ചലമായി നിൽക്കുന്നു. ഇവയെ ചലിപ്പിക്കുന്ന എന്തും വിദ്യുച്ഛക്തിയുണ്ടാക്കും. വസ്തുക്കളെ തമ്മിലുരസിയാൽ ഇലക്ട്രോണുകൾ ചലിക്കുന്നു. കാന്തങ്ങൾ അടുത്തുകൊണ്ടു വന്നാൽ ഇലക്ട്രോണുകളെ ചലിപ്പിക്കാം- ജനറേറ്ററുകളിലിതാണ് സംഭവിക്കുന്നത്. ബാറ്ററികളിൽ രാസപരിണാമംകൊണ്ട് വിദ്യുച്ഛക്തിയുണ്ടാക്കുന്നു. സിലിക്കൺ മുതലായ വസ്തുക്കളിൽ വെളിച്ചം വന്ന് തട്ടുമ്പോഴും ഇലക്ട്രിസിറ്റി ഉണ്ടാവുന്നു. ചൂടുകൊണ്ട് ഇലക്ട്രോണുകളെ ചലിപ്പിച്ച് അങ്ങനേയും വിദ്യുച്ഛക്തിയുണ്ടാക്കാം. ഗ്രാമഫോണിലും മറ്റും വസ്തുക്കളെ അമർത്തുമ്പോഴാണ്, ക്രിസ്റ്റൽ-വിദ്യുച്ഛക്തി ഉണ്ടാവുന്നത്. റേഡിയോ തരംഗങ്ങളോ, എക്സ്റേകളോ ഒരു കമ്പിയിൽ മുട്ടുമ്പോൾ- ആളെയായലും മതി-ഇലക്ട്രോണുകൾ ചലിപ്പിക്കും. ഇലക്ട്രോണുകളുടെ ഏതുവിധത്തിലുള്ള ചലനവും ഇലക്ട്രിക് കറന്റുണ്ടാക്കാനുപയോഗിക്കാം.

ഇലക്ട്രിസിറ്റിയുണ്ടാക്കാൻ ഏതുവിധ ചലനവും ഉപയോഗിക്കാമെന്നതുപോലെ തന്നെ ഇലക്ട്രിസിറ്റിയിൽ നിന്നും പല തരം ചലനങ്ങളുമുണ്ടാക്കാം. ഇലക്ട്രോണുകളുടെ ചലനഫലമായുള്ള ഇലക്ട്രിസിറ്റി ഉണ്ടാക്കുന്ന ചില ചലനങ്ങളെപ്പറ്റി 'വിദ്യുൽച്ഛക്തി' യിൽ നിന്നു മനസിലാക്കാം.

വിദ്യുച്ഛക്തി

അലാഡിന്റെ അത്ഭുതദീപത്തെപ്പറ്റി കേൾക്കാത്തവരുണ്ടാവില്ല. അതൊരു കെട്ടുകഥയാണ്. അങ്ങനെ ഒരു വിളക്കുമുണ്ടായിരുന്നില്ല. എല്ലാം ഭാവനാ സൃഷ്ടികൾ! എന്നാൽ, ഇന്നത്തെ

ലോകത്തിലൊരത്ഭുതവസ്തുവുണ്ട്- ഇലക്ട്രിക് കറന്റ്.

വെളിച്ചം വേണോ വെളിച്ചം. എന്തെങ്കിലും തണുപ്പിച്ച് സൂക്ഷിക്കണോ? അതാ റഫ്രിജറേറ്റർ. ചൂടോ? അതാ ഹീറ്റർ. കാറ്റിന് ഫാനും, കലാസ്വാദനത്തിനു റേഡിയോയും ടെലിവിഷനും. തമ്മിൽ സമ്പർക്കത്തിന് ഫോണും കമ്പിയും അങ്ങനെ. വസ്ത്രം അലക്കാനും നിലം അടിച്ചുവാരി വൃത്തിയാക്കാനും പശുവിനെ കറക്കാനും വരെ വൈദ്യുതോപകരണങ്ങളുണ്ട്.

സ്വിച്ചമർത്തിയാൽ അലാഡിന്റെ ജിന്നിനെപ്പോലെ ഇലക്ട്രിസിറ്റി പുറത്തു ചാടുകയായി. അതിന് ഭക്ഷണം വേണ്ട, താവളം വേണ്ട. നിങ്ങളുടെ നിതാന്ത ഭൃത്യനാണത്; തർക്കുത്തരം പറയില്ല, ആവലാതി ഇല്ല, ദേഷ്യമില്ല, ഈ ഭൃത്യന്.

ശാന്തമായും വൃത്തിയായും നിശ്ശബ്ദമായും ആദായകരമായും ഒരു നൂറുകൂട്ടം കാര്യങ്ങൾ ഇലക്ട്രിസിറ്റിക്ക് ചെയ്യാം. നാഗരികതയെ വിപ്ലവീകരിച്ചിരിക്കുകയാണത്. പത്തോ, ഇരുപതോ, നൂറോ പേരുടെ പ്രവൃത്തി ചെയ്യുന്ന ഇലക്ട്രിക് ഉപകരണങ്ങൾ ഓരോ വീട്ടിലും ആകാമെന്ന് വന്നിരിക്കുന്നു. അഞ്ചാളുടെ ശക്തിയുണ്ട് ഒരു വാഷിങ് യന്ത്രത്തിന്. ഇലക്ട്രിക് ഫാനിന് ഒരാളുടെ ശക്തിയെങ്കിലും ഉണ്ട്. എത്ര ആളുകൾ ശ്രമിച്ചാലും പത്തുപതിനായിരം നാഴിക അകലെയുള്ള കാര്യങ്ങൾ കേൾക്കാനും കാണാനും നിങ്ങൾക്ക് കഴിയില്ലല്ലോ. ഇലക്ട്രിസിറ്റിക്ക് കൊടുക്കുന്ന തുകയോ? വളരെ തുച്ഛം.

ആധുനികരീതിയിലുള്ളൊരു ഫാക്ടറിയിൽ ചെന്നാൽ, വർക്ക്റൂമിൽ പത്തുപന്ത്രണ്ട് പേർ നിന്ന് പ്രവർത്തിക്കുന്നത് കാണാം- ഇലക്ട്രിക് ഈർച്ചവാൾ, ഇലക്ട്രിക് പ്രസ് എന്നിങ്ങനെ. അനവധി ആളുകളുടെ പണിയാണീ യന്ത്രങ്ങൾ ചെയ്യുന്നത്. ആഫീസിൽ ഇലക്ട്രിക് ഗണനയന്ത്രമുണ്ടാവും- വളരെയധികം ആളുകളുടെ പണി ഒറ്റയടിക്കാവുമത് ചെയ്യുക. ഇലക്ട്രിക് മനുഷ്യനെന്ന രീതിയിൽ പറഞ്ഞാൽ-പതിനായിരം ആളുകളുടെ പണിയാവും, നൂറുപേർ മാത്രമുള്ള ഒരു ഫാക്ടറിയിൽ നടക്കുന്നത്.

ഇതിനർഥം എന്ത്? കൂടുതൽ ഉൽപ്പന്നങ്ങൾ കുറഞ്ഞ വിലയ്ക്ക് ഉണ്ടാക്കുക- ഇതാണതിനർഥം. കൂടുതൽ കൂലികിട്ടും എന്നുമുണ്ട് ഇതിന് അർഥം. കൂടുതൽ നല്ല വീടുകളും വസ്ത്ര

ങ്ങളും ആവാമെന്നും. ഫിലിം, റേഡിയോ ടെലിവിഷൻ എന്നിങ്ങനെ നേരമ്പോക്കിനുള്ള വഴികൾ ലഭിക്കുമെന്നുമാണിതിനർഥം. കൂടുതൽ ഡോക്ടർമാർ, കൂടുതൽ ശാസ്ത്രീയ ഗവേഷണം, കൂടുതൽ ആശുപത്രികൾ എന്നിവ ലഭിക്കുമ്പോൾ മനുഷ്യായുസ്സിന് ദൈർഘ്യം കൂടുകയും ചെയ്യും.

സ്കൂളിൽ പോകാൻ മടിയുള്ളവരുണ്ട്. പണ്ട് ഒരു നൂറു വർഷം മുമ്പ്- മിക്ക കുട്ടികളും സ്കൂളിൽ പോയിരുന്നില്ല. വയലിലോ, ഫാക്ടറികളിലോ പ്രവൃത്തി ചെയ്യുകയായിരുന്നു, കുടുംബങ്ങളെ പോറ്റാൻ. 8 വയസിൽ താഴെ ഉള്ള കുട്ടികളെ 12 മണിക്കൂറിലധികം പ്രവർത്തിപ്പിക്കരുതെന്ന് നിയമനിർമാണം തന്നെ ഉണ്ടായിരുന്നു. ഇലക്ട്രിസിറ്റി കൊണ്ടും മറ്റും പ്രവർത്തിക്കുന്ന, തൊഴിൽ ലാഭിക്കുന്ന യന്ത്രങ്ങൾ കുട്ടികളെ ഈ നരകത്തിൽ നിന്നും രക്ഷപ്പെടുത്തി. സ്കൂളുകളുണ്ടാക്കാനും ടീച്ചർമാരെ നിയമിക്കാനും, ഭൂരിപക്ഷം കുട്ടികൾക്കും വിദ്യാഭ്യാസം നൽകാനും സർക്കാരുകൾക്കു കഴിഞ്ഞു. പക്ഷേ, പുതിയ യന്ത്രങ്ങളെ പ്രവർത്തിപ്പിക്കാൻ സമർഥന്മാരായ എഞ്ചിനീയർമാർ, മെക്കാനിക്കുകൾ, വിദഗ്ധർമാർ എന്നിവർ വേണ്ടിവന്നു. സ്കൂളുകളിൽ വിദഗ്ധ തൊഴിലുകൾ പഠിപ്പിക്കേണ്ടതായും വന്നു. അച്ചടിയും ടൈപ്പ്റൈറ്റിങ്ങും അധ്യാപനവും വെൽഡിങ്ങും ഫിറ്റിങ്ങും മറ്റുമറിയുന്ന പലതരം വിദഗ്ധ തൊഴിലാളികളെ സമൂഹത്തിനാവശ്യം വന്നു.

ജനാധിപത്യത്തിൽ പൗരൻമാർക്കുള്ള ഉത്തരവാദിത്വം വർധിച്ചു വരികയായിരുന്നു. ഇലക്ട്രിസിറ്റിയെ വേണ്ടവിധം ഉപയോഗിക്കണം എന്നുവന്നു. നന്മയ്ക്കാവണം. തിന്മയ്ക്കാവരുതല്ലോ ഇതുപയോഗിക്കുക. എഴുതാനും ചിന്തിക്കാനും, ചർച്ച ചെയ്യാനും, വോട്ടുചെയ്യാനും ജനങ്ങൾക്കറിയണം.

വിദ്യുച്ഛക്തി പുതിയൊരു ലോകമാണ് മുക്കാൽ നൂറ്റാണ്ടിനിടയിൽ സൃഷ്ടിച്ചിരിക്കുന്നത്. 1900-ത്തിലാണ് പൗരന് ഇതൊന്നും ഓർക്കാൻപോലും കഴിയാത്ത പലതും നമുക്കു സാധിച്ചു. എ ഡി 2000-ത്തിൽ എന്തെല്ലാം മാറ്റങ്ങളാണീ ലോകത്തു വിദ്യുച്ഛക്തി ഉളവാക്കുക?

അലാഡിന്റെ ജിന്നിനെപ്പോലെ; എങ്ങനെയാണീ പണിയെല്ലാം വിദ്യുച്ഛക്തി ചെയ്യുന്നത്?

ഇലക്ട്രിക് മോട്ടോറുകളിലെ ഏറ്റവും പ്രധാനമായ ഭാഗങ്ങളിലൊന്ന് വിദ്യുൽകാന്തമാണ്. വസ്തുക്കളെ ആകർഷിക്കാനും, വികർഷിക്കാനും, ചലനമുണ്ടാക്കാനും സഹായിക്കുന്നത് ഈ വിദ്യുൽകാന്തമാണ്. കാന്തം ഇരുമ്പിനെ ആകർഷിക്കുമെന്ന് അറിയാമല്ലോ. ഇവ സ്ഥിരകാന്തങ്ങളാണ്. ഇവയ്ക്ക് കുറെ കാലത്തേക്കെങ്കിലും കാന്തശക്തി ഉണ്ടായിരിക്കും. താൽക്കാലികമായൊരു കാന്തമാണ് വിദ്യുൽകാന്തം.

ഒരു ഇരുമ്പാണിയെടുത്ത് അതിന്റെ ചുറ്റും ഇൻസുലേറ്റു ചെയ്ത കമ്പി പത്തുനൂറു തവണ ചുറ്റുക. ഇതിന്റെ അറ്റങ്ങൾ ഒരു ബാറ്ററിയുമായി ബന്ധിപ്പിക്കുക. ബാറ്ററിയുടെ രണ്ടറ്റങ്ങളും ബന്ധിപ്പിച്ച കമ്പിയിൽക്കൂടി കറന്റുവരുന്നു. ഇതോടുകൂടി ആ കമ്പിച്ചുരുളാകട്ടെ ഒരു കാന്തമായി മാറുന്നു. ചെറിയ ഇരുമ്പുകഷണങ്ങളെ അത് ആകർഷിക്കുന്നു. പെട്ടെന്ന് ഒരറ്റം ബാറ്ററിയിൽ നിന്ന് വിടർത്തിയാൽ അതോടെ കമ്പിച്ചുരുളിന് കാന്തശക്തി ഇല്ലാതാവുകയും ചെയ്യുന്നു. ഇരുമ്പു കഷണങ്ങൾ പിന്നെ അവിടെ പറ്റിപ്പിടിച്ചു നിൽക്കുന്നില്ല. കമ്പിയിൽക്കൂടി കറന്റു പോകുമ്പോൾ മാത്രമാണ് ഇത് കാന്തമായി പ്രവർത്തിക്കുന്നത് എന്നർഥം. ബാറ്ററിയുമായി ബന്ധപ്പെടുത്തിയോ ബന്ധം വിടുത്തിയോ കാന്തത്തിനെ നിയന്ത്രിക്കാൻ നമുക്ക് കഴിയും.

പക്ഷെ, ബാറ്ററിയുടെ ബന്ധം അകറ്റാനും മറ്റും എപ്പോഴും കമ്പി പിടിച്ചുവലിക്കാൻ പറ്റില്ലല്ലോ. അതിനാണ് സ്വിച്ചുകൾ ഉപയോഗിക്കുന്നത്.

ഇലക്ട്രോമാഗ്നറ്റുകൊണ്ട് എന്തുചെയ്യാം?

ടെലഗ്രാഫ്(കമ്പി) കണ്ടുപിടിച്ചത് സാമുവൽ മോഴ്സ് ആണ്. സന്ദേശങ്ങളയയ്ക്കാൻ ഇലക്ട്രോമാഗ്നറ്റ് ഉപയോഗിക്കാമെന്നദ്ദേഹം കണ്ടുപിടിച്ചു 1837-ൽ. ഒരു കെട്ടിടത്തിൽ ഇലക്ട്രോമാഗ്നറ്റ് വച്ചു. അതിൽക്കൂടി കറന്റുപോകുമ്പോൾ ഒരു ഇരുമ്പുവടിയെ അതാകർഷിക്കുന്നു. വടി നീങ്ങി കാന്തത്തിൽ തട്ടുമ്പോൾ അതൊരു ശബ്ദമുണ്ടാക്കി. കാന്തശക്തി ഇല്ലാതായപ്പോൾ ഒരു സ്പ്രിങ്ങതിനെ പിടിച്ചു വലിച്ചു- അപ്പോഴും ഒരു ശബ്ദമുണ്ടാക്കി. ഇതുമായി ബന്ധപ്പെട്ടൊരു കമ്പി 0.4 കി.മി. അകലെവരെ മോഴ്സ് കമ്പിക്കാലുയർത്തി വേറൊരു കെട്ടിടത്തിലേക്ക് കൊണ്ടു

പോയി. അവിടെ ഒരു സ്വിച്ചും ബാറ്ററിയും വച്ചു. എന്നിട്ടവിടെയുള്ള വിദ്യുൽകാന്തത്തെ മോഴ്സിന് പ്രവർത്തിപ്പിക്കാൻ കഴിഞ്ഞു. കുത്തുകളുടെയും വരകളുടെയും അടിസ്ഥാനത്തിൽ, അവിടെയുള്ള കാന്തത്തിനെ അദ്ദേഹം പ്രവർത്തിപ്പിച്ചു. 1843-ൽ ഇതുപയോഗിച്ച് ഒരു സന്ദേശമയയ്ക്കാനും മോഴ്സിന് കഴിഞ്ഞു. ഇന്ന് കമ്പിസന്ദേശങ്ങൾ എല്ലാ വൻകരകളേയും തമ്മിൽതമ്മിൽ ബന്ധിപ്പിക്കുന്നു.

ഒരു ഇലക്ട്രിക് ബല്ലടിക്കുമ്പോഴും ഇലക്ട്രോമാഗ്നറ്റിന്റെ പ്രവർത്തനമാണ്. ബട്ടൺ അമർത്തുമ്പോൾ അതൊരുതരം സ്വിച്ചാണ് - കറന്റ് പ്രവഹിക്കുകയും വിദ്യുൽകാന്തം ഒരു ഇരുമ്പുഹാമറിനെ പിടിച്ചുവലിക്കുകയും ഒരു ശബ്ദം കേൾക്കുകയും(ഹാമർ ചെന്നൊരു ലോഹവട്ടത്തിന്മേലാണടിക്കുന്നത്) വിരലെടുക്കുമ്പോൾ ഹാമർ അനങ്ങുന്നതു നിൽക്കുകയും ചെയ്യുന്നു.

ഇലക്ട്രിക് മോട്ടോറും ഇലക്ട്രോമാഗ്നറ്റിന്റെ പ്രവർത്തനഫലമായാണ്. ഒരു പങ്ക തിരിക്കുമ്പോൾ, ഒരു പമ്പു പ്രവർത്തിക്കുമ്പോൾ, ഒരു കാർ സ്റ്റാർട്ടാക്കുമ്പോൾ ഇലക്ട്രോമാഗ്നറ്റുകൾ നിങ്ങൾക്കു വേണ്ടി പ്രവർത്തിക്കുകയാണ് ചെയ്യുന്നത്.

ചൂടുണ്ടാക്കുന്നതിനും വിദ്യുച്ഛക്തി ഉപയോഗിക്കുന്നു. ഇലക്ട്രിക് ഹീറ്ററെടുക്കുക. അതിൽക്കൂടി കറന്റ് വിടുമ്പോൾ അതു ചൂടാവുന്നു. ഹീറ്ററുകളിൽ ചില പ്രത്യേകതരം കമ്പികൾ ഉപയോഗിക്കുന്നു. ചെമ്പുകമ്പി ഇതിനുപറ്റില്ല- കാരണം, അതിൽക്കൂടി വിദ്യുച്ഛക്തി എളുപ്പം കടന്നുപോകും. അതിനാൽ അത് ചൂടാവുകയില്ല. പക്ഷെ, ചൂടാക്കാനതുപോരാ.

കറന്റ് പോകുമ്പോഴെങ്ങനെയാണത് ചൂടാവുന്നത്? ചൂട്, മോളിക്യൂളുകളുടെ ചലനമാണെന്ന് മുമ്പ് പറഞ്ഞുവല്ലോ. ഒരു കമ്പിയിൽക്കൂടി ഇലക്ട്രോണുകൾ പോകുന്നതാണല്ലോ ഇലക്ട്രിസിറ്റി. കമ്പിയിൽക്കൂടി ഇലക്ട്രോണുകൾ പോകുമ്പോൾ അവ മോളിക്യൂളുകളെ ചെന്നു മുട്ടുന്നു-അവയെ കൂടുതൽ വേഗം ചലിക്കാനതു സഹായിക്കും. ഇങ്ങനെ മോളിക്യൂളുകൾ കൂടുതൽ വേഗം ചലിക്കുമ്പോഴാണ് ചൂടുണ്ടാവുന്നത്.

ഒരു ഇലക്ട്രിക് ഹീറ്ററുണ്ടാക്കുന്നതെങ്ങനെ? ലളിതമാണക്കാര്യം. ഒരു കമ്പിയിൽക്കൂടി കറന്റ് വിടുക. ഏതുതരം കമ്പി?

ഇരുമ്പുമതി- പക്ഷെ, വളരെ ചൂടാക്കിയാൽ അതധികകാലം നിലനിൽക്കില്ല. അതു വേഗം പൊട്ടും; ഇടയ്ക്കിടെ കമ്പി മാറ്റേണ്ടിവരും. 'നിക്രോം' എന്ന വസ്തുവാണ് കമ്പികളുണ്ടാക്കാനുപയോഗിക്കുക. നിക്കലും, ക്രോമിയവും ചേർന്ന ഒരു മിശ്രിതമാണിത്. വേണ്ടത്ര ചൂടുണ്ടാവണമെങ്കിൽ നേരിയ കമ്പിക്ക് കൂടുതൽ നീളം വേണം. നീളമുള്ള കമ്പിയെ കുറച്ചു സ്ഥലത്തൊതുക്കി നിർത്തുന്നത് അതിനെ കമ്പിച്ചുരുളാക്കിയിട്ടാണ്.

ഇലക്ട്രിക് ഇസ്തിരിപ്പെട്ടികൾ, ഹീറ്ററുകൾ, സ്റ്റൗ ഇവയിലെല്ലാം, ഇത്തരം കമ്പികളാണ് ഉപയോഗിക്കുന്നത്. ഇസ്തിരിപ്പെട്ടിയിൽ ചുറ്റുമുള്ള പെട്ടിയെ ചൂടാക്കത്തക്കവണ്ണം അകത്താണ് കമ്പികളുള്ളത്.

വിളക്കുകളെ പ്രകാശിപ്പിക്കുന്നതും വൈദ്യുതക്കമ്പികളാണ്. 1841 മുതൽക്കേ, വിളക്കുകളിൽ കമ്പികൾ ഉപയോഗിക്കാൻ തുടങ്ങിയിരുന്നു. ചിലതരം കമ്പികളിൽ വേണ്ടത്ര കറന്റ് പ്രവഹിക്കുകയാണെങ്കിൽ, കമ്പി ചുട്ടുപഴുത്ത് പ്രകാശിക്കാൻ തുടങ്ങുന്നു. എന്നാൽ ഇതിന് ചില പ്രായോഗിക വിഷമതകൾ ഉണ്ടായി. ചുട്ടുപഴുത്ത ഒരു കമ്പി കത്തിയെരിയാനിടയുണ്ടല്ലോ. എല്ലാ ലോഹങ്ങളും അത്രയും ചൂടായാൽ ഭസ്മമാവും. എന്നാലിങ്ങനെ കത്തിച്ചാമ്പലാവാൻ സമ്മതിച്ചാൽ ഓരോ പ്രാവശ്യവും ഓരോ ബൾബുപയോഗിക്കേണ്ടി വരും. കത്താൻ ഓക്സിജൻ വേണം. അതുകൊണ്ട് ഓക്സിജനില്ലാത്ത ഒരു ബൾബിനകത്ത് ഈ കമ്പി വച്ചാൽ, അതിൽക്കൂടി വിദ്യുച്ഛക്തി പോകുമ്പോൾ, അതു കത്തില്ല; ജ്വലിക്കുക മാത്രമേ ചെയ്യൂ.

എന്നാലതാ മറ്റൊരു വിഘ്നം. കൂടുതൽ ചൂടായാൽ കമ്പി ഉരുകും. അധികം ചൂടായാൽ മാത്രമേ നല്ല വെളിച്ചം കിട്ടുകയുള്ളൂ എന്ന് ശാസ്ത്രജ്ഞന്മാർ പറയുന്നു. അത്രയും ചൂടാവാതിരുന്നാൽ മങ്ങിയ ചുവന്ന വെളിച്ചമാണ്. തെളിഞ്ഞ വെളിച്ചമല്ല ലഭിക്കുക. കൂടുതൽ ചൂടായാൽ കൂടുതൽ വെളിച്ചവും കിട്ടും. അതിനായി, എത്ര ചൂടായാലും ഉരുകാത്ത വസ്തുക്കളെപ്പറ്റിയായി അന്വേഷണം. പ്രകൃതിയിലിവ ദുർലഭമാണ്. ചില ലോഹങ്ങളെ ഇതിനു ഉപയോഗിക്കാമെന്നുവന്നു. ഒരു പാത്രത്തിൽ നിന്നു വെള്ളം ബാഷ്പീകരിക്കുംപോലെ, ലോഹത്തിലെ മോളിക്യൂളുകൾ ചൂടാക്കുമ്പോൾ ചാടിക്കുതറും. ലോഹം വാസ്തവ

ത്തിൽ അത്ര ചൂടായാൽ ബൾബിനകത്തു വച്ചുതന്നെ ആവിയാവും. കുറച്ചുമിനിറ്റുകൾക്കകം കമ്പി വണ്ണംകുറയുകയും പൊട്ടുകയും ചെയ്യും.

തോമസ് എഡിസനല്ല വാസ്തവത്തിൽ ഇലക്ട്രിക് ലൈറ്റ് കണ്ടുപിടിച്ചതെങ്കിലും, ഇലക്ട്രിക് ലൈറ്റ് ഉപയോഗിക്കാൻ പറ്റിയ ഒരു കമ്പി കണ്ടുപിടിച്ചത് അദ്ദേഹം ആയതുകൊണ്ടാണ് എഡിസന് ആ കീർത്തി ലഭിച്ചത്. ഒരു മുളയുടെ ആര് കത്തിച്ച് ആ കരിയാണ് ഇലക്ട്രിക് കമ്പിയായി ബൾബിൽ എഡിസനുപയോഗിച്ചതത്രേ. വളരെ മണിക്കൂറുകളോളം കത്തിജ്വലിച്ചതിനുശേഷം മാത്രമേ ഈ 'കരിക്കമ്പി' പൊട്ടിയുള്ളൂ.

എഡിസന്റെ കാലത്തിനുശേഷം ഇലക്ട്രിക് ലൈറ്റിൽ പല പരിഷ്കാരങ്ങളും വന്നു. ഏറ്റവും പ്രധാനം ജ്വലിക്കുന്ന കമ്പികളിൽ ടങ്സ്റ്റൻ എന്ന ലോഹം ഉപയോഗിക്കലാണ്. ഇത് കൂടുതൽ പ്രകാശമുള്ള വെളിച്ചവും തരുന്നു.

1890-ലാണ് യൂറോപ്പിലും അമേരിക്കയിലും വീടുകളിൽ ഇക്ട്രിസിറ്റി ഉപയോഗിക്കുവാൻ തുടങ്ങിയത്. ആദ്യം ലൈറ്റിനു മാത്രം, പിന്നീട് അലക്കാനും, റൊട്ടി ചൂടാക്കാനും, വെള്ളം ചൂടാക്കനും, തറയടിച്ചുവാരാനും മറ്റും അതുപയോഗിക്കാൻ തുടങ്ങി. എന്നാൽ റേഡിയോ, ടെലിവിഷൻ, ടെലഫോൺ എന്നിവ പിന്നീടാണ് വന്നത്. ഇവയെപ്പറ്റി മനസിലാക്കുന്നതിന് ശബ്ദത്തെപ്പറ്റി ചിലതെല്ലാം അറിയണം. ശബ്ദം നാഗരികതയിൽ വരുത്തിയ മാറ്റത്തെപ്പറ്റിയും പലതും അറിയാനുണ്ട്.

റേഡിയോ ആക്റ്റിവിറ്റി

ഭൂമിയിൽനിന്ന് ചന്ദ്രനിലേക്ക് റോക്കറ്റുകളിൽക്കൂടി പലതും വിട്ടിരിക്കുകയാണ്. ഇന്നതിലത്ര പുതുമയൊന്നുമില്ല. എന്നാൽ 1951 ൽ ചന്ദ്രനിലേക്ക് ഒരു റേഡിയോ സിഗ്നലയച്ചത് വലിയ അത്ഭുതമായിരുന്നു. അവിടെനിന്ന് മടങ്ങിവന്ന സിഗ്നലിനെ $2\,^1/_2$ സെക്കൻഡിനുശേഷം റിസീവ് ചെയ്തു. റേഡിയോ തരംഗം ചന്ദ്രനിലെത്തി, അവിടെനിന്ന് ഇങ്ങോട്ട് പ്രതിഫലിച്ചതാണ്. പറയുന്നതിനു മുമ്പുതന്നെ അതു മടങ്ങി. 8 ലക്ഷം കി.മി. ആണ് $2\,^1/_2$ സെക്കൻഡിൽ ആ തരംഗം സഞ്ചരിച്ചത്. റേഡിയോ തരംഗത്തിന്റെ വേഗം അളന്നതോടുകൂടി അത് പ്രകാശതരംഗത്തിന് തുല്യമാണെന്നറിഞ്ഞു. സെക്കൻഡിൽ 2,99,460 കിലോമീറ്റർ.

റേഡിയോ തരംഗങ്ങളുടെ ഈ വേഗം ശാസ്ത്രജ്ഞന്മാരെ ഒട്ടും അമ്പരിപ്പിച്ചില്ലത്രേ. വെളിച്ചത്തിന്റെ വേഗമുണ്ടതിനെന്നു അരനൂറ്റാണ്ടുമുമ്പേ അവർക്കറിയാമായിരുന്നു. റേഡിയയോ തരംഗവും പ്രകാശതരംഗവും രണ്ടും ഒരേ വിധമാണ്– ഗൗരവത്തിൽ മാത്രമാണ് വ്യത്യാസമുള്ളത്.

ജലാശയത്തിൽ വെള്ളത്തിന്റെ ഒരു അലയടിക്കുന്നത് നോക്കൂ. ഒരു കല്ലെറിയുമ്പോൾ, അവിടെ നിന്ന് അലകൾ പുറത്തേക്ക് നീങ്ങുന്നു.കുറച്ചുകഴിഞ്ഞാൽ കാറ്റത്തും അലകളുണ്ടാവുന്നു. അപ്പോഴേക്കും ഒരു തോണി വരുന്നു. അപ്പോഴുമുണ്ടാ

കുന്നു അലകൾ. തരംഗങ്ങളെല്ലാം കരയെ ലാക്കാക്കിയാണ് പോകുന്നത്. ഇങ്ങനെ പല കാരണങ്ങൾ കൊണ്ടാണ് അലയടിക്കുന്നതെങ്കിലും, അവയെല്ലാം മിക്കവാറും ഒരേ വിധമാണ്. കാഴ്ചയിൽ വ്യത്യസമുണ്ടാവും. തരംഗനീളം നോക്കിയാണ് ശാസ്ത്രജ്ഞന്മാർ അലകളെ അളക്കുന്നത്. ഒരു തരംഗത്തിന്റെ ശിഖരത്തിൽ നിന്ന് തൊട്ടടുത്ത തരംഗത്തിന്റെ ശിഖരത്തിലേക്കുള്ള നീണമാണ് തരംഗനീളം. അങ്ങനെ നോക്കിയാൽ ബോട്ടുകൾ ഉണ്ടാക്കുന്ന അലകൾക്ക് തരംഗനീളം കൂടുതലാണ്— ഒരു കല്ലിട്ടാലുണ്ടാകുന്ന അലയുടെ തരംഗനീളം കുറവുമാണ്.

പ്രകാശതരംഗത്തിലും, വെള്ളത്തിലെ അലകളിലെന്നപോലെ, എന്തോ ചിലത് മേൽപ്പോട്ടും കീഴ്പ്പോട്ടും ചലിക്കുന്നു. അത് വെള്ളമല്ല, വായുവല്ല. ആർക്കും അറിയാവുന്നതുമല്ല. എന്തോ രഹസ്യവസ്തു. പ്രകാശതരംഗത്തിന്റെ സ്വഭാവമെന്തെന്ന് ശാസ്ത്രജ്ഞന്മാർക്കുപോലും ഇതുവരെ വെളിവായിട്ടില്ല. തൽക്കാലം അതൊരു രഹസ്യമായിരിക്കട്ടെ. പക്ഷെ, അൽപ്പം ചിലത് മനസിലാക്കാം. വെള്ളത്തിലെ അലകൾപോലെയാണതെന്ന് പറയാം. പ്രകാശം ഒരു വിദ്യുത്കാന്ത തരംഗമാണെന്ന് ശാസ്ത്രജ്ഞന്മാർ പറയുന്നു.

എന്നാൽ വെളിച്ചത്തിന്റെ എല്ലാ തരംഗങ്ങൾക്കും(വെള്ളത്തിന്റെ അലകളിലെ തരംഗനീളത്തെപ്പറ്റി പറഞ്ഞപോലെ) ഒരേ നീളമല്ല. ചുവന്നതും, പച്ചയും, മഞ്ഞയും, നീലയുമായ പ്രകാശതരംഗങ്ങളുണ്ട്. വേറെയും. ഓരോ വർണവും വേറെവേറെ തന്നെ തോന്നുന്നു- കാരണം, ഓരോന്നിന്റെയും തരംഗനീളത്തിൽ വ്യത്യാസമുണ്ടെന്നതു തന്നെ. ചുവന്നതിനാണ് ഏറ്റവും കൂടുതൽ തരംഗനീളം (3/25,000 ഇഞ്ച്). ഏറ്റവും തരംഗനീളം കുറവ് വയലറ്റിനും (4/25,000 ഇഞ്ച്). കാണാൻ കഴിയാത്ത പ്രകാശതരംഗങ്ങളുമുണ്ട്. ചുവപ്പിനേക്കാൾ നീളംകൂടിയ തരംഗങ്ങളെ ഇൻഫ്രാറെഡ് രശ്മികളെന്നും വയലറ്റിനേക്കാൾ നീളം കുറഞ്ഞവയെ അൾട്രാവയലറ്റ് രശ്മികളെന്നും വിളിക്കുന്നു. കാണാൻ കഴിയാത്ത പ്രകാശതരംഗങ്ങളെപ്പോലെയാണവ. റഡാർ തരംഗങ്ങൾക്ക് നീളം കുറവും പ്രക്ഷേപണം ചെയ്യുന്ന റേഡിയോത

രംഗങ്ങൾക്ക് നീളം വളരെ അധികവുമായിരിക്കും.

അൾട്രാവയലറ്റിനേക്കാൾ ദൈർഘ്യം കുറഞ്ഞതാണ് എക്സ്റേ. ഇതിനേക്കാൾ ചെറുതാണ് റേഡിയോ ആക്റ്റിവിറ്റിയുള്ള വസ്തുക്കളിൽ നിന്ന് പ്രസരിക്കുന്ന ഗാമാരശ്മികൾ. ഇവയേക്കാൾ നീളം കുറവാണ് ബാഹ്യാകാശത്തിൽ നിന്നു വരുന്ന കോസ്മിക് രശ്മികൾക്ക്.

200 വർഷം മുമ്പ്, ഇത്തരം പ്രകാശതരംഗങ്ങളെപ്പറ്റി യാതൊരു അറിവുമുണ്ടായിരുന്നില്ല. കണ്ണുകൊണ്ട് കാണാത്ത തരംഗചലനങ്ങളെ എങ്ങനെയാണ് മനുഷ്യൻ കണ്ടുപിടിച്ചത്.

മഴവില്ലിന്റെ സുന്ദരവർണങ്ങൾ നാം കാണുന്നു. ആ വർണങ്ങളെപ്പറ്റി സശ്രദ്ധം പഠനം നടത്തിയപ്പോൾ, ചുവപ്പു മുതൽ വയലറ്റുവരെ ക്രമമായങ്ങനെ പല വർണങ്ങളും കാണുന്നു. വില്ലിന്റെ അകത്താണ് വയലറ്റ്, പുറത്താണ് ചുവപ്പ്. മഴവില്ലിലിങ്ങനെ സപ്തവർണങ്ങളും കാണുന്നതിനെയാണ് സ്പെക്ട്രമെന്നു പറയുന്നത്.

ത്രികോണാകൃതിയിലുള്ളൊരു സ്ഫടികപ്രിസമുപയോഗിച്ച് സ്പെക്ട്രത്തെപ്പറ്റി പഠിക്കാം. ഒരു കിരണാവലി പ്രസത്തിൽക്കൂടി പോയാൽ, അതിന്റെ ഗതി വളയുന്നു. അതിന്റെ മറുവശത്ത്, മഴവില്ലെന്നപോലെ, സ്പെക്ട്രവും രൂപംകൊള്ളുന്നു.

പല വർണങ്ങളുടേയും ഒരു മിശ്രമാണ് വെളിച്ചം എന്ന് ഇതിൽ നിന്നും തെളിയുന്നു. ഓരോ വർണത്തിലുമുണ്ടാവുന്ന വളവ് ഓരോ വിധമാണ് - പ്രസത്തിലൂടെയുള്ള യാത്രയിൽ. പ്രിസം വർണങ്ങളെ വേർതിരിക്കുന്നു. അതിലെന്തെല്ലാം നിറങ്ങളുണ്ടെന്ന് സ്പെക്ട്രം പരിശോധിച്ചാലറിയാം.

1880-ൽ ബ്രിട്ടീഷ് ശാസ്ത്രജ്ഞനായ വില്യം ഹർഷൽ ഒരു പരിശോധന നടത്തി: ഈ വർണങ്ങൾ, വസ്തുക്കളെ ചൂടാക്കുന്നുണ്ടോ? വയലറ്റ് ഭാഗത്ത് ഒരു തെർമോമീറ്റർ വച്ചുനോക്കി - ചെറിയ ചൂടനുഭവപ്പെട്ടു. സ്പെക്ട്രത്തിന്റെ മുകളിലേക്ക് പോകുംതോറും, ഓരോ വർണത്തിലും ചൂട് കൂടിക്കൂടി വരുന്നതായി കണ്ടു. അവസാനം ചുവന്ന വർണം കാണില്ലെങ്കിലും അതിന്റെ തൊട്ടടുത്ത് തെർമോമീറ്റർ വച്ചപ്പോൾ ഏറ്റവുമധികം ചൂടനുഭവ

പ്പെട്ടു. കാണാൻവയ്യാത്ത പ്രകാശരശ്മികളാണീ ചൂടുണ്ടാക്കിയിരുന്നത്. അവയ്ക്ക് ഇൻഫ്രാറെഡ് എന്ന് പേരും കൊടുത്തു.

ഇൻഫ്രാറെഡ് രശ്മികളാണ് വെളിച്ചത്തിൽ, കൂടുതൽ ചൂടുണ്ടാക്കുന്നത്. ഇവയില്ലെങ്കിൽ ഭൂമി തണുത്തു മരവിച്ചേനെ. തീയുടെ അരികിലെത്തുമ്പോൾ നേരിടുന്ന ചൂട് തീജ്വാലയിൽ നിന്നുണ്ടാവുന്ന ഇൻഫ്രാറെഡ് രശ്മികളിൽ നിന്നാണ്. സെക്കൻഡിൽ 2,99460 കി.മി. വേഗത്തിലാണീ ഇൻഫ്രാറെഡ് രശ്മികൾ ചർമത്തിൽ വന്നു തട്ടുന്നത്. ഇൻഫ്രാറെഡ് 'കുക്കർ' പോലും ഇന്നുണ്ടാക്കിയിരിക്കുന്നു. ഒരു ചൂടുള്ള ഒരു ഇലക്ട്രിക് കമ്പിയിലൂടെ കാണാൻ വയ്യാത്ത ഇൻഫ്രാറെഡ് രശ്മികളാണ് കുക്കറിലെ മാംസത്തെ വേവിക്കുക. ചിലപ്പോളിവ മാംസത്തിലേക്ക് വല്ലാതെ കടന്ന് മാംസത്തിന്റെ സ്വാദിനു തന്നെ വ്യത്യാസമുണ്ടാക്കുന്നു.

സാധാരണ രശ്മികളേക്കാളധികം ദൂരം ഇവയ്ക്ക് തുളച്ചു കയറാമെന്നതുകൊണ്ട്, അകലെയുള്ള വസ്തുക്കളെ ഫോട്ടോ എടുക്കുന്നതിന് ഇത് ഉപയോഗിക്കുന്നു. 48-72 കി.മി. അകലെയുള്ള ഒരു വസ്തുവിന്റെ ഫോട്ടോ എടുക്കാൻ ക്യാമറയുടെ മീതെ ഒരു പ്രത്യേക ഫിൽറ്റർ ഇടുകയും, ഇൻഫ്രാറെഡ് രശ്മികളെക്കൊണ്ട് ഫോട്ടോ എടുക്കുകയുമാണ് ചെയ്യുന്നത്. മൂടൽമഞ്ഞിൽ ഫോട്ടോ എടുക്കാനും ഈ രശ്മികൾ ഉപയോഗിക്കാമത്രേ.

റേഡിയേഷൻ എന്ന പേര് എവിടെ നിന്നാണുണ്ടായത്?

ചുറ്റുമുള്ള വായുവിലേക്കും ഇതര വസ്തുക്കളിലേക്കും ചൂടിനെ ഇൻഫ്രാറെഡ് രശ്മികൾ പ്രസരിപ്പിക്കുന്നു. പക്ഷേ, ഈ റേഡിയേഷൻ കാണാൻ കഴിയില്ല. ചൂടിന്റെ ഫലങ്ങൾ അനുഭവിക്കാനേ കഴിയൂ - ത്വക്കിൽ തട്ടുമ്പോൾ.

രാത്രി അക്കലയുള്ള വസ്തുക്കളെ കാണുവാൻ സൈനികർ പ്രത്യേകമായ ഇൻഫ്രാറെഡ് ഉപകരണം(Snooperscope) ഉപയോഗിക്കുന്നു. ടാങ്കിൽനിന്നും ലോറികളിൽ നിന്നും വരുന്ന ഇൻഫ്രാറെഡ് രശ്മികളെ ഇവ പ്രതിഫലിപ്പിക്കുന്നതിൽ നിന്ന് അകലത്തുള്ള ഇത്തരം വസ്തുക്കളെ തിരിച്ചറിയാൻ കഴിയും.

റേഡിയോ തരംഗങ്ങൾക്ക് തരംഗനീളം കൂടിയിരിക്കുമെന്ന് പറഞ്ഞുവല്ലോ. റേഡിയോ തരംഗങ്ങളേക്കാൾ വളരെ നീളം കുറവാണ് ഇൻഫ്രാറെഡ് തരംഗങ്ങൾക്ക്. ഇവയ്ക്കിടയിലാണ് രണ്ടിന്റേയും ഗുണങ്ങളുള്ള തരംഗങ്ങളുള്ളത്. പ്രത്യേകം റേഡിയോ ട്രാൻസ്മിറ്ററുകളിലാണ് ഇവയുണ്ടാക്കുന്നത്. ഘനവസ്തുവിൽക്കൂടി- റേഡിയോ തരംഗങ്ങളെപ്പോലെ-ഇവയ്ക്ക് കടക്കാം. പക്ഷേ, ഇൻഫ്രാറെഡ് രശ്മികളെപ്പോലെ അടുത്തായതിനാൽ, അവ ചൂടുണ്ടാക്കുന്നു.

ഡയാതെർമി എന്നുപേരുള്ള ത്വക്ചികിത്സയിൽ ഇത്തരം തരംഗങ്ങളെ ഡോക്ടർമാർ ഉപയോഗിക്കുന്നു. ഈ തരംഗങ്ങൾ ചർമത്തിൽക്കൂടി പോകുമ്പോൾ, ആ വഴി ചൂടുണ്ടാകുന്നു. അവിടെയുള്ള മോളിക്യൂളുകൾ ചൂടാവുന്നു.

അകത്തുള്ള അവയവത്തിന് ചൂടാവശ്യമുള്ളപ്പോൾ ഈ രശ്മികളാണ് നല്ലത്. പുറത്തെത്ര ചൂടാക്കിയാലും അത് അകത്തുകേറാൻ വളരെ സമയം പിടിക്കുമല്ലോ. ഡയാതെർമി യന്ത്രങ്ങളെക്കൊണ്ട് ഒരു ഡോക്ടർക്ക് ശരീരം മുഴുവൻ ചൂടാക്കി കൃത്രിമമായ പനിയുണ്ടാക്കാൻ കഴിയും. ചില രോഗങ്ങളെ ചികിത്സിക്കാൻ ഇതു വേണമത്രേ.

അൾട്രാവയലറ്റ് രശ്മികളെയും, ഇൻഫ്രാറെഡ് രശ്മികളെപ്പോലെയാണ് കണ്ടുപിടിച്ചത്. പ്രിസത്തിൽ കൂടിവരുന്ന ഒരു സ്പെക്ട്രത്തിന്റെ ഫോട്ടോ എടുക്കുകയാണെങ്കിൽ, കണ്ണുകൊണ്ട് കാണാൻ കഴിയുന്നതിലധികം കാര്യങ്ങൾ കാണാം.

സൂര്യന്റെ ചൂടേറ്റ് നിങ്ങൾക്ക് എപ്പോഴെങ്കിലും പൊള്ളിയിട്ടില്ലെങ്കിലതിനു കാരണം അൾട്രാവയലറ്റ് രശ്മികളാണ്. വെയിലത്തിറങ്ങി നടക്കുമ്പോൾ അവ പല മാറ്റങ്ങളുമുണ്ടാക്കുന്നു. ഇവയിൽ ചിലതു നല്ല മാറ്റങ്ങളാണ്. വിറ്റാമിൻ ഡി ഉണ്ടാക്കാനിതു സഹായിക്കുന്നു. ചെറുപ്പക്കാരുടെ എല്ലുകളുടെ വളർച്ചയ്ക്ക് വിറ്റാമിൻ ഡി ആവശ്യമാണ്. ഡോക്ടർമാർ ചിലപ്പോൾ വെയിൽ കൊള്ളണമെന്ന് പറയുക പതിവുണ്ട്. വളരെ അധികം വെയിൽ കൊള്ളുന്നത് ഗുണമല്ല. ത്വക്കിന് ഹാനിതട്ടുകയും സൂര്യതാപമേറ്റ് ശരീരം പൊള്ളുകയും ചെയ്യും. കൂടുതൽ

അൾട്രാവയലറ്റ് രശ്മി ത്വക്കിനും കണ്ണിനും കേടുവരുത്തും. വേണ്ടവിധമാണെങ്കിൽ ത്വക്കിനാവശ്യമായ വിറ്റാമിൻ ഇതിൽനിന്നു കിട്ടും.

വെയിലത്തു കിടക്കയും പായും വിരിയും മറ്റും ഇട്ടുണക്കുന്നത് നിങ്ങൾ ശ്രദ്ധിച്ചിരിക്കും. അൾട്രാവയലറ്റിന്റെ അണുനാശപ്രവർത്തനമാണിത്. ഷട്പദങ്ങളുടെ മുട്ടകളെ ഇങ്ങനെ കൊല്ലാം. ആശുപത്രികളിലെ ഓപ്പറേഷൻ തിയേറ്ററുകളിൽ അണുനാശത്തിനുള്ള അൾട്രാവയലറ്റ് രശ്മി ഉണ്ടാക്കുന്ന പ്രത്യേകതരം വെളിച്ചങ്ങളാണ് ഉള്ളത്. ചില ഹോട്ടലുകൾ അണുനാശത്തിനായി ഇത്തരം വെളിച്ചമുപയോഗിക്കാറുണ്ട്.

സൂര്യനിൽ നിന്നുള്ള അൾട്രാവയലറ്റ് രശ്മികൾ നമ്മെ അലട്ടാതിരിക്കുന്നത് വായുമണ്ഡലത്തിലൊരു ഓസോൺപടലം ഉള്ളതുകൊണ്ടാണ്. ഈ ഓസോൺപടലം അൾട്രാവയലറ്റ് രശ്മികളെ പിടിച്ചു നിർത്തുന്നു- അൾട്രാവയലറ്റ് രശ്മികൾ ഭൂമിയിലേക്കു വരാതെ നോക്കുന്നത് ഈ ഓസോൺ സ്തരമാണ്.

റേഡിയോ തരംഗങ്ങളിൽ നിന്ന് ഇൻഫ്രാറെഡ് രശ്മികളിലേക്ക് പോകുമ്പോൾ, കാണുന്ന രശ്മികളിൽ നിന്ന് അൾട്രാവയലറ്റിലേക്ക് പോകുമ്പോൾ, തരംഗനീളം വ്യത്യാസപ്പെടുന്നതു കാണാം. തരംഗനീളം കുറയുന്നവയ്ക്കാണ് അധികം ചലനവേഗവും ശക്തിയും. ഇതെങ്ങനെയാണെന്നറിയാൻ വെള്ളത്തിലെ അലകളുമായി താരതമ്യപ്പെടുത്താം. ഒരു നിശ്ചല തടാകത്തിൽ വിരൽകൊണ്ട് ഒന്നിളക്കുക; പിന്നെ വിരൽ എടുത്ത് വീണ്ടും ഇളക്കുക. ഓരോ പ്രാവശ്യവും അലകളവിടെ നിന്ന് ആരംഭിക്കുന്നു.

ഓരോ സെക്കൻഡിലും ഇങ്ങനെ വിരൽവച്ചിളക്കിയാലും രണ്ടുമൂന്നു സെക്കൻഡിടവിട്ട് ഇളക്കിയാലും അലകളുണ്ടാവുമെങ്കിലും രണ്ടാമത്തേതിന്റെ തരംഗനീളം അധികവും; ആദ്യത്തേതിന് തരംഗനീളം കുറവുമായിരിക്കും. ആദ്യത്തേതിനാണ് ചലനശക്തി കൂടുതൽ. തരംഗനീളം കുറയുമ്പോൾ വെള്ളത്തിലെ അലകളുടെ എണ്ണവും വെള്ളത്തിൽ ചലനവും വർധിക്കുന്നു. അങ്ങനെ ശക്തിയും കൂടുന്നു.

മറ്റൊരു നിലയ്ക്ക് പറയാം. തരംഗനീളം കുറയുമ്പോൾ തരംഗങ്ങളുടെ എണ്ണം അധികമാകുന്നു. ഓരോ സെക്കൻഡിലുമുള്ള തരംഗങ്ങളുടെ എണ്ണം-ആവൃത്തി-വർധിക്കുമ്പോൾ, സ്പന്ദനങ്ങൾ കൂടുതലാവുന്നു. അതനുസരിച്ച് തരംഗത്തിന്റെ ശക്തി വർധിക്കുകയും ചെയ്യുന്നു.

അൾട്രാവയലറ്റിനേക്കാൾ ആവൃത്തിയുള്ള തരംഗങ്ങളിലേക്ക് കടക്കുമ്പോൾ നാം എക്സ് റേയിൽ ചെന്നെത്തുന്നു. ഇവ സജീവ വസ്തുക്കളെ നശിപ്പിക്കും. ഒരാളുടെ ഉള്ളിൽക്കൂടി നോക്കാനിത് ഡോക്ടറെ സഹായിക്കുമെങ്കിലും, അധികനേരം എക്സ്റേയിൽ നിൽക്കുന്നത് ആർക്കും നല്ലതല്ല.

എക്സ്റേ വകുപ്പിലെ പ്രവർത്തകന് അധികം രശ്മികൾ തട്ടാതിരിക്കാനായി അയാൾ ഒരു ലെഡ് തിരശ്ശീലയ്ക്ക് പിന്നിൽനിന്നാണ് തന്റെ കൃത്യം നിർവഹിക്കുക. രക്ഷാവൃത്തങ്ങൾക്കപ്പുറം എക്സ്റേ ഉൾക്കൊള്ളാതിരിക്കുകയും വേണം.

എക്സ്റേ യന്ത്രത്തിനും ഫിലിമിനുമിടയിൽ രോഗി നിൽക്കുമ്പോൾ ശരീരത്തിന്റെ ഒരു ഫോട്ടോ ലഭിക്കുന്നു. അസ്ഥിക്ക് മാംസത്തേക്കാൾ കട്ടി കൂടുതലുണ്ടായതുകൊണ്ട് എല്ലുകൾ മാത്രം ഫോട്ടോയിൽ കാണുന്നു.

എക്സ്റേ യന്ത്രത്തിന്റെ ഇലക്ട്രിക് വോൾട്ടേജ് ശക്തിപ്പെടുത്തിയാൽ എക്സ്റേയ്ക്കുള്ള ശക്തി കൂട്ടുവാൻ കഴിയും. 15000 വോൾട്ട് ഉപയോഗിച്ച് ഒരു ദന്തവൈദ്യന് പല്ലിന്റെ ഫോട്ടോ എടുക്കാം. 30000 വോൾട്ടുപയോഗിച്ച് കാലിലെ എല്ലുകളുടെ ഫോട്ടോ എടുക്കാം. എക്സ്റേ യന്ത്രത്തിന്റെ വോൾട്ടേജ് 100,000,000 വോൾട്ടാക്കിയാൽ 12 ഇഞ്ച് കട്ടിയുള്ള ഉരുക്കിനുള്ളിൽ കൂടി തുളച്ചുപോകുന്ന രശ്മികൾ ഉണ്ടാവുമത്രേ. ഒരു കാറിന്റെ എക്സ്റേ ഫോട്ടോ എടുക്കാനും, കാർ തുറക്കാതെ ഓരോ ഭാഗവും കാണിക്കുവാനും ഇതിന് കഴിയും. ഉരുക്കുസാധനങ്ങൾക്കകത്തുള്ള കുറവുകൾ കണ്ടുപിടിക്കാൻ ചെറിയ എക്സ്റേ സെറ്റുകൾ വ്യവസായത്തിൽ ഇന്നുതന്നെ ഉപയോഗിക്കുന്നുണ്ട്.

എലികളിലും ഈച്ചകളിലും എക്സ്റേ എന്തു പരിവർത്തനങ്ങളുണ്ടാക്കുന്നു എന്നതിനെപ്പറ്റി പലരും പരീക്ഷണങ്ങൾ നട

ത്തുന്നുണ്ട്. ജനിച്ച ഉടൻ എലിയെ എക്സ്റേ തട്ടിച്ചാൽ എലിക്കു മാറ്റങ്ങളുണ്ടാകുമെന്നും ഈച്ചകളെ എക്സ്റേ കൊണ്ടഭിഷേകം ചെയ്താൽ, അവയുടെ കുഞ്ഞുങ്ങൾ വ്യത്യാസപ്പെടുമെന്നും കണ്ടിരിക്കുന്നു. കൂടുതൽ കാലുകളോ മറ്റോ ഉണ്ടാവുക, വർണ വ്യത്യാസം വരിക എന്നിവയാണ് സന്തതികളിലുണ്ടാവുന്ന മാറ്റങ്ങൾ. സസ്യങ്ങളിലും കാണാം ഈ മാറ്റങ്ങൾ. പുതിയ ഇനം സസ്യങ്ങൾ, പ്രാണികൾ എന്നിവയെ ഉണ്ടാക്കാൻ എക്സ്റേ രശ്മികളെ ഇങ്ങനെ ശാസ്ത്രജ്ഞന്മാർ ഉപയോഗിക്കുന്നു. ഇത്തരം പുതിയ ഇനം സസ്യങ്ങൾ നമുക്ക് പ്രയോജനപ്പെടും.

എക്സ്റേയേക്കാൾ ശക്തിയുള്ളവയാണ് ഗാമാരശ്മികൾ. റേഡിയത്തിൽ നിന്നുവരുന്ന രശ്മികളെന്ന നിലയ്ക്കാണ് ഇതാദ്യം കണ്ടുപിടിച്ചത്. സാധാരണ എക്സ്റേയേക്കാൾ വേഗത്തിലാണ് വസ്തുക്കളിൽക്കൂടി ഗാമാരശ്മികൾ പോവുക. ജീവികളെ ദ്രോഹിക്കാനുള്ള ശക്തി ഇവയ്ക്ക് കൂടുതലാണ്. ആറ്റം-ഹൈഡ്രജൻ ബോംബുകൾ പൊട്ടുമ്പോൾ, മോളിക്യൂളുകളും, ആറ്റങ്ങളും തകരുന്നതിന്റെ ഫലമായി അവയിൽനിന്ന് ഗാമാതരംഗങ്ങൾ വരികയും, ഇവ റേഡിയോ തരംഗങ്ങളേക്കാൾ ശതലക്ഷക്കണക്കിൽ വേഗത്തിൽ കുതിക്കുകയും ചെയ്യുന്നു. ഈ പ്രസരണത്തിന്റെ ആഘാതം ഒന്നുരണ്ട് സെക്കൻഡുകൾ ഏറ്റാൽമതി – അതും ഒന്നോ രണ്ടോ മൈലുകൾക്കപ്പുറത്തു നിന്ന്– കുറച്ചാഴ്ചകൾക്കോ മാസങ്ങൾക്കിടയിലോ ആളുകൾ മരിക്കാൻ.

എങ്കിലും, ലോകത്തിനെന്തിനുമുണ്ടല്ലോ രണ്ടു വശങ്ങൾ. ഗാമാരശ്മികൾ ആളെ കൊല്ലുമെന്നപോലെത്തന്നെ രോഗശമനത്തിനും അതുപയോഗിക്കാം. ക്യാൻസറിനെ തോൽപ്പിക്കാൻ ആ ഭാഗത്തേക്ക് ഗാമാരശ്മികളെ വിടുന്നു. പുതിയതരം സസ്യ-ജീവികളെയുണ്ടാക്കാനും(എക്സ്റേയെപ്പോലെ) ഗാമാരശ്മികളുപയോഗിക്കാം.

തരംഗങ്ങളുടെ കഥ ഇതോടുകൂടി തീരുന്നില്ല. ഗാമാരശ്മികളേക്കാൾ ശക്തിയുണ്ട് ബാഹ്യാകാശത്തിൽ നിന്നുവരുന്ന, ഒരു പക്ഷേ, നക്ഷത്രങ്ങളിൽ നിന്നുവരുന്ന ഏറ്റവും ശക്തിയുള്ള കോസ്മിക് രശ്മികൾക്ക്. അവ എന്താണെന്നിനിയും കൃത്യമായി പറയാറായിട്ടില്ല. എവിടെ നിന്നാണ് അതുണ്ടാവുന്നത്. ബാഹ്യാ

കാശത്തിൽ നിന്നവ എന്തിനാണ് ഇങ്ങോട്ടു വരുന്നതെന്നും ഇനിയും അറിവായിട്ടില്ല. രാവും പകലും ആകാശത്തിൽ നിന്നവ ഇങ്ങോട്ട് വരുന്നുണ്ട്. പക്ഷേ, ചെറിയ തോതിലായതിനാൽ, വലിയ ദ്രോഹം ചെയ്യുന്നില്ലെന്നു മാത്രം. ആർക്കറിയാം, കോസ്മിക് രശ്മികൾ അകാലവാർധക്യമുണ്ടാക്കുന്നുവെന്ന് പറയുന്നുണ്ട്. പ്രകൃതിയിലുള്ള ചില വികൃതികൾക്കും ഒരുപക്ഷേ ഇതാവാമത്രേ കാരണം. ഈ രശ്മികളെപ്പറ്റി ശാസ്ത്രജ്ഞന്മാർ പഠിക്കുകയും ഇവയുണ്ടാക്കാൻ പറ്റിയ യന്ത്രങ്ങളുണ്ടാക്കുകയുമാണിപ്പോൾ. മോളിക്യൂളുകളെ തകർത്താണ് കോസ്മിക് രശ്മികളുണ്ടാക്കാൻ ശ്രമിക്കുന്നത്. നന്മയ്ക്കോ, തിന്മയ്ക്കോ ഈ അറിവുപയോഗിക്കാം. നന്മയ്ക്കായാൽ നല്ലത്. സയൻസിന്റെ നേട്ടങ്ങളെ മനുഷ്യനെതിരായി ഉപയോഗിക്കാൻ നാമാരും സമ്മതിക്കില്ല.

ജീവൻ

ജീവനുള്ളതും ഇല്ലാത്തതുമായ വസ്തുക്കളുണ്ട്. ജീവനുള്ള വസ്തുക്കളെക്കുറിച്ചുള്ള പഠനമാണ് ജീവശാസ്ത്രം. മനുഷ്യൻ ജീവനുള്ളതാണ്. സസ്യങ്ങൾക്കും ജീവനുണ്ട്. അമീബ എന്ന ജീവിക്ക് ശരീരത്തിൽ ഒറ്റ സെൽ മാത്രമേ ഉള്ളൂ. ജീവികൾ കടലിലും വായുവിലും മണ്ണിലും മലയിലുമെല്ലാമുണ്ട്.

മനുഷ്യൻ പലതിലും മറ്റുജീവികളെ അനുകരിക്കുന്നുണ്ട് എന്നകാര്യം നിങ്ങൾ ശ്രദ്ധിച്ചിട്ടുണ്ടോ? മൽസ്യത്തെ നോക്കിയാണ് തോണിയും കപ്പലും ഉണ്ടാക്കിയത്. പക്ഷിയെ നോക്കിയാണ് വിമാനം ഉണ്ടാക്കിയത്. മരത്തിനെ നോക്കിയാണ് വീടുണ്ടാക്കിയത്. മൽസ്യത്തിന് ജലജീവിതത്തിനു വേണ്ട ചില പ്രത്യേകതകൾ ഉണ്ടെന്ന് മനുഷ്യൻ മനസിലാക്കി. കരയിൽ മരങ്ങൾ എങ്ങനെ വേരൂന്നി നിൽക്കുന്നു എന്നും കണ്ടു. ആകാശത്തിൽ പക്ഷികൾക്ക് പാറിക്കളിക്കാൻ എന്തെല്ലാം അവയവങ്ങളുണ്ടെന്നും മനുഷ്യൻ പഠിച്ചു. അതിന്റെയൊക്കെ ഫലമാണ് പലതും പുതുതായി ഉണ്ടാക്കിയത്.

വീടും മരവുമായിട്ടെന്തു ബന്ധം എന്നു നിങ്ങൾ ചോദിക്കുമായിരിക്കും, ഇല്ലേ? വേരുകളാണ് മരത്തെ ഭൂമിയിൽ ഉറപ്പിച്ചു നിറുത്തുന്നത്. അവയെ കാണാനില്ലെങ്കിലും. അതുപോലെയാണ് വീടിന്റെ അടിത്തറയും. മരം മുകളിലേക്ക് വളരുന്നു. വീട് അടി

ത്തറയിൽനിന്ന് മേൽപ്പോട്ടുയരുന്നു. മരത്തിൽ ഇലകളുണ്ട്. പ്രകാശം സ്വീകരിക്കാൻ. വീടിന് വാതിലും ജനലുമുണ്ട്- കാറ്റും വെളിച്ചവും കടക്കാൻ. വേരുകളിൽക്കൂടിയും തടിയിൽക്കൂടിയും വെള്ളം സസ്യത്തിന്റെ മുകളിലേക്കെത്തുന്നു. വെള്ളപ്പൈപ്പുകളാണ് വീടിന്റെ മുകളിൽ വെള്ളം എത്തിക്കുന്നത്.

പക്ഷേ, ഇതൊക്കെയായാലും ജീവനുള്ളവയും ഇല്ലാത്തവയുമായ വസ്തുക്കൾ തമ്മിൽ പല വ്യത്യാസങ്ങളുമുണ്ട്.

കപ്പൽ നീങ്ങുന്നതും മൽസ്യം ചലിക്കുന്നതും നോക്കുക. മനുഷ്യനാണ് കപ്പലോടിക്കുന്നത്. മൽസ്യം സ്വമേധയാ ചലിക്കുന്നു. സ്വയം ചലിക്കാനുള്ള കഴിവുണ്ട് ജീവികൾക്ക്.

ഒരു വിമാനം വളരുമോ? നേരെമറിച്ച് ഒരു പക്ഷി വളരുന്നു.

അപ്പോൾ നിങ്ങൾ പറയും, വീടും വലുതാക്കാമല്ലോ എന്ന്. ശരി തന്നെ. പക്ഷേ മനുഷ്യനാണ് വീടു കെട്ടി ഉയർത്തുന്നത്. അവനുണ്ടാക്കിയ സാധനങ്ങൾ കൊണ്ട്. ഇതും വലിയൊരു വ്യത്യാസമാണ്.

പക്ഷികൾ മുട്ടയിടുന്നു. അവ വിരിഞ്ഞ് പുതിയ പക്ഷിക്കുഞ്ഞുങ്ങളുണ്ടാവുന്നു. മരത്തിൽ പൂക്കളും കായും, കായ്ക്കകത്ത് വിത്തും ഉണ്ടാവുന്നു. ഈ വിത്ത് വീണ്ടും മുളയ്ക്കുന്നു. എന്നാൽ കപ്പലും വിമാനവും വീടും, മനുഷ്യനുണ്ടാക്കുന്നത്, അല്ലേ? സ്വയം പുനരുൽപ്പാദിപ്പിക്കാനുള്ള കഴിവ് ജീവികൾക്കു മാത്രമേ ഉള്ളൂ. ജീവനില്ലാത്തവയ്ക്കില്ല. സംശയം തോന്നുന്നുണ്ടെങ്കിൽ ഒന്നുകൂടി ആലോചിച്ചു നോക്കൂ.

വേറൊരു പ്രത്യേകത ജീവികൾക്കുള്ളത് സംവേദനമാണ്. മരം, പ്രകാശത്തെ നോക്കി വളരുന്നു, വീടോ? നാം ഉദ്ദേശിച്ച വിധം ഉണ്ടാക്കാം. മരത്തിന്റെ വേര്, കീഴോട്ടു വളരുന്നു-വെള്ളമന്വേഷിച്ച്, വീടിന്റെ അടിത്തറ താഴ്ത്തിക്കെട്ടുന്നത്, ഭൂമിയുടെ ആകർഷണ മണ്ഡലം അതിനെ പിടിച്ചുറപ്പിക്കട്ടെ എന്നു കരുതിയാണ്. ജന്തുക്കൾക്ക് വിശന്നാൽ ഇര തേടുന്നു; ദാഹിച്ചാൽ വെള്ളം കുടിക്കുന്നു. ജീവിതത്തിന് ഭക്ഷണവും വെള്ളവും വേണം. ഒരു വിമാനത്തിനും ഇന്ധനം വേണം. പക്ഷേ, രണ്ടും തമ്മിൽ വ്യത്യാസമുണ്ട്.

എല്ലാ ജീവികളും ഒരുപോലെയല്ല. സസ്യങ്ങൾക്ക് വെളിച്ചമന്വേഷിച്ച് വളരാനുള്ള കഴിവുണ്ട്. വെള്ളമന്വേഷിച്ച് വേരുകൾ പോകുന്നു. പരിസരവുമായി ബന്ധപ്പെട്ട് അവ പ്രവർത്തിക്കുന്നു. താണതരം ചില ജന്തുക്കളും സസ്യങ്ങളെപ്പോലെ പെരുമാറുന്നുണ്ട്.

അപ്പോൾ ജീവികളെ സസ്യങ്ങളെന്നും ജന്തുക്കളെന്നും രണ്ടാക്കിത്തിരിക്കാം എന്നു വരുന്നു. ഇവ തമ്മിൽ വ്യത്യാസങ്ങളുണ്ട്.

ഒരു തുള്ളി വെള്ളം സൂക്ഷ്മദർശിനിയിൽ കൂടി നോക്കിയാൽ, അതിൽ വളരെ ചെറിയ ചില ജീവികളെ കാണാം. ഇവ സസ്യങ്ങളോ ജന്തുക്കളോ എന്ന് നിങ്ങൾക്കു സംശയം

തോന്നും.

ഏതായാലും സസ്യങ്ങൾക്ക് ചില പ്രത്യേകതകളുണ്ട്. അവ ഒരിടത്ത് ഉറച്ചുനിൽക്കുന്നു. പരിസരത്തിനനുസരിച്ചാണ് അതിന്റെ ഭാഗങ്ങൾ ചലിക്കുന്നത്. ജന്തുക്കളോ? അവ സഞ്ചരിക്കുന്നു. ഞാഞ്ഞൂൾ ഇഴയുന്നു. ശലഭം പാറുന്നു. തവള ചാടുന്നു. മീൻ നീന്തുന്നു, പക്ഷി പറക്കുന്നു, ആന നടക്കുന്നു, മാൻ ഓടുന്നു, ഭക്ഷണവും വെള്ളവും അന്വേഷിച്ചും, താവളങ്ങൾ അന്വേഷിച്ചും ജന്തുക്കൾ സഞ്ചരിക്കുന്നു. തൊടിയിലെ പേരാലും മുറ്റത്തെ തുളസിയും, മതിലിന്മേൽ പറ്റിപ്പിടിച്ച പച്ചപ്പായലും ഇങ്ങനെ സഞ്ചരിക്കുന്നില്ല.

സസ്യങ്ങളുടെ മറ്റൊരു പ്രത്യേകതയും പറയാനുണ്ട്- അവയുടെ പച്ചനിറം. പച്ചനിറമുള്ള മരങ്ങൾ പരിസരത്തിൽ നിന്ന് അവയ്ക്കാവശ്യമായ ഭക്ഷ്യവസ്തുക്കൾ നിർമിക്കുന്നു.

മനുഷ്യനോ? സസ്യങ്ങൾ ഉണ്ടാക്കിയ സാധനങ്ങൾ തിന്നുന്നു. റൊട്ടിതിന്നുന്നു. എന്താണ് റൊട്ടി? ഗോതമ്പോ അരിയോ ചോളമോ പൊടിച്ചതിൽ നിന്നാണ് റൊട്ടി ഉണ്ടാക്കുക. റൊട്ടി പുളിപ്പിക്കാൻ 'യീസ്റ്റ്' എന്ന അണുസസ്യങ്ങളും ചേർക്കും. പഞ്ചസാരയും ശർക്കരയും എന്താണ്? കരിമ്പിന്റെ ചാറിൽനിന്നാണ് അതെടുക്കുക. പനയിൽ നിന്നും തെങ്ങിൽ നിന്നും ചക്കര കിട്ടുന്നു. പഴങ്ങൾ, പച്ചക്കറികൾ എല്ലാം സസ്യങ്ങളിൽ നിന്നു കിട്ടുന്നു.

പാലോ? അത് സസ്യത്തിൽ നിന്ന് കിട്ടുന്നതാണോ? നിങ്ങൾ ചോദിക്കും. പറയാം. പശു പുല്ലു തിന്നുന്നു. വൈക്കോൽ തിന്നുന്നു. അതിന് തവിടും പിണ്ണാക്കും കൊടുക്കുന്നു. അല്ലേ? ഇതൊക്കെ സസ്യങ്ങളാണ്. ഇവയെല്ലാം കഴിച്ചുണ്ടായതാണ് പാൽ.

എല്ലാ ജന്തുക്കളും നേരിട്ടോ അല്ലാതെയോ സസ്യങ്ങളെ ആശ്രയിച്ചാണ് ജീവിക്കുന്നത്.

ഉടൻ നിങ്ങൾ ചോദിക്കും, സിംഹമോ? സിംഹം മാംസഭുക്കല്ലേ? അത് പുല്ലും പിണ്ണാക്കുമൊന്നും കഴിക്കില്ലല്ലോ? ശരിതന്നെ. പക്ഷേ, സിംഹത്തിന്റെ ഭക്ഷണമെന്താണ്? പശു, പോത്ത്,

മുയൽ, മാൻ, ആന ഇവയെല്ലാം സസ്യങ്ങൾ ഭക്ഷിക്കുന്നു. ഇത്തരം സസ്യഭുക്കുകളെ തിന്നിട്ടാണ് സിംഹം ജീവിക്കുന്നത്. അപ്പോൾ സസ്യങ്ങൾ സിംഹത്തിന്റെ ജീവിതത്തിനും(നേരിട്ടല്ലെങ്കിലും) ആവശ്യമാണെന്നു വരുന്നു.

സസ്യങ്ങൾ കാഴ്ചയ്ക്ക് പച്ചനിറമുള്ളതാണ് അധികവും. വർണപ്പകിട്ടാർന്ന പൂക്കളും അതിനുണ്ട്. (എന്നാൽ ചിലതിന് പൂക്കൾ ഇല്ല.) ജന്തുക്കൾ ഓരോന്നിനും പ്രത്യേകമായ ആകൃതിയും വലിപ്പവും നിറവുമാണുള്ളത്.

പിന്നെയും അടിസ്ഥാനപരമായ ഒരു വ്യത്യാസം കൂടിയുണ്ട്.

ജീവികളെല്ലാം സെല്ലുകൾ കൊണ്ടുണ്ടാക്കിയതാണ്. ജീവവസ്തു അടങ്ങിയ ചെറിയൊരു കോശമാണ് സെൽ.

ജന്തുക്കൾക്കും സസ്യങ്ങൾക്കും സെല്ലുകളുണ്ട്. പക്ഷേ ഒരു വ്യത്യാസം കാണാം. സൂക്ഷ്മദർശിനിയിൽ സസ്യസെല്ലുകൾക്ക് തടിച്ച ഒരു സെൽഭിത്തി കാണാം. ജന്തുസെല്ലുകൾക്ക് ഇങ്ങനെയൊരു സെൽഭിത്തിയില്ല.

ഇത്രയും വ്യത്യാസങ്ങൾ ഇവ തമ്മിൽ ഉണ്ടെങ്കിൽ പിന്നെ അവയെ ജീവികളെന്നു പറയുന്നതിൽ വല്ല അർഥവുമുണ്ടോ? തീർച്ചയായും സസ്യങ്ങളും ജന്തുക്കളും തമ്മിൽ പല കാര്യങ്ങളിലും സാമ്യമുണ്ട്.

രണ്ടിന്റേയും ജീവൻ നിലനിർത്തുന്നത് ഒരേ കാര്യങ്ങളാണ്. സസ്യമായാലും ജന്തുവായാലും പരിസരവുമായി ഇണങ്ങിക്കഴിയുന്നു. സസ്യത്തിനും ജന്തുവിനും ഭക്ഷണം വേണം, വെള്ളം വേണം, ചെറിയൊരു ചൂടും സൂര്യപ്രകാശവും ഉണ്ടെങ്കിലേ രണ്ടിനും ജീവിക്കാനാവൂ. ശത്രുക്കളിൽ നിന്ന് രക്ഷപ്പെടാനുള്ള പ്രത്യേക സ്വഭാവവും ജന്തുക്കൾക്കുണ്ട്.

പരിസരത്തിന്റെ മാറ്റത്തിനനുസരിച്ച് സസ്യങ്ങൾ പെരുമാറുന്നു. വേനൽക്കാലമായാൽ സസ്യങ്ങളുടെ ഇലകളിലുള്ള ചെറുസുഷിരങ്ങൾ അടയുന്നു. സസ്യത്തിനകത്തുള്ള വെള്ളം നഷ്ടപ്പെടാതിരിക്കാനാണിത്. ചിലപ്പോൾ ഇല പൊഴിയുന്നു. ചില ജന്തുക്കളിലും പരിസരത്തിനനുസരിച്ച് ഇങ്ങനെ മാറ്റങ്ങൾ വരുന്നുണ്ട്. പക്ഷേ ഉയർന്ന ജന്തുക്കളിൽ (ഏറ്റവും ഉയർന്ന ജന്തു

വാണ് മനുഷ്യൻ) നാഡിമണ്ഡലം വളരെ വികസിച്ചിരിക്കും. പരിസരത്തെ മനസിലാക്കാനുള്ള കഴിവ് അവയ്ക്കുണ്ടാവും. സസ്യങ്ങൾക്കോ താണതരം ജന്തുക്കൾക്കോ ഇങ്ങനെ വേർതിരിച്ചറിയാനുള്ള കഴിവില്ല.

സസ്യങ്ങൾക്കും ജന്തുക്കൾക്കും ഭക്ഷണം വേണമെന്നു പറഞ്ഞു. എന്തിനാണിത്? ജീവൻ നിലനിർത്താൻ ഊർജം വേണം. ഭക്ഷണമാണ് ഊർജം നൽകുന്നത്.

എന്നാൽ, ഈ ഊർജം ഉപയോഗിച്ച് സ്വന്തം ഭക്ഷണം നിർമിക്കാൻ സസ്യങ്ങൾക്ക് കഴിയും. ജന്തുക്കളോ? ഇരതേടുന്നു. ഭക്ഷണം സമ്പാദിക്കുകയും കഴിക്കുകയും ചെയ്യുന്നു. ഇങ്ങനെ കഴിച്ച ഭക്ഷണത്തിന് മാറ്റങ്ങൾ വരുന്നു. ഇതാണ് ദീപനം. വളർച്ചയ്ക്ക് പ്രവൃത്തിക്കും ഭക്ഷണം പ്രയോജനപ്പെടുത്തുന്നത് ഇങ്ങനെയാണ്.

എല്ലാ സസ്യങ്ങളും ജന്തുക്കളും (അവ എത്രതന്നെ ചെറുതായാലും എത്ര സങ്കീർണമായാലും) പ്രോട്ടോപ്ലാസം എന്ന ജീവവസ്തു അടങ്ങിയതാണ്. ജീവന്റെ അടിസ്ഥാന വസ്തുവാണ് പ്രോട്ടോപ്ലാസം. ഇത് സസ്യത്തിലായാലും ജന്തുവിലായാലും രസതന്ത്രപരമായി ഒരേ വിധത്തിലാണ്.

ഇത്രയൊക്കെ മനസിലാക്കാൻ കഴിഞ്ഞത് സൂക്ഷ്മദർശിനിയുടെ ആവിർഭാവത്തോടെയാണ്. ഒരു തുള്ളി വെള്ളവും, മനുഷ്യന്റെ തൊലിയും, ഉള്ളിത്തൊലിയും, ജന്തുക്കളുടെ രക്തവും, ഇലകളും, വേരും, തടിയും, ഈച്ചയുടെ കണ്ണും എല്ലാം സൂക്ഷ്മദർശിനിയിൽക്കൂടി നോക്കിയപ്പോഴാണ്, അവയിലെല്ലാം ഒരേ വസ്തു അടങ്ങിയതായി കണ്ടത്. 1835 40 കാലത്ത്, ചെക്കോസ്ലോവാക്യയിലെ എവാൻജലിസ്ത എന്ന ശാസ്ത്രജ്ഞനാണ് ഇതിന് പ്രോട്ടോപ്ലാസം (പ്രോട്ടോ = ആദ്യത്തെ, പ്ലാസം = രൂപം) എന്നു പേരിട്ടത്. പിന്നീട് പല ശാസ്ത്രജ്ഞന്മാരും ജന്തുസെല്ലുകളും സസ്യസെല്ലുകളും പരിശോധിച്ചു.

മൈക്രോസ്കോപ്പുകൾ ഉപയോഗിച്ചു നടത്തിയ ഗവേഷണങ്ങളിൽ നിന്ന് പല പുതിയ കാര്യങ്ങളും തെളിഞ്ഞു.

എല്ലാ ജീവികളുടെയും അടിസ്ഥാന ഘടകം സെല്ലുകളാണ്.

ജീവന്റെ എല്ലാ പ്രവർത്തനങ്ങളും നടക്കുന്നത് സെല്ലുകളി

ലാണ്.

ഒരു ജീവനുള്ള സെല്ലിൽ നിന്നുമാത്രമേ മറ്റൊരു ജീവനുള്ള സെൽ ഉണ്ടാവൂ.

സെൽഘടന

ജീവികളുടെ അടിസ്ഥാന ഘടകം സെൽ ആണെങ്കിൽ ഓരോ സെല്ലും എങ്ങനെയുള്ളതാണ്? എല്ലാ സെല്ലുകളിലും ചിലതൊക്കെ പൊതുവായുണ്ട്. സസ്യസെല്ലുകളെയും ജന്തുസെല്ലുകളെയും വ്യത്യാസപ്പെടുത്തുന്ന ചില ഭാഗങ്ങളും ഉണ്ട്.

സസ്യസെല്ലിനും ജന്തുസെല്ലിനും സെൽ സ്തരം, സൈറ്റോപ്ലാസം, ന്യൂക്ലിയസ്, വാക്വോളുകൾ എന്നിവ പൊതുവായുണ്ട്. ന്യൂക്ലിയസ് സൈറ്റോപ്ലാസത്തിന്റെ മധ്യത്തിലാണ്. സെല്ലിലുള്ള(ന്യൂക്ലിയസ് ഒഴികെ) എല്ലാം ചേർന്ന പ്രോട്ടോപ്ലാസമാണ് സൈറ്റോപ്ലാസം. ഉപാപചയ പ്രവർത്തനങ്ങൾ നടത്തുന്നത് സൈറ്റോപ്ലാസമാണ്.

ഓരോ സെല്ലിലും സൈറ്റോപ്ലാസത്തിനകത്തുള്ള ന്യൂക്ലിയസ്, സെല്ലിന്റെ പ്രവർത്തനങ്ങളെയാകെ നിയന്ത്രിക്കുന്നു- വിശേഷിച്ചും സെൽവിഭജനത്തെ. ഒരേമാതിരി സെല്ലുകൾ ഇങ്ങനെ ഉണ്ടാവുന്നു.

ന്യൂക്ലിയസിനകത്ത് ക്രോമാറ്റിൻ തരികളുണ്ട്. ഇവയാണ് പാരമ്പര്യസ്വഭാവങ്ങൾ നിർണയിക്കുന്ന മുഖ്യഘടകങ്ങൾ എന്നു പിന്നീട് മനസിലായി. സൈറ്റോപ്ലാസത്തിൽ ഒഴിഞ്ഞുകിടക്കുന്ന സ്ഥലങ്ങളാണ് വാക്വോളുകൾ. ഇതിൽ വെള്ളവും വെള്ളത്തിൽ അലിഞ്ഞുചേർന്ന പലതരം ഉപ്പുകളും അടങ്ങിയിരിക്കും. (സസ്യത്തിലെ കോശനീര് ഇതാണ്.) ജന്തുസെല്ലുകളിൽ മലിനദ്രവം ശേഖരിക്കുന്നതും വാക്വോളുകളിലാണ്.

സസ്യസെല്ലുകളിൽ മാത്രമുള്ള സെൽഭിത്തി, സെല്ലുലോസുകൊണ്ടുണ്ടാക്കിയതാണ്. സെൽസ്തരത്തെ ചുറ്റിനിൽക്കുന്ന ഈ ഭാഗം സെല്ലിനെ കേടുപാടു തട്ടാതെ നോക്കുന്നു. ക്ലോറോപ്ലാസ്റ്റുകൾ, സസ്യസെല്ലുകളിൽ മാത്രമേ ഉള്ളൂ. ഇവയാണ് സസ്യത്തിന് പച്ചനിറം നൽകുന്നത്. ക്ലോറോഫിൽ എന്ന പദാർഥമാണ് സസ്യപ്പച്ച. സസ്യങ്ങളിൽ ഭക്ഷണ നിർമാണമാണ്

ക്ലോറോഫിൽ ചെയ്യുന്നത്.

ജന്തുസെല്ലിൽ മാത്രമുള്ള സെൻട്രോസോം, ന്യൂക്ലിയസിന്റെ തൊട്ടടുത്ത്, സൈറ്റോപ്ലാസത്തിൽ സ്ഥിതിചെയ്യുന്നു. സെൽവിഭജനത്തെ സഹായിക്കുന്ന ഒരു ഭാഗമാണിതെന്ന് കരുതുന്നു.

ഭക്ഷണം

ജീവൻ നിലനിർത്തണമെങ്കിൽ, വളരുകയും ചലിക്കുകയും ചെയ്യണമെങ്കിൽ, ഊർജം ആവശ്യമാണ്. ഭക്ഷണമാണ് ജീവികൾക്ക് ഊർജം നൽകുന്നത്.

സസ്യങ്ങൾക്ക് ഭക്ഷണം സ്വയം ഉണ്ടാക്കാൻ കഴിയും. പച്ച നിറമുള്ള ഭാഗത്തിന്റെ പ്രത്യേകതയാണിതെന്നു പറഞ്ഞുവല്ലോ. വായുവിലെ കാർബൺഡയോക്സൈഡ് എന്ന വാതകവും, വേരിൽക്കൂടി സസ്യം വലിച്ചെടുക്കുന്ന വെള്ളവുംകൂടി യോജിച്ചിട്ടാണ് ഇവ ഭക്ഷണം ഉണ്ടാക്കുന്നത്. ഇതിന് വെളിച്ചം വേണം. അതിനാൽ ഇതിനെ പ്രഭാകലനം എന്നുപറയുന്നു.

ജന്തുക്കൾക്ക് പ്രഭാകലനം ചെയ്യാനുള്ള കഴിവില്ല. പുറമേ നിന്ന് ഇവ ഭക്ഷണം നേടുന്നു. പലതരം ജന്തുക്കളുടേയും ഭക്ഷണ രീതി പലവിധത്തിലാണ്.

അമീബയെപ്പോലെയുള്ള ഒറ്റസെൽ ജന്തുക്കൾ ഭക്ഷണം നേരിട്ട് ശരീരത്തിനകത്താക്കുന്നു. ഇവയെ ശരീരത്തിന്റെ രണ്ടു ഭാഗങ്ങൾ(കപടപാദങ്ങൾ) വന്നു ചുറ്റുകയും, ഇര അവസാനം അമീബയുടെ ശരീരത്തിനകത്താവുകയും ചെയ്യുന്നു.

ചിത്രശലഭം അതിന്റെ ചുരുണ്ടുകിടക്കുന്ന തുമ്പി, പൂവിന്റെ ഉള്ളിലേക്ക് കടത്തി, അതിലുള്ള മധു വലിച്ചെടുക്കുന്നു.

തവള അനങ്ങാതെ ഒരിടത്തിരിക്കുകയും, വല്ല ഈച്ചയോ കൊതുകോ മറ്റോ അടുത്തുവന്നാൽ പെട്ടെന്ന് നാവ് പുറത്തേക്ക് തള്ളിവിടുകയും അതിനെ പിടിക്കുകയും ചെയ്യുന്നു. തവളയുടെ നാവ് നീണ്ടതും അറ്റം പിളർന്നതും ഒട്ടുന്നതുമാണ്.

കൂടുതൽ ഉയർന്ന ജന്തുക്കൾ ഇരതേടുന്നു. ഇര പിടിക്കാൻ പറ്റിയ അവയവങ്ങളാണ് ഓരോ ജന്തുവിനുമുള്ളതെന്ന് കാണാം.

താറാവിന്റെയും കഴുകന്റെയും കൊക്കുകൾ തമ്മിലുള്ള

വ്യത്യാസം അവയുടെ ഇരപിടിക്കുന്ന സ്വഭാവമനുസരിച്ചുള്ള താണ്. പൂച്ചയ്ക്ക് ശബ്ദമില്ലാതെ നടക്കാൻ കഴിയുമെന്നതും രാത്രി കണ്ണുകാണുന്നതും ഇരപിടിക്കാൻ സൗകര്യത്തിനാണ്.

ദീപനം

സസ്യങ്ങളിലായാലും ജന്തുക്കളിലായാലും ഭക്ഷണത്തെ ലഘുരൂപങ്ങളിലാക്കി മാറ്റണം. ഇതിനാണ് ദീപനം എന്നു പറയുന്നത്.

ഭക്ഷണം വിലേയരൂപത്തിലായാലേ സെല്ലുകൾക്ക് ഭക്ഷ ണത്തെ ഊർജമായി ഉപയോഗിക്കാൻ കഴിയൂ. ജലത്തിൽ വിലേ യമല്ലാത്ത സ്റ്റാർച്ച്, പ്രോട്ടീൻ, കൊഴുപ്പ് എന്നിവയെ വിലേയമാ ക്കാൻ ശരീരത്തിലെ ചില രാസവസ്തുക്കൾ പ്രവർത്തിക്കുന്നു. ഇവയാണ് എൻസൈമുകൾ. ഭക്ഷണത്തിന്റെ രചനയിൽ വ്യത്യാസം വരുത്തുന്നത് ഈ എൻസൈമുകളാണ്. അതേസ മയം എൻസൈമുകൾക്ക് മാറ്റമൊന്നും വരുന്നുമില്ല. ഇത്തരം വസ്തുക്കളെ രാസത്വരകങ്ങൾ എന്നു വിളിക്കുന്നു.

സസ്യസെല്ലുകളിൽ നടക്കുന്ന ദീപനത്തിനിടയിൽ, പച്ചില കൾ നിർമിച്ച സ്റ്റാർച്ച്, ജലത്തിൽ വിലേയമായ പഞ്ചസാരയാകു ന്നു. വിലേയമല്ലാത്ത സ്റ്റാർച്ച്, പ്രോട്ടീൻ, കൊഴുപ്പ് എന്നിവയെ ദീപനം ചെയ്തതിനു ശേഷമേ ജന്തുസെല്ലുകൾക്ക് ഉപയോഗി ക്കാൻ പറ്റുകയുള്ളൂ.

ലഘുജന്തുക്കളിൽ, ഓരോ സെല്ലിനകത്തുമുള്ള എൻസൈം ഭക്ഷണത്തെ ദഹിപ്പിക്കുന്നു. ഞാഞ്ഞൂളുപോലുള്ള ജന്തുക്കളിൽ ഒരറ്റംമുതൽ മറ്റേ അറ്റംവരെ നീണ്ട ഒരു കുഴലാണ് ആഹാര ക്കുഴൽ. ഉയർന്നതരം ജന്തുക്കളിൽ ആഹാരക്കുഴലിന് വ്യത്യാസം വരുന്നു. മനുഷ്യനിൽ വായ, അന്നനാളം, ആമാശ യം, ചെറുകുടൽ, വലിയകുടൽ എന്നിങ്ങനെ വിവിധ ഭാഗങ്ങ ളുള്ള ആഹാരക്കുഴലിൽ ഓരോ ഭാഗത്തും ഓരോ തരത്തിൽ ദീപനം നടക്കുന്നു. പ്രത്യേകതരം ഗ്രന്ഥികളുണ്ട്. ഇവയിലാണ് ദഹനനീരുകളും എൻസൈമുകളുമുണ്ടാവുന്നത്.

ആഗിരണം

ദഹിച്ചു കഴിഞ്ഞ ഭക്ഷണം ഓരോ സെല്ലിലും എത്തണമല്ലോ. സസ്യങ്ങളുടെ സെൽഭിത്തികളിൽക്കൂടി പ്രവഹിച്ച ഭക്ഷ്യവസ്തുക്കൾ സെല്ലിലെത്തുന്നു. ആവശ്യമായതിനെമാത്രം സെൽ വലിച്ചെടുക്കുന്നു. ഇതിനെയാണ് ആഗിരണം എന്നു പറയുന്നത്.

താണതരം ജീവികളിൽ ദഹിച്ചുകഴിഞ്ഞ ഭക്ഷണം നേരിട്ട് മറ്റുഭാഗത്തേക്കെത്തുന്നു. ഉയർന്ന ജന്തുക്കളിൽ പ്രത്യേക ഭാഗങ്ങളിലാണ് ആഗിരണം. മനുഷ്യനിൽ ചെറുകുടലാണ് ഇതിനുള്ളത്. ഇവിടെനിന്നും വലിച്ചെടുത്ത ഭക്ഷണം ശരീരത്തിന്റെ നാനാഭാഗത്തും എത്തുന്നു.

സഞ്ചരണം

വിലേയമായ ഭക്ഷണവും ഓക്സിജനും ശരീരത്തിന്റെ നാനാഭാഗത്തും എത്തണമല്ലോ. അതിനുള്ള വഴിയാണ് സഞ്ചരണം. അധികമുള്ള ചൂടിനെയും മലിന വസ്തുക്കളെയും നീക്കം ചെയ്യാനും സഞ്ചരണം സഹായിക്കുന്നു.

ഒറ്റസെൽ സസ്യത്തിലും ജന്തുവിലും എപ്പോഴും ചലിച്ചുകൊണ്ടിരിക്കുന്ന പ്രോട്ടോപ്ലാസമാണ് ഈ കൃത്യം നിറവേറ്റുന്നത്.

ഉയർന്നതരം സസ്യങ്ങളിൽ, ഇലകളിലും തടികളിലുമുള്ള കുഴലുകളിൽക്കൂടിയാണ് ഭക്ഷണവും ഓക്സിജനും സഞ്ചരിക്കുന്നത്. ഏതു സസ്യത്തിലും സെൽരൂപമുണ്ടാവും. ഇതാണ് സസ്യഭക്ഷണം. ധാതുലവണങ്ങൾ അലിഞ്ഞുചേർന്ന വെള്ളത്തെ വേരുകൾ വലിച്ചെടുക്കുന്നു- പ്രത്യേകകുഴലുകൾ വഴി ഇത് സസ്യത്തിന്റെ മുകളിലെത്തുന്നു. ഇലകളിൽ ഉണ്ടാക്കിയ ഭക്ഷണവുമായി ചേർന്ന് ഈ ദ്രവം കീഴ്പ്പോട്ടുവരുന്നു. ഉയർന്നതരം ജന്തുക്കളിൽ ഭക്ഷണവും ഓക്സിജനും ശരീരമെങ്ങും വിതരണം ചെയ്യാനും മലിനവസ്തുക്കൾ നീക്കാനും പ്രത്യേകതരം അവയവങ്ങളുണ്ട്. മനുഷ്യനിൽ രക്തസഞ്ചാരമാണീ പ്രവൃത്തി നിർവഹിക്കുന്നത്. ധമനികൾ, കാപ്പിലറികൾ, സിരകൾ എന്നിങ്ങനെ മൂന്നുതരം രക്തക്കുഴലുകളിൽക്കൂടിയാണ് സഞ്ചരണം നടക്കുന്നത്.

ഉൾക്കൊള്ളൽ

ദഹിച്ചുകഴിഞ്ഞ ഭക്ഷണം സെല്ലിലെത്തുന്നു. സസ്യത്തിലായാലും ജന്തുവിലായാലും ഇതും ഓക്സിജനും കൂടി അവിടെ വച്ചു ചേരുന്നു. ഒരുതരം ജ്വലനമാണ് നടക്കുന്നത്. ഇതിന്റെ ഫലമാണ് ഊർജം. ഇവ തമ്മിൽ ചേർന്ന് പ്രോട്ടോപ്ലാസവും ഉണ്ടാകുന്നു- സെൽവളർച്ചയയ്ക്കിത് ഉപകരിക്കുന്നു. ഇങ്ങനെ ദീപനം കഴിഞ്ഞ ഭക്ഷണത്തെ പ്രോട്ടോപ്ലാസമാക്കി മാറ്റുന്നതിനെയാണ് സാത്മീകരണം (ഉൾക്കൊള്ളൽ) എന്നു പറയുന്നത്.

ശ്വസനം

ഭക്ഷണത്തിന്റെ കൂടെ ഓക്സിജൻ ചേർന്നാലേ ഊർജമുണ്ടാവൂ എന്നു പറഞ്ഞുവല്ലോ? ഈ ഓക്സിജൻ, ജീവികൾക്ക് എങ്ങനെ, എവിടെനിന്നു ലഭിക്കുന്നു? വായുവിൽ ഏകദേശം 20 ശതമാനം ഓക്സിജൻ ഉണ്ട്. ഇതു വെള്ളത്തിലും ലയിക്കും, സെല്ലുകൾക്കാവശ്യമായ ഓക്സിജൻ എടുക്കുകയും, മലിനവായുവിനെ പുറംതള്ളുകയും ചെയ്യുന്നതിനെ ശ്വസനം എന്നു പറയുന്നു.

കരയിലുള്ള സസ്യങ്ങൾക്കും ജന്തുക്കൾക്കും വായുവിലേക്കുള്ള ഓക്സിജൻ ലഭിക്കുന്നു. സസ്യങ്ങൾക്ക് ചെറിയ സുഷിരങ്ങളുണ്ട്- ഇലകളുടെ അടിവശത്ത്. ഇവയെ പത്രസുഷിരങ്ങൾ എന്നു പറയുന്നു. ഇതിൽക്കൂടിയാണ് വായു അകത്തേക്ക് കടക്കുക. ഇലയ്ക്കകത്തു വച്ച് വായുവിൽ നിന്നുള്ള ഓക്സിജനെ സെൽനീരിൽ ലയിപ്പിച്ച് സസ്യത്തിന്റെ എല്ലാ ഭാഗത്തേക്കും എത്തിക്കുന്നു. ഓക്സിജൻ സെല്ലുകളിൽ ചെന്ന് ദഹിച്ചുകഴിഞ്ഞ ഭക്ഷണവുമായിച്ചേരുകയും ജീവനാവശ്യമായ ഊർജം ഉണ്ടാക്കുകയും ചെയ്യുന്നു.

പച്ചച്ചെടികൾക്ക് മറ്റൊരു പ്രത്യേകതകൂടിയുണ്ട്. പ്രഭാകലനത്തിന്റെ ഭാഗമായി ഉണ്ടാക്കുന്ന ഓക്സിജനെ അതു പുറത്തേക്കു വിടുന്നു. അങ്ങനെ വായുവിലുള്ള ഓക്സിജന്റെ തോത് ഒരേമാതിരി നിലനിർത്താൻ സസ്യങ്ങൾ സഹായിക്കുന്നു.

വെള്ളത്തിൽ ജീവിക്കുന്ന സസ്യങ്ങളും ഒറ്റസെൽ ജന്തു

ക്കളും വെള്ളത്തിലലിഞ്ഞു ചേർന്ന ഓക്സിജനെയാണ് ഉപയോഗിക്കുന്നത്. പലതരം ജന്തുക്കളുടേയും ശ്വസനരീതിയിൽ വ്യത്യാസമുണ്ട്. മൽസ്യം ഗില്ലുകളിൽക്കൂടി ശ്വസിക്കുന്നു. വായിൽക്കൂടി കഴിച്ച വെള്ളത്തിൽ അലിഞ്ഞുചേർന്ന ഓക്സിജനെ ഗില്ലുകളിൽക്കൂടി പുറത്തുവരുമ്പോൾ അവിടെയുള്ള രക്തക്കുഴലുകൾ നേരിട്ടെടുക്കുന്നു. ഇത് ശരീരത്തിന്റെ നാനാഭാഗത്തും രക്തസഞ്ചാരം വഴി എത്തുകയും ചെയ്യുന്നു.

മണ്ണിൽ കഴിയുന്ന ഞാഞ്ഞൂൾ, ചർമ്മത്തിൽക്കൂടിയാണ് ശ്വസിക്കുന്നത്. ചർമം എപ്പോഴും നനവുള്ളതാവണം. എങ്കിലേ അതിന് ശ്വസിക്കാൻ കഴിയൂ.

പാറ്റ, ശലഭം മുതലായ പ്രാണികൾ ഉദരത്തിനിരുവശങ്ങളിലുമുള്ള ശ്വസനസുഷിരങ്ങളിൽക്കൂടി വായു സ്വീകരിക്കുന്നു. ശ്വസനനാളികൾ വഴിയാണ് ഓക്സിജൻ ശരീരമെങ്ങും എത്തിക്കുന്നത്.

മനുഷ്യൻ ഉൾപ്പെടെയുള്ള, കരയിൽ ജീവിക്കുന്ന ജന്തുക്കൾ മൂക്കിൽക്കൂടി ശ്വസിക്കുന്നു. വായു ശ്വാസകോശങ്ങളിലെത്തുകയും, അവിടെയുള്ള രക്തം ഓക്സിജനെ സ്വീകരിക്കുകയും ചെയ്യുന്നു. ഈ ഓക്സിജനെ രക്തം സെല്ലുകളിലെത്തിക്കുന്നു. അവിടെവച്ച് ദീപനം കഴിഞ്ഞ ഭക്ഷണവും ഓക്സിജനും ചേർന്ന് ഊർജവും മലിനവായുവും (കാർഡൺഡൈയോക്സൈഡ്) ഉണ്ടാക്കുന്നു. ഈ മലിനവായു രക്തത്തിലൂടെ ശ്വാസകോശങ്ങളിലെത്തുകയും, മലിനവായുവിനെ വിട്ട് ഓക്സിജൻ സ്വീകരിക്കുകയും ചെയ്യുന്നു. ഈ മലിനവായുവാണ് മൂക്കിൽക്കൂടിയും വായിൽക്കൂടിയും പുറത്തു വിടുന്നത്.

വിസർജനം

ദീപനം കഴിഞ്ഞ ഭക്ഷണം ഓക്സിജനുമായി ചേരുമ്പോൾ, ഊർജത്തോടൊപ്പം മലിനവസ്തുക്കളും ഉണ്ടാകുന്നു. സസ്യങ്ങളിലും ജന്തുക്കളിലും ഈ മലിന വസ്തുക്കളെ പുറത്തേക്കു കളയണം. ഇതാണ് വിസർജനം.

മലിനവസ്തുക്കളെ അപ്പപ്പോൾ നീക്കം ചെയ്യാതിരുന്നാൽ സെല്ലുകൾക്കകത്ത് വിഷം വ്യാപിച്ചപോലാകുന്നു. അവ

പ്രവർത്തിക്കാതാവുന്നു. ജീവിത പ്രവർത്തനങ്ങൾ കൃത്യമായി നടക്കാനാവാതെ വന്നാൽ, ആരോഗ്യം തകരാറാവുന്നു. പലപ്പോഴും മരണമാവും ഫലം.

സസ്യങ്ങളിൽ പത്രസുഷിരങ്ങളിൽക്കൂടിയാണ് കാർബൺ ഡൈയോക്സൈഡും ജലബാഷ്പവും പുറത്തുവിടുന്നത്. സസ്യങ്ങളിൽ സംഭരിച്ചുവെച്ച ഓർഗാനിക് മാലിന്യങ്ങൾ ഇല കൊഴിയുന്നതോടെ നീക്കംചെയ്യപ്പെടുന്നു. ഒറ്റസെൽ സസ്യങ്ങളിലും കാർബൺഡൈയോക്സൈഡും ദ്രവമാലിന്യങ്ങളും വാക്വോളുകളിൽ ശേഖരിക്കുകയും അപ്പപ്പോൾ പുറംതള്ളുകയും ചെയ്യുന്നു.

ശ്വാസകോശമുള്ള ജന്തുക്കൾ മൂക്കിൽക്കൂടി കാർബൺ ഡൈ യോക്സൈഡും നീരാവിയും പുറംതള്ളുന്നു. വൃക്കകളും ചർമവും മൂത്രം, വിയർപ്പ് എന്നിവയെ വേർതിരിക്കാനുള്ള അവയവങ്ങളാണ്. ദഹിച്ചു കഴിഞ്ഞതിനു ശേഷം ഭക്ഷണത്തെ വലിയ കുടൽ പുറംതള്ളുന്നു.

പുനരുൽപ്പാദനം

ഒരു സെല്ലിൽ നിന്നും മറ്റൊരു സെൽ ഉണ്ടാവുന്നു. വിത്തു കുഴിച്ചിട്ടാൽ അതു മുളച്ച് ആ വിത്തിന്റെ ചെടിയാവുന്നു. കോഴിമുട്ട വിരിഞ്ഞ് കോഴിക്കുഞ്ഞുണ്ടാവുന്നു. ഒരു തലമുറയിൽ നിന്ന് മറ്റൊരു തലമുറയിലേയ്ക്ക് ജീവനെ നിലനിർത്താൻ സഹായിക്കുന്നത് പുനരുൽപ്പാദനമാണ്.

ഒറ്റസെൽ സസ്യങ്ങളും പുനരുൽപ്പാദനം ചെയ്യുന്നത് പിളർന്നിട്ടാണ്. പൂർണവളർച്ച എത്തിയ സെല്ലിന്റെ ന്യൂക്ലിയസ് നീളുകയും പിളരുകയും ചെയ്യുന്നു. തുടർന്ന് ഒരു സെൽ രണ്ടായി പിളരുന്നു. ന്യൂക്ലിയസിന്റെ ഓരോ ഭാഗം ഓരോ സെല്ലിലും ഉണ്ടാവും.

പന്നച്ചെടികൾ പോലുള്ളവയുടെ പുനരുൽപ്പാദനം സ്പോറുകൾ വഴിയാണ്. ഇവ, അനുകൂല സാഹചര്യങ്ങളിൽ മുളച്ചു ചെടിയായിത്തീരുന്നു. പൂക്കളുള്ള ചെടികളിൽ വിത്ത് ഉണ്ടായിരിക്കും. ഉയർന്നതരം ജന്തുക്കളിൽ ആൺസെല്ലും പെൺസെല്ലും കൂടിച്ചേർന്നിട്ടാണ് ഭ്രൂണമായിത്തീരുന്നത്. ഇത്

വളർന്നുവികസിച്ചാണ് ജന്തുക്കളുടെ കുഞ്ഞുങ്ങളാവുന്നത്.

അച്ഛന്റെയും അമ്മയുടെയും സ്വഭാവം കുഞ്ഞുങ്ങളിൽ കാണുന്നതിനു കാരണവും ഇതുതന്നെയാണ്. അമ്മയുടെ ഒരു സെല്ലും അച്ഛന്റെ ഒരു സെല്ലും ചേർന്നാലെ ഒരു കുഞ്ഞുണ്ടാവുകയുള്ളൂ.

സെല്ലിലെ ന്യൂക്ലിസിലുള്ള ക്രോമാറ്റിൻ കരികളിലാണ് പാരമ്പര്യ സ്വഭാവങ്ങൾ ഉള്ളതെന്ന്, ഈ പുസ്തകത്തിന്റെ തുടക്കത്തിൽ പറഞ്ഞത് ഓർക്കുക.

ശലഭങ്ങൾ, മീൻ, തവള, പാമ്പ്, ആമ, പക്ഷി എന്നിവ മുട്ടയിടുന്നു. ഇവ വളർന്നാണ് അതാതിന്റെ കുഞ്ഞുങ്ങളുണ്ടാവുന്നത്. ശലഭങ്ങളിലും തവളയിലും മറ്റും പല ദശകളിലൂടെയാണീ വളർന്നത്.

സസ്തനികൾ എന്നു പേരുള്ള ജന്തുക്കൾ, വളരുന്ന കുഞ്ഞുങ്ങൾക്ക് മുലപ്പാൽ കൊടുക്കുന്നു. ഭ്രൂണം ഗർഭപാത്രത്തിലാണ് പൂർണ വളർച്ച പ്രാപിക്കുന്നത്. കുഞ്ഞുങ്ങളെ പ്രസവിക്കുന്ന ജന്തുക്കളാണ് സസ്തനികൾ.

ചലനവും സഞ്ചാരവും

ചലനം എല്ലാ ജീവികളിലും കാണാം. ചില ജീവികൾ സഞ്ചരിക്കുന്നവയും ആണ്. ശരീരത്തിലെ ഓരോ സെല്ലിലും പ്രോട്ടോപ്ലാസം ചലിച്ചുകൊണ്ടേ ഇരിക്കുന്നു.

ഒറ്റസെൽ ജീവികൾ വെള്ളത്തിൽ സ്വതന്ത്രമായി സഞ്ചരിക്കുന്നു.

'വേരൂന്നിയ' ചെടികൾക്ക് ഇങ്ങനെ സഞ്ചരിക്കാൻ വയ്യല്ലോ. പക്ഷേ, ഇവയും ചില പ്രത്യേകരീതിയിൽ ചലിക്കുന്നുണ്ട്. സൂര്യനെ നോക്കിയാണ് ഇലയും തണ്ടും ശാഖകളും വളരുക. വള്ളികൾ ഒരു ചെടിയെ ചുറ്റിപ്പിടിക്കുന്നു. വേരുകൾ, ഭൂമിക്കടിയിലേക്ക് വെള്ളമന്വേഷിച്ചു പോകുന്നു.

'തൊട്ടാൽ വാടുന്ന' ചെടികളും ഉണ്ടല്ലോ.

ജന്തുക്കളങ്ങനെയല്ല. മിക്കവയും സഞ്ചരിക്കുന്നു. സ്പഞ്ചുകളും കോറലുകളും(പവിഴം) ഒരിടത്ത് ഉറച്ചുനിൽക്കാറുണ്ട്-ചെടികളെപ്പോലെ.

സംവേദനവും പെരുമാറ്റവും

എല്ലാ പ്രോട്ടോപ്ലാസത്തിനുമുള്ള പ്രത്യേകതയാണ് സംവേദനത്വം. പരിസരത്തിനനുസരിച്ച് പ്രതികരണം നടത്തുവാൻ എല്ലാ ജീവികൾക്കും കഴിവുണ്ട്.

വെളിച്ചം, ചൂട് എന്നിവയോട് ഓരോ ജീവിയും ഓരോ രീതിയിൽ പെരുമാറുന്നു. ഇര പിടിക്കാനും ഇണചേരാനും മറ്റും അനുകൂല പരിസരങ്ങൾക്കനുസരിച്ച് അവ പെരുമാറുന്നു.

പരിസരത്തെ മനസിലാക്കാനും തന്റെ സൗകര്യത്തിനനുസരിച്ചു മാറ്റാനുമുള്ള കഴിവാണ് മറ്റു ജന്തുക്കളിൽ നിന്ന് മനുഷ്യനെ വേർതിരിക്കുന്നത്.

മനുഷ്യൻ

മനുഷ്യൻ ശക്തനാണ്. പ്രകൃതിബലങ്ങളെയെല്ലാം മനുഷ്യൻ ഉപയോഗിച്ച് മഹാശക്തനായിരിക്കുന്നു. വലിയ തീവണ്ടികളെ വലിച്ചുകൊണ്ടു പോകുന്നത് മനുഷ്യനാണ്. മേഘങ്ങളിൽക്കൂടി പറന്നുപോകുന്ന വിമാനം മനുഷ്യനുണ്ടാക്കിയതാണ്. മനുഷ്യൻ ചന്ദ്രനിൽ ചെന്നിറങ്ങിയതോടുകൂടി ബാഹ്യാകാശവും മനുഷ്യനു കീഴടങ്ങി. ഇപ്പോൾ മനുഷ്യന്റെ വാഹനം- വൈക്കിങ്-ചൊവ്വയിലും ചെന്നിറങ്ങി.

മനുഷ്യന്റെ കണ്ണുകൾക്ക് ഏറ്റവും ചെറിയ അണുക്കളെപ്പോലും കാണാനും ഏറ്റവും അകലെയുള്ള നക്ഷത്രങ്ങളെ നിരീക്ഷിക്കാനും കഴിവുണ്ട്.

സ്വന്തം വീട്ടിലിരുന്നു ലോകത്തിലെങ്ങും നടക്കുന്ന കാര്യങ്ങൾ കാണുകയും കേൾക്കുകയും ചെയ്യുന്നു മനുഷ്യൻ. എത്രയോ കൊല്ലങ്ങൾകൊണ്ട് ചെയ്യാവുന്ന കണക്കുകൾ ഞൊടിയിടയിൽ ചെയ്തുതീർക്കുന്നു- കംപ്യൂട്ടറുകൾ വഴി.

ഇതിനെല്ലാം എങ്ങനെ സാധിച്ചു? കാടുവെട്ടിത്തെളിച്ചു കൃഷിചെയ്തതും സമുദ്രങ്ങൾ താണ്ടി മറുനാടുകളിൽ പോയതും നമുക്കറിയാം. പരുത്തി നൂറ്റ് നൂലുണ്ടാക്കി. നൂലു നെയ്ത് വസ്ത്രമുണ്ടാക്കി. മണ്ണുരുട്ടി ചുട്ടെടുത്ത് ചുടുകല്ലുണ്ടാക്കി. അതുകൊണ്ട് വീടുണ്ടാക്കി. കുടുംബങ്ങളുമായി. കുട്ടികളെ വളർത്തി.

ഒരു കാലത്ത് മനുഷ്യന് പ്രകൃതിയെ പേടിയായിരുന്നു. ഇടി വെട്ടുകേട്ടാൽ ഞെട്ടും. ഇടിമിന്നൽ കണ്ടാൽ ഒളിക്കും. മഴയെയും തീയെയും സർപ്പത്തെയും അവർ പേടിച്ചു. അതിനാൽ അവയെ ആരാധിച്ചു. അവയെ തൃപ്തിപ്പെടുത്താൻ നോക്കി. അന്നവന് പ്രകൃതിയെപ്പറ്റി അറിവില്ലായിരുന്നു.

ഇന്നോ? പ്രകൃതി മനുഷ്യന്റെ മുമ്പിൽ നമസ്കരിക്കുന്നു. ഒരു പുതിയ മനുഷ്യൻ ഇവിടെ വളരുകയാണ്

പണ്ടത്തെ കഥ എന്താണ്? മനുഷ്യൻ മൃഗമായിരുന്ന കാലവും മനുഷ്യൻതന്നെ ഇല്ലാത്ത കാലവും ഉണ്ടായിരുന്നു- ഭൂമിയുടെ ചരിത്രത്തിൽ. പ്രപഞ്ചവും ഭൂമിയുമെല്ലാം മനുഷ്യ നേക്കാൾ പഴയതാണ്.

നമ്മുടെ പ്രപഞ്ചം വികസിച്ചു വരികയാണ്. വികാസത്തി നിടയിൽ മാത്രമാണ് മനുഷ്യനുണ്ടായത്. അന്നത്തെ മനുഷ്യൻ ഇന്നത്തെപ്പോലെ ആയിരുന്നില്ല. അഞ്ചു ലക്ഷം കൊല്ലംമുമ്പ് തനി വാനരനായിരുന്നു അവൻ. അന്നത്തെ വാനരനാണ് പിന്നീട് നരനായത്. എന്തെല്ലാം ദുർഘടങ്ങൾ കടന്നു ചാടിയെന്നോ? കാടത്തം, അപരിഷ്കൃതകാലം, പലതരം സാമൂഹ്യവ്യവസ്ഥകൾ ഇവയെല്ലാം താണ്ടി മനുഷ്യൻ ഇരുപതാം നൂറ്റാണ്ടിലെത്തി. ഇരു പത്തൊന്നാം നൂറ്റാണ്ടിലേക്ക് എത്തിനോക്കുകയാണ് മനുഷ്യൻ. എങ്ങോട്ടാണിനി?

എങ്ങോട്ട്? സോഷ്യലിസത്തിലേക്ക്. ചൂഷണമില്ലാത്ത സ്ഥിതിയിലേക്ക്. അതിനുള്ള സമരങ്ങളാണിന്ന് നടക്കുന്നത്. നമ്മളെല്ലാം അതിൽ പങ്കാളികളാണ്. നാം ചരിത്രം നിർമിക്കുക യാണ്. ഇന്നത്തെ കുട്ടികളും അതിൽ പങ്കെടുക്കാം.

നൂറുകോടിക്കണക്കിൽ വർഷംമുമ്പ്- ആലോചിച്ചാൽ കിട്ടാത്ത അത്രയും മുമ്പ്- ജീവനുള്ള യാതൊന്നും ഭൂമിയിൽ ഉണ്ടായിരുന്നില്ല. ഒരുകാലത്ത് വാതകങ്ങൾ കത്തിക്കാളുന്ന ഒരു തീക്കുടുക്കയായിരുന്നു ഭൂമി. ജീവികൾക്കൊന്നും ജീവിക്കാൻ പറ്റാത്ത ഭയങ്കസ്ഥിതി. ഒരു കാലത്ത് ചൂടുകാരണം എല്ലാം വാത കമായിരുന്നു. ഭൂമി പതുക്കെ തണുത്തു. പലതും ഘനവസ്തു വായി. ചിലത് ദ്രാവക വസ്തുവായി. ബാക്കി വാതകമായി നിന്നു.

പല വസ്തുക്കളും കൂടിച്ചേർന്നു. ഇങ്ങനെ ആയിരക്കണക്കിൽ കൊല്ലങ്ങൾക്കിടയിൽ ഭൂമിയുടെ പുറം തണുക്കാൻ തുടങ്ങി. അപ്പോൾ വായുവിലെ നീരാവി മഴയായി. മഴതന്നെ മഴ. വെള്ളം ഒഴുകി. കുഴികളെല്ലാം നിറഞ്ഞു. അങ്ങനെ കരയും കടലുമുണ്ടായി. പല വസ്തുക്കളും വെള്ളത്തിൽ അലിഞ്ഞു. മൂലകങ്ങൾ കൂടിച്ചേർന്ന് പലതരം യൗഗികങ്ങൾ ഉണ്ടായി. കടൽവെള്ളത്തിൽ അലിഞ്ഞുചേർന്ന വസ്തുക്കൾ കൂടിച്ചേർന്നു കട്ടപിടിച്ചു. ഇതാണ് പ്രോട്ടീൻ. വസ്തുക്കളുടെ തുടക്കം. പ്രോട്ടീനുകൾ ചേർന്നുണ്ടായതാണ് ജീവവസ്തു(പ്രോട്ടോപ്ലാസം). ആദ്യത്തെ ജീവികളുണ്ടായതിങ്ങനെയാണ്. ഭൂമിയിലുള്ള ചില പദാർഥങ്ങൾ കൂടിച്ചേർന്നുണ്ടായതാണ് ജീവവസ്തു.

ആദ്യത്തെ ജീവി ഉണ്ടായി 200 കോടി വർഷം കഴിഞ്ഞാണ് മനുഷ്യനുണ്ടായത്.

അപ്പോൾ ഒരു ചോദ്യം, ഭൂമി എങ്ങനെയാണുണ്ടായത്? വിശ്വാസികൾ ഓരോരുത്തരും ഓരോ വിധത്തിൽ ഈശ്വരൻ ഭൂമിയെ സൃഷ്ടിച്ചു എന്നു പറയും. ശാസ്ത്രം എന്തുപറയുന്നു. ?

ഭൂമിക്കു ചുറ്റുമാണ് സൂര്യൻ തിരിയുന്നതെന്നുവരെ മതം പറഞ്ഞു. 2000 വർഷം യൂറോപ്പിൽ എല്ലാവരും അത് കണ്ണടച്ചു വിശ്വസിച്ചു. പതിനാറാം നൂറ്റാണ്ടിൽ പോളണ്ടിലെ കോപ്പർനിക്കസ് എന്ന ജ്യോതിശാസ്ത്രജ്ഞൻ, ഈ വിശ്വാസം ശരിയല്ലെന്നു പറഞ്ഞു. കോപ്പർനിക്കസിനെ ന്യായീകരിച്ചതിനു ബ്രൂണോ എന്ന ശാസ്ത്രജ്ഞനെ മതക്കോടതി എട്ടുകൊല്ലം ജയിലിലിട്ടു. അവസാനം ജീവനോടെ ചുട്ടെരിച്ചു: മതത്തെ ധിക്കരിച്ചതിനുള്ള ശിക്ഷ.

പതിനേഴാം നൂറ്റാണ്ടിൽ ഗലീലിയോ എന്ന ശാസ്ത്രജ്ഞൻ ഒരു ദൂരദർശിനി ഉണ്ടാക്കി. അതിൽക്കൂടി നോക്കി, ചന്ദ്രനിൽ പർവതങ്ങളുണ്ടെന്നു പറഞ്ഞു. അന്ധവിശ്വാസങ്ങളെ ഗലീലിയോ ഊതിപ്പറപ്പിച്ചു.

ഇതു പറഞ്ഞതിന് ഗലീലിയോവിനെ ദ്രോഹിച്ചതിനു കണക്കില്ല.

പക്ഷേ, അവസാനം സത്യം ജയിച്ചു. അസത്യം തോറ്റു.

പുതിയ തത്വചിന്തകന്മാർ പറഞ്ഞു. പ്രകൃതിയുടെ വികാസത്തിന്റെ ഫലമായാണ് ഭൂമി ഉണ്ടായതെന്ന്. ഭൗതിക വസ്തുക്കളുടെ ചലനത്തിന്റെ ഫലമാണ് ഭൂമി എന്ന് ലപ്ലാസ് എന്ന കണക്കുശാസ്ത്രജ്ഞൻ പറഞ്ഞു. ഇവരൊക്കെ ശാസ്ത്രജ്ഞന്മാർ മാത്രമായിരുന്നു.

അതിശക്തിയായി ചുറ്റിക്കറങ്ങിക്കൊണ്ടിരിക്കുന്ന പ്രകാശപടലമായിരുന്നു ആദ്യത്തെ സൂര്യഗോളം. ചുറ്റലിന്റെ വേഗത്തിൽ അതുറച്ചു കട്ടിയാവാൻ തുടങ്ങിയപ്പോൾ ചില ഭാഗങ്ങൾ അടർന്ന് അകന്നുപോയി. ഇവ ഗ്രഹങ്ങളായിത്തീർന്നു. ഭൂമി സൂര്യന്റെ ഒരു ഗ്രഹമാണ്.

രാവും പകലുമില്ലാത്ത കാലം. കിഴക്കും പടിഞ്ഞാറുമില്ല. ഇന്നലെയും ഇന്നുമില്ല. ആകാശവും ഭൂമിയുമില്ല. കോടാനുകോടി അണുക്കൾ മാത്രമുള്ള അനന്തമായ ഒരു മേഘപടലം മാത്രമാണുള്ളത്. അന്നത്തെ പ്രപഞ്ചം അതായിരുന്നു.

ഈ അണുക്കളിൽ നിന്നാണ് ബ്രഹ്മാണ്ഡമുണ്ടായത്. അവ ചലിച്ചുകൊണ്ടിരിക്കുന്നു. നിശ്ചലത എന്നൊന്നില്ല. ചലനം മാത്രമേ അന്നും ഇന്നും പ്രപഞ്ചത്തിലുള്ളൂ. നിശ്ചലമായ ഒരു സ്ഥിതി പറയാമോ? ആലോചിക്കാമോ?

ചലനം കാരണം ചില അണുക്കൾ കൂടിച്ചേർന്നു. ചിലത് അകന്നു. അകന്നുപോയ ഭാഗത്ത് മറ്റ് അണുക്കൾ ചേർന്നു, കട്ടപിടിച്ച ഭാഗങ്ങൾ ഉണ്ടായി. അവ വലുതായി, പിന്നേയും വലുതായി- അപ്പോഴും കറങ്ങുന്നുണ്ട്. കറക്കത്തിന്റെ വേഗത്തിൽ കത്തിജ്വലിക്കുന്നുണ്ട്. കോടാനുകോടി ഗോളങ്ങൾ ചേർന്ന പ്രപഞ്ചം രൂപം കൊള്ളുകയായിരുന്നു.

ഈ ഗോളങ്ങളാണ് നക്ഷത്രങ്ങൾ. അവയിലൊന്നാണ് സൂര്യൻ. ഭൂമിക്കേറ്റവും അടുത്ത നക്ഷത്രമാണത്. സൂര്യന്റെ തിരിച്ചിലിൽ അത് കഷണങ്ങളായി. ഗ്രഹങ്ങളും ഭൂമിയും ഉണ്ടായത് പറഞ്ഞുവല്ലോ.

ഭൂമിയും ഗ്രഹങ്ങളും സൂര്യനിൽ നിന്നും തെറിച്ചുപോയെങ്കിലും ഇന്നും സൂര്യനെ പ്രദക്ഷിണം ചെയ്യുന്നു.

ഭൂമി സ്വയം തിരിയുന്നതുകൊണ്ടാണ് പകലും രാത്രിയും

ഉണ്ടാവുന്നത്.

ഭൂമിക്ക് സൂര്യനെ ഒരു പ്രാവശ്യം ചുറ്റിത്തിരിയാൻ 365 ദിവസം വേണം.

ഭൂമിയുടെ ഉപഗ്രഹമാണ് ചന്ദ്രൻ. ഇങ്ങനെ പല ഗ്രഹങ്ങൾക്കും ഉപഗ്രഹങ്ങളുണ്ട്.

ജീവവസ്തു ഉണ്ടായി- ചുറ്റുമുള്ള പദാർഥമായ പ്രോട്ടീനിൽ നിന്ന് ജീവൻ വികസിക്കാൻ തുടങ്ങി. വികാസത്തിനു ചില നിയമങ്ങളുണ്ട്.

വികാസം, പ്രത്യേകതരം ചലനമാണ്. എന്തും മാറും വികാസത്തിലൂടെ. വെള്ളം തിളപ്പിച്ചാൽ ആവിയാവുന്നു. ആവി തണുപ്പിച്ചാൽ വെള്ളമാകുന്നു. ഇങ്ങനെ മാറ്റത്തിനു ചില നിയമങ്ങളുണ്ട്. ആ നിയമങ്ങളാണ് പിന്നീട് ശാസ്ത്രമായത്. ചൂടും ശബ്ദവും വെളിച്ചവും വൈദ്യുതിയുമെല്ലാം ചലനത്തിന്റെ പല രൂപങ്ങളാണ് എന്നു നാം കണ്ടുവല്ലോ.

ഡാർവിൻ(1809-1882) എന്ന ശാസ്ത്രജ്ഞനാണ് ജീവികളിലുണ്ടായ മാറ്റത്തെപ്പറ്റി വിവരിച്ചത്, ഇതിനു പരിണാമവാദം എന്നു പേരിട്ടു. ലഘുജീവികൾ വികസിക്കുന്നതിനിടയിൽ പുതിയ ജാതി ജീവികളുണ്ടാക്കുന്നു. പാരമ്പര്യവും പരിതഃസ്ഥിതിയുമാണ് പരിണാമത്തിനു കാരണം.

ലോകത്തിൽ ആയിരക്കണക്കിൽ ചെടികളുണ്ട്. കണ്ണുകൊണ്ടു നോക്കിയാൽ കാണത്തത്ര ചെറിയ ജീവികൾ മുതൽ തിമിംഗലവും ആനയും വരെയുള്ള ജന്തുക്കൾ, ജലദോഷം പരത്തുന്ന വൈറസ് മുതൽ വലിയ വൃക്ഷങ്ങൾ വരെ. ഇവയെല്ലാം പരിണാമം കൊണ്ടുണ്ടായതാണ് എന്ന് ഡാർവിനും മറ്റു ശാസ്ത്രജ്ഞന്മാരും തെളിയിച്ചു.

ലഘുവായ ജീവികളാണ് ആദ്യം ഉണ്ടാവുക. അവ വളർന്നു, വികസിച്ചു, പരിണമിച്ചു പുതിയ ജാതികളുണ്ടാവുന്നു- ആദ്യത്തേക്കാൾ സങ്കീർണങ്ങളാവും ഇവ. വെള്ളത്തിലാണ് ആദ്യം ജീവനുണ്ടായത്. പിന്നീടവ കരയിലേക്ക് കയറി. തവള കരയിലും വെള്ളത്തിലും കഴിയുന്നു. ഇഴഞ്ഞും ചാടിയും അരിച്ചും നടന്നും പോകുന്ന ജന്തുക്കൾ കരയിലുണ്ടായി. അവസാനം ചിലതിനു

ചിറകുണ്ടായി. അവ പക്ഷികളായി. ചിലതിനു വലിയ തലയുണ്ടായി. നീണ്ട കഴുത്തുണ്ടായി, കൂർത്തുമൂർത്ത പല്ലും നഖവുമുണ്ടായി. ഓരോന്നും ജീവിക്കാൻ തുടങ്ങി ഓരോന്നിന്റെയും ചുറ്റുപാടിൽ. പല മാതിരിയാണ് രൂപം. എങ്കിലും എല്ലാ ജീവികളും പുനരുൽപ്പാദനം നടത്തുന്നു, ഇര തേടുകയും ഇണ ചേരുകയും ചെയ്യുന്നു. തലമുറകൾക്കിടയിൽ അവ മാറുന്നു. പുതിയ ജാതികളുണ്ടാവുന്നു.

ഡാർവിന്റെ പരിണാമ സിദ്ധാന്തമനുസരിച്ച് കുരങ്ങ്ജാതികളുടെ പരിണാമത്തിൽ നിന്നാണ് മനുഷ്യക്കുരങ്ങുകൾ ഉണ്ടായത്. പിന്നീട് കുരങ്ങുമനുഷ്യനുമായി.

കുരങ്ങും മനുഷ്യനുമല്ലാത്ത പല ജന്തുക്കളുടേയും എല്ലും പല്ലും ലോകത്തിന്റെ പല ഭാഗത്തുനിന്നും കിട്ടിയിട്ടുണ്ട്. ഈ വാനര മനുഷ്യന്മാരുടെ അവശിഷ്ടത്തിൽ നിന്നാണ് ഡാർവിന്റെ വാദം ശരിയാണെന്ന് തെളിയുന്നത്.

അക്കാലത്ത് വാനര-മനുഷ്യന്മാർ വൻകാടുകളിൽ പാർത്തിരുന്നു. സിംഹത്തിൽനിന്നും കടുവയിൽനിന്നും രക്ഷപ്പെടാൻ അധികസമയവും ഇവ മരക്കൊമ്പിൽ കഴിച്ചുകൂട്ടി. കാടുകളാണ് വീടുകൾ. മരങ്ങളിൽ നിന്നു കായും കനിയും പെറുക്കിത്തിന്നു.

പക്ഷേ, തണുപ്പുകാലം വന്നു. ഇലകൾ കൊഴിഞ്ഞു. ഹിമക്കാറ്റുവീശി. മരങ്ങൾതന്നെ നശിച്ചു. വാനര-മനുഷ്യന്മാർ മരത്തിൽനിന്നും ഇറങ്ങി. പലരും ഓടി. മരത്തിൻമേലിരുന്നതിനേക്കാൾ സ്വാതന്ത്ര്യം അവർക്കുകിട്ടി. പുതിയ വഴികൾ അവർ തേടി.

പിന്നീടുള്ള ജീവിതം ഭൂമിയിലായിരുന്നു. ഓടിയും ഇരതേടിയും ശരീരത്തിനു മാറ്റം വന്നു. വാലിന്റെ ഉപയോഗം കുറഞ്ഞു. മരത്തിന്മേലാണെങ്കിൽ അത് 'ബാലൻസി'നു വേണം. ഭൂമിയിൽ ഓടാനോ? അതുവേണ്ട, അനേകായിരം കൊല്ലങ്ങൾകൊണ്ട് വാലില്ലാതായി.

അപ്പോഴേക്കും ജീവിതരീതിയും മുഖാകൃതിയും ശരീരഘടനയും മാറിയിരുന്നു. വാനര-മനുഷ്യനിൽ നിന്നു വ്യത്യസ്തനായി മനുഷ്യനുണ്ടായതിങ്ങനെയാണ്.

മനുഷ്യൻ ഉണ്ടായി. അതോടെ മനുഷ്യന്റേതായ പ്രവർത്ത

നവും തുടങ്ങി. തനിക്കനുകൂലമായി പ്രകൃതിയെ മാറ്റാനുള്ള ശ്രമമാണ് മനുഷ്യപുരോഗതിയുടെ കഥ.

മരക്കൊമ്പുകളിലിരുന്നപ്പോൾ കൈകൾ കൊണ്ട് കായ്കനികൾ പറിച്ചു തിന്നിരുന്നു. ഭൂമിയിലിറങ്ങിയപ്പോൾ ചില പഴങ്ങൾ കല്ലിൽ കുത്തിപ്പൊട്ടിച്ചു തിന്നാൻ തുടങ്ങി. വടിക്കഷണങ്ങൾകൊണ്ടു തോണ്ടി പുഴുക്കളെ എടുത്തുതിന്നാൻ കഴിഞ്ഞു. കൈകൾ പ്രധാന ഉപകരണങ്ങളായി. പിൻകാലുകളിൽ നിൽക്കാൻ പഠിച്ചു. കൈകൾക്കു പൂർണസ്വാതന്ത്ര്യം കിട്ടിയതോടെ, മനുഷ്യൻ പ്രകൃതിയെ രൂപപ്പെടുത്താൻ തുടങ്ങി.

പ്രകൃതിയിൽ കിട്ടിയതെന്തും ഉപയോഗിച്ചു. കല്ലും വടിയും തടിയും എല്ലാം. പതുക്കെ ചില ഉപകരണങ്ങളെ രൂപപ്പെടുത്തി. കല്ലുകൊണ്ടുള്ള ആയുധങ്ങൾ. പിന്നീട് മരംകൊണ്ടുള്ളവ. കാട്ടുതീയിൽ നിന്നു തീയെടുത്തു കല്ലുരച്ചും തീയുണ്ടാക്കി. വേട്ടയാടി ജീവിച്ചു. ഫലമൂലാദികൾ ഭക്ഷിച്ചു.

ഭക്ഷണം വെള്ളം പാർപ്പിടം എന്നിവ മനുഷ്യർക്കും മൃഗങ്ങൾക്കും വേണം. പക്ഷേ, മൃഗങ്ങൾക്ക് ഉൽപ്പാദനം നടത്താൻ വയ്യ. പണിയായുധങ്ങൾ ഉണ്ടാക്കാൻ വയ്യ. കൈകൾക്ക് ഇത്ര സ്വാതന്ത്ര്യം ഇല്ലല്ലോ.

മനുഷ്യൻ മനുഷ്യനായി. എന്നുമുതൽ? പണിയായുധങ്ങൾ ഉണ്ടാക്കി ഉപയോഗിക്കാൻ തുടങ്ങിയനാൾ മുതൽ. പിന്നീട് അതിവേഗത്തിലായി മാനവപുരോഗതി.

മനുഷ്യൻ നിവർന്നുനിന്നു. ഓടിനടന്നു. കൈകൾ ഉപയോഗിച്ചു. മുൻവശത്തുള്ള കണ്ണുകൊണ്ട് എല്ലാം നിരീക്ഷിച്ചു. ഒച്ച കേട്ടാലറിയാം. ചിലത് നാവിന്മേൽ വച്ചുനോക്കും. ചിലത് തൊട്ടുനോക്കും. വാസനിച്ചുനോക്കും. ഓരോന്നും തിരിച്ചറിയാൻ തുടങ്ങി. നാഡീമണ്ഡലം വളർന്നു. തലച്ചോറ് വളർന്നു.

നട്ടെല്ല് നിവർന്നപ്പോൾ, കൈകൾകൊണ്ട് അധ്വാനിക്കുകയും പണിയായുധങ്ങൾ നിർമിക്കുകയും ചെയ്തപ്പോൾ തലമുറകളായി. എല്ലിനും പേശിക്കും കരുത്തുണ്ടായി. കാലുറച്ചു. ചിന്താശക്തി ഉണർന്നു. നാഡികൾക്ക് ഉറപ്പുണ്ടായി. ശ്വാസകോശങ്ങൾ വികസിച്ചു. ശബ്ദനാളം വലുതായി. നാവിട്ടനക്കാൻ വായിൽ

സ്ഥലമുണ്ടായി. ആദ്യം ശബ്ദങ്ങൾ, പിന്നീട് അർഥമുള്ള ശബ്ദങ്ങൾ-അവസാനം സംസാരിക്കാനുള്ള കഴിവ്-എല്ലാം മനുഷ്യനുണ്ടായി. അനേകായിരം കൊല്ലങ്ങൾക്കിടയിൽ ഉണ്ടായ മാറ്റങ്ങളാണിവ.

തലച്ചോറും വലുതായി, എങ്ങനെ? ഭൗതികജീവിതത്തിലെ ആവശ്യങ്ങൾക്കനുസരിച്ച്, ചിന്തിക്കാനുള്ള ശക്തി വർധിച്ചു. അതിനുപറ്റിയ കോശങ്ങൾക്കു വ്യാപ്തി കൂടി, മസ്തിഷ്കം വലുതായി. മനുഷ്യമനസിനുമുണ്ട് മനുഷ്യനെപ്പോലൊരു ചരിത്രം -അതും പരിണമിച്ചും വികസിച്ചും ഉണ്ടായതാണ്.

ആദിമ മനുഷ്യന്റെ, മനസ് പ്രാകൃതമായിരുന്നു അന്ന് പ്രകൃതിയുമായുള്ള സമ്പർക്കങ്ങളും സംഘട്ടനങ്ങളുമാണ് മനുഷ്യമനസിനെ സ്വാധീനിച്ചത്. പ്രകൃതിയിൽ നിന്നു ജീവിതോപകരണങ്ങൾ തേടുന്നതിനനുസരിച്ച് മനുഷ്യമനസും സമ്പുഷ്ടമായി. പുതിയ ആശയങ്ങളും വികാരവിചാരങ്ങളും ഉൾക്കൊള്ളാനുള്ള കഴിവും അതിനുണ്ടായി.

ചിന്താശക്തി, പ്രകൃതിയിൽനിന്നു രൊക്കം കിട്ടിയതല്ല. പ്രവർത്തനത്തിലൂടെ മനുഷ്യൻ നേടിയതാണ്. മറ്റേതു ജീവിക്കുമില്ലാത്ത വിശേഷബുദ്ധി മനുഷ്യനു ലക്ഷക്കണക്കിൽ കൊല്ലങ്ങൾക്കിടയിൽ ലഭിച്ചതാണ്-പ്രവൃത്തിയിലൂടെ, അധ്വാനിക്കുന്നതിലൂടെ, ജീവിതത്തിലൂടെ.

മനുഷ്യന്റെ കൈകളും ബുദ്ധിയും വെറുതെ ഇരുന്നില്ല. പ്രകൃതിയിൽ നിന്നു പലതും നേടാനുണ്ട്. അതിന് ആയുധങ്ങളുണ്ടാക്കി അവ പരിഷ്കരിച്ചുകൊണ്ട് ഉപയോഗിച്ചു. വീണ്ടും നന്നാക്കി. ആദ്യം കല്ലുകൊണ്ട്. പിന്നീട് ചെമ്പും വെങ്കലവും; കുറെക്കഴിഞ്ഞ് ഇരുമ്പും മനുഷ്യനുപയോഗിച്ചു. വേട്ടയാടാൻ വില്ലും അമ്പും, കുന്തവും, വാളും, കത്തിയും ഉണ്ടാക്കി. ലോഹക്കലപ്പ ഉപയോഗിച്ച് കൃഷിചെയ്തു. കൂട്ടായ ജീവിതം നയിച്ചു. കൂട്ടായ വേട്ട നടത്തി. പരസ്പരം അനുഭവങ്ങൾ കൈമാറണം. ആംഗ്യം കാണിച്ചു. മുഖഭാവങ്ങൾ പ്രകടിപ്പിച്ചു. ചില ശബ്ദങ്ങളുണ്ടാക്കി. അതിൽ നിന്നാണ് ഭാഷ ഉണ്ടായത്. ഓരോ ജനസമൂഹത്തിനും ഓരോ ഭാഷ വളർന്നു.

ഭാഷ മനുഷ്യന്റെ കൂട്ടായ ജീവിതത്തിൽനിന്നും പ്രവർത്തനങ്ങളിൽ നിന്നും ഉണ്ടായതാണ്. അതോടെ മസ്തിഷ്കവും വളർന്നു.

ബുദ്ധിശക്തിയുടെയും ഭാഷയുടെയും വികാസം മനുഷ്യജീവിതത്തിന്റെ കാഠിന്യത്തെ ലഘൂകരിച്ചു. മനസിനു വലിയ വികാസം ലഭിച്ചു. ഭാഷയുപയോഗിച്ചു പഠിക്കാനും പഠിപ്പിക്കാനും എളുപ്പമായി. തലമുറകൾ കൂടുതൽ പഠിച്ചു.

മനുഷ്യൻ സംസ്കാരമുള്ളവനാവുകയായിരുന്നു. തീയും ഭാഷയും, അധ്വാനവും അവനെ സംസ്കാരമുള്ളവനാക്കി.

വേട്ടയാടുന്ന പുരുഷൻ, വീട്ടിൽ കൃഷി ചെയ്യുന്ന സ്ത്രീ. എല്ലാവരുംകൂടി ആഹാരം കഴിക്കും. തീയ്ക്കുചുറ്റും ഇരുന്നു ഭക്ഷിക്കും. പിന്നീട് നൃത്തം ചെയ്യും. പാട്ടുപാടും.

വേട്ടയ്ക്കിടയിൽ കൊല്ലാതെ ചില മൃഗങ്ങളെ പിടിച്ചു. അവയെ കൊണ്ടുവന്നാൽ, എല്ലാവർക്കും ആനന്ദമാണ്. അവയെ കൂട്ടിലിട്ടു വളർത്താം. തീറ്റകൊടുത്താൽ മതി. നായാട്ടിൽനിന്നും ഒന്നും കിട്ടിയില്ലെങ്കിൽ വളർത്തുമൃഗങ്ങളെ കൊന്നുതിന്നാം.

വിത്തുവിതച്ചുള്ള കൃഷിയും ജന്തുക്കളെ പോറ്റലും പുതിയ തൊഴിലുകളായി.

നദീതടങ്ങളാണ് താമസത്തിനു നല്ലത്-കൃഷിക്കും മൃഗങ്ങളെ വളർത്താനും. മനുഷ്യൻ അവിടെ പോയി താമസമാക്കി.

ശരീരം ചൂടാക്കാൻ തീ കായാം. ഭക്ഷണം തീയിലിട്ടു ചുട്ടുതിന്നാം. പാചകത്തിനു പാത്രം വേണം. ആദ്യം പരന്ന ഒരു കല്ലിന്മേൽ വച്ചു ചൂടാക്കി. പിന്നീട് മരംകൊണ്ടുള്ള പാത്രമുണ്ടാക്കി-ചുറ്റും മണ്ണുപുരട്ടി ക്രമത്തിൽ മരം കരിഞ്ഞുപോയി. ബാക്കി മൺപാത്രമായി. ചക്രം ഉപയോഗിച്ച് പാത്രങ്ങളുണ്ടാക്കാനും തുടങ്ങി.

മനുഷ്യൻ പുരോഗമിക്കുകയാണ്.

പ്രാകൃതമനുഷ്യൻ മതവിശ്വാസിയായിരുന്നില്ല. മതവിശ്വാസത്തിന് മനുഷ്യചരിത്രത്തിൽ അത്ര പഴക്കമില്ല. ഉള്ള സമയം മുഴുവൻ ഉപജീവനത്തിനു ചെലവിടണം. പിന്നെ, ചിന്തയ്ക്കെവിടെ സമയം? പ്രകൃതിശക്തികളെ നേരിടണം. കൂട്ടായി ജീവി

ക്കാൻ മനുഷ്യൻ പഠിച്ചത് അങ്ങനെയാണ്.

മൂന്നു ദശകൾ മാനവ ചരിത്രത്തിലുണ്ട്.

1. കാടത്തം-മനുഷ്യന്റെ ശൈശവമായിരുന്നു അത്. പ്രകൃതിയിൽ നിന്നു കിട്ടുന്ന വിഭവങ്ങളായിരുന്നു ഭക്ഷണം. കല്ലുളികൾ ഉപയോഗിച്ചു. അവസാനം അമ്പും വില്ലും ഉപയോഗിച്ചുള്ള വേട്ടയാടൽ. ഭാഷയുടെ തുടക്കം ഈ ഘട്ടത്തിലാണ്.

2. അപരിഷ്കൃത യുഗം-മുഖ്യ ജീവിതോപാധി, മൃഗം വളർത്തലും കൃഷിയും ആയിരുന്നു. പാത്രങ്ങളുപയോഗിച്ചു. പാലും മാംസവും ഭക്ഷണം. ഇത് ബുദ്ധിശക്തിയെ വികസിപ്പിച്ചു. ലോഹങ്ങളുപയോഗിക്കാൻ തുടങ്ങി. ഇരുമ്പുരുക്കി പണിയായുധങ്ങളുണ്ടാക്കി. ഇരുമ്പുകലപ്പ, മൃഗങ്ങൾ വലിച്ചു. ധാരാളം ഉൽപ്പന്നങ്ങൾ, വണ്ടികൾ, തേരുകൾ, എണ്ണ, ലോഹയന്ത്രങ്ങൾ, അവസാനം അക്ഷരമാലയും എഴുത്തും സംസ്കാരയുഗം ആരംഭിച്ചു.

3. സംസ്കാരയുഗം-ഇന്നുവരെ. ഈ ഘട്ടത്തിലും ഉൽപ്പാദനോപകരണങ്ങൾ പരിഷ്കരിക്കുന്നു. അതിനനുസരിച്ച് സാമൂഹ്യജീവിതവും മാറിവരുന്നു.

എങ്ങനെയാണ് സാമൂഹ്യജീവിതം മാറിയത്?

പ്രാകൃതസമൂഹം, അടിമത്തം, ഫ്യൂഡലിസം, മുതലാളിത്തം, സോഷ്യലിസം-മാനവസമൂഹ വളർച്ചയുടെ അഞ്ചുഘട്ടങ്ങൾ ഇവയാണ്.

പ്രാകൃത സമൂഹത്തിൽ സ്വകാര്യസ്വത്തില്ലായിരുന്നു. ഉൽപ്പാദനോപകരണങ്ങൾ പൊതുസ്വത്തായിരുന്നു. ഒരുതരം ഗോത്രഭരണമാണിത്. "പട്ടാളമില്ല, പൊലീസില്ല, പ്രഭുക്കളില്ല, രാജാക്കന്മാരില്ല, കോടതികളില്ല, ജഡ്ജിമാരില്ല, ജയിലുകളില്ല, കേസുകളില്ല-എന്നിട്ടും എല്ലാം ക്രമത്തിൽ നടന്നു." (എംഗൽസ്)

ഉൽപ്പാദനോപകരണങ്ങളുടെ പ്രാകൃതാവസ്ഥ മാറി അവയെ പരിഷ്കരിച്ചു. പ്രാകൃതസാമൂഹ്യ വ്യവസ്ഥയുടെ അടിത്തറയിളകി. മെല്ലെ സ്വകാര്യ സ്വത്തുടമസ്ഥത വന്നു. വില്ലും അമ്പും ഉൽപ്പാദന വ്യവസ്ഥയെ മാറ്റി. കൂട്ടമായിരുന്നു കാലികളെ വളർത്താൻ സാധ്യതയുണ്ടാക്കി, കൂടുതൽ സ്വത്ത് ഉണ്ടായപ്പോൾ കൈമാറ്റവ്യവസ്ഥയും കൊള്ളകൊടുക്കലുകളും കൂടു

തലായി. സമൂഹത്തിലതു വിടവുണ്ടാക്കി. ചിലർക്കു കുറച്ചും ചിലർക്കധികവും സ്വത്തുണ്ടായി. ഇതോടെ പ്രാകൃത കമ്യൂണിസ്റ്റ് വ്യവസ്ഥ-എല്ലാവരും എല്ലാവർക്കും കൂടി ഉൽപ്പാദനം നടത്തുന്ന വ്യവസ്ഥ-അവസാനിച്ചു. സ്വകാര്യസ്വത്തുണ്ടായി. സ്വത്ത് പിൻഗാമികൾക്ക് കിട്ടി. അസമത്വം വളർന്നു.

അടിമത്തം ആരംഭിച്ചു. നദീതിരങ്ങളിൽ വാസമുറപ്പിച്ചു കൃഷി നടത്തിയതോടെ, അകൽച്ച കൂടിവന്നു. ഉടമകളും അടിമകളും ഉണ്ടായി. ആദ്യത്തെ വർഗസമൂഹം ഉണ്ടായി. യുദ്ധത്തിൽ തടവുകാരായി പിടിച്ചവർ അടിമകളാക്കപ്പെട്ടു. ഇവരെ ചൂഷണം ചെയ്ത് ഉടമകൾ സമ്പന്നരായി. അടിമകളുടെ കായികാധ്വാനം ഉൽപ്പാദന വ്യവസ്ഥയുടെ മുഖ്യഭാഗമായി.

അടിമത്തം, ഉടമവർഗത്തിന്റെ പ്രയത്നത്തെ ലഘൂകരിച്ചു. ഉടമകൾക്കു കിട്ടിയ കൂടുതൽ ഒഴിവുസമയം കല, സാഹിത്യം, തത്വചിന്ത, വിദ്യാഭ്യാസം എന്നിവയ്ക്ക് ഉപയോഗിച്ചു. മറ്റുള്ളവർ ശരീരാധ്വാനം ചെയ്തു. കടുത്ത ചൂഷണം നടന്നു. പക്ഷെ, അടിമത്തം, പ്രാകൃത സമൂഹത്തേക്കാൾ പുരോഗമനപരമായിരുന്നു. ഉൽപ്പാദന വ്യവസ്ഥ ശക്തിപ്പെട്ടിരുന്നു.

ചൂഷണം വന്നതോടെ, ചൂഷണത്തിനെതിരായ സമരവും വന്നു. സാഹോദര്യവും ഗോത്രസൗഹാർദവും ഇല്ലാതായി. വർഗസമരങ്ങളുടെ ചരിത്രം തുടങ്ങി.

പ്രവൃത്തിവിഭജനം നടന്നു. അതും സമൂഹത്തിൽ വിഭാഗങ്ങളുണ്ടാക്കി. കാര്യങ്ങൾ നടക്കണമെങ്കിൽ, കഴിവും കയ്യൂക്കുമുള്ള തലവന്മാർ വേണം-അവരാണ് രാജാക്കന്മാരായത്. അടിമകളെ പണിചെയ്യിക്കണം. അവരെ തല പൊക്കാനനുവദിക്കരുത്. ചൂഷണത്തിലടിയുറച്ച സമൂഹം നിലനിർത്തണം-ഇതിനു ബലപ്രയോഗം നടത്തണം. ബഹുഭൂരിപക്ഷത്തെ ന്യൂനപക്ഷം ഭരിക്കണം. അതിനു ഭരണകൂടം വന്നു. നികുതി പിരിക്കുക, പട്ടാളവും പൊലീസും മറ്റും വച്ചുപുലർത്തുക, വർഗതാൽപ്പര്യങ്ങൾ സംരക്ഷിക്കുക-അങ്ങനെ ഭരണകൂടത്തിനു ചില ചുമതലകളും കിട്ടി. ഇത്തരം ഭരണകൂടമാണ് ചൈനയിലെ വൻമതിലും ഈജിപ്തിലെ പിരമിഡും ഉണ്ടാക്കിയത്. വിജ്ഞാനത്തിൽ ആകെ

വലിയ വളർച്ചയുണ്ടാക്കാൻ ഇതു സഹായിച്ചു.

കൃഷിയോടൊപ്പം കുടിൽവ്യവസായങ്ങളും വളരുന്നുണ്ടായിരുന്നു. ചിലർ കച്ചവടക്കാരായി. മറ്റുള്ളവരുണ്ടാക്കിയതുവാങ്ങി, ലാഭത്തിനു വിറ്റു. കടവും പലിശയും വന്നു. നാട്ടുകാർ പലരും കടം വാങ്ങി വീട്ടാൻ നിവൃത്തിയില്ലാത്തവരായി.

അടിമത്തത്തിനെതിരായ ശക്തികൾ മുന്നോട്ടുവന്നു. രാജാക്കന്മാർ ഭൂമി ഇടത്തട്ടുകാർക്ക് വീതിച്ചുകൊടുത്തു. പ്രഭുക്കൾ, ഇടപ്രഭുക്കൾ, നാടുവാഴികൾ, കുടിയാന്മാർ, കൃഷിക്കാർ ഇങ്ങനെ പല തട്ടുകളുണ്ടായി. നിയമാനുസൃതം കൃഷിക്കാരെ കൊള്ളയടിക്കാം. രാജാവ് സഹായിക്കും. ഭരണകൂടം അതിനു നിയമമുണ്ടാക്കി. ഫ്യൂഡലിസം അരങ്ങത്തെത്തി. എല്ലാ രാജ്യത്തും ഒരുപോലെയല്ല അത് വളർന്നത്.

ഇന്ത്യയിൽ ജാതിയുടെ അടിസ്ഥാനത്തിലാണ് ഫ്യൂഡലിസം നിലനിർത്തിയത്. കൃഷിക്കാരും നിലയുടമകളും തമ്മിലുള്ള വൈരുധ്യം മൂർച്ഛിച്ചു. ജാതിവ്യവസ്ഥ ഫ്യൂഡൽ വ്യവസ്ഥ നിലനിർത്താനുള്ള ഉപകരണമായി- ജനങ്ങളെ ഭിന്നിപ്പിക്കാനും. ചരിത്രപുരോഗതിയെ തടഞ്ഞുകൊണ്ട് ഫ്യൂഡലിസം കർഷകകോടികളെ നിർദയം ചൂഷണം ചെയ്തു. എങ്കിലും അടിമത്തത്തേക്കാൾ ഉയർന്നതായിരുന്നു ഫ്യൂഡലിസം.

പണക്കാർ കച്ചവടത്തിൽ ശ്രദ്ധിച്ചിരുന്നുവെന്നു പറഞ്ഞുവല്ലോ. കച്ചവടം വികസിച്ചപ്പോൾ ഉൽപ്പാദനവും വികസിക്കണം എന്നു വന്നു. ഒറ്റയ്ക്കൊറ്റയ്ക്കുള്ള പണിയേക്കാൾ, കൂട്ടായുള്ള പണിയാണ് നല്ലതെന്നുകണ്ടു. പണിയാളരാകട്ടെ, ഭൂമിയുമായി ബന്ധമില്ലാത്തവരാണ്. നാടുവാഴികളിൽ നിന്നും മോചനം നേടിയവർ തൊഴിലാളികളായി. ഫ്യൂഡലിസത്തിനകത്ത് മുതലാളിത്തപരമായ വളർച്ച കണ്ടുതുടങ്ങി. വ്യവസായങ്ങൾ വളർന്നു.

14-ഉം 15-ഉം നൂറ്റാണ്ടുകളിൽ യൂറോപ്പിലാണീ വ്യവസ്ഥ ആദ്യം ഉടലെടുത്തത്. പ്രവൃത്തി വിഭജനത്തെ അടിസ്ഥാനപ്പെടുത്തിയ ഉൽപ്പാദന രീതിയാണവിടെ വർക്ക്ഷോപ്പുകളിൽ നടന്നത്. ഉൽപ്പാദനം വിപുലമാക്കാനായി ലോകത്തിന്റെ എല്ലാ ഭാഗങ്ങളും കണ്ടുപിടിക്കാൻ ശ്രമിച്ചത് ഇക്കാലത്താണ്. കൊളംബ

സിന്റേയും വാസ്കോ ഗാമയുടെയും കാലം.

മുതലാളിത്തം വളർന്നുതുടങ്ങി. കച്ചവടം മുന്നേറി. പുതിയ രാജ്യങ്ങൾ കണ്ടുപിടിച്ചു. വേഗത്തിൽ ചരക്കുകളെ നീക്കേണ്ടി വന്നു. ഉൽപ്പാദനത്തിലും പരിഷ്കാരമുണ്ടായി. വൻകിടയന്ത്ര വ്യവസായം കൂടിയേ കഴിയൂ എന്നായി. സയൻസും ടെക്നോള ജിയും ഇതിനു സഹായിച്ചു. 18-ാം നൂറ്റാണ്ടിലുണ്ടായ ഈ മാറ്റ ങ്ങളെ വ്യവസായ വിപ്ലവം എന്നു ചരിത്രത്തിൽ പറയുന്നു. നൂൽപ്പ്, നെയ്ത്തുയന്ത്രങ്ങളും ആവി എഞ്ചിനും, ഇങ്ങനെ പലതും ഉണ്ടായി. കൽക്കരിയും ഇരുമ്പും പുതിയ ഉൽപ്പാദ നത്തെ ശക്തിപ്പെടുത്തി. മുതലാളിത്ത ചൂഷണം, തൊഴിലാളി കളെ പറ്റേ അവശരാക്കി. സ്വന്തമായി തൊഴിലാളിക്കൊന്നുമില്ല. പട്ടിണി കിടന്നുചാവാനുള്ള 'സ്വാതന്ത്ര്യം' അവനുകിട്ടി. സമത്വം സ്വാതന്ത്ര്യം സാഹോദര്യം എന്നൊക്കെ പറഞ്ഞാണ് ഫ്രാൻ സിലും മറ്റും വിപ്ലവം നടത്തിയതെങ്കിലും അവസാനം അത് ഒരു വർഗത്തിന്റെ ഭരണമായി മാറി. പുതിയ വർഗത്തിന്റെ ഭര ണകൂടവും വന്നു. പക്ഷേ, ഒരു കാര്യം മറക്കരുത്. ഫ്യൂഡലിസ ത്തേക്കാൾ ഉയർന്ന വ്യവസ്ഥയാണ് മുതലാളിത്തം.

മുതലാളിത്തത്തോടെ പുതിയൊരു ശക്തി ഉണ്ടായി. തൊഴി ലാളിവർഗം. ഫ്യൂഡൽവിരുദ്ധ സമരത്തെ ഫ്രാൻസിലും ലോക ത്തിലെങ്ങും ജയിപ്പിച്ചത് തൊഴിലാളിവർഗമാണ്. അവർക്കേ അതിനു കഴിയൂ. മുതലാളിത്തത്തെ ഇല്ലാതാക്കുന്ന ശക്തി തൊഴി ലാളികളാണ്. തൊഴിലാളികൾ സംഘടിച്ചു. ട്രേഡ് യൂണിയനു ണ്ടാക്കി. ആവശ്യങ്ങൾ മുന്നിൽവച്ചു സമരങ്ങൾ നടത്തി. മുത ലാളിത്തം ശക്തിപ്പെടുന്നതോടൊപ്പം ചൂഷണവും വർധിച്ചിരു ന്നു. തൊഴിലാളികൾ സംഘടിച്ച് ഇതിനെ ചെറുത്തു നിന്നു. ഉൽപ്പാദനത്തിനു മുതലാളിത്തം വിലങ്ങായി. ഈ ഘട്ടത്തിലാണ് മുതലാളിത്ത സ്വകാര്യ സ്വത്തുടമസ്ഥയുടെ മരണമണി അടി ക്കുന്നത്, സോഷ്യലിസ്റ്റ് വിപ്ലവത്തിന്റെ സന്ദേശം 1848 ൽ മാർക്സും എംഗൽസും ഉദ്ഘോഷിച്ചു. തൊഴിലാളികൾ പല സമരങ്ങളും നടത്തിയെങ്കിലും ജയിച്ചില്ല.

1917-ൽ റഷ്യയിൽ വിപ്ലവം നടന്നു. ലെനിന്റെ നേതൃത്വ ത്തിൽ പുതിയൊരു വ്യവസ്ഥ വന്നു; സോഷ്യലിസം മുതലാളി

ത്തത്തിനെതിരെ തൊഴിലാളിവർഗം ഉണ്ടാക്കിയ ഭരണകൂടമാണത്. ഉൽപ്പാദനോപകരണങ്ങൾ പൊതുസ്വത്തായി. ചൂഷണം അവസാനിച്ചു. പുതിയ മനുഷ്യത്വം ചെങ്കൊടി ഉയർത്തി.

ജനകീയ ചൈനയും കിഴക്കൻ യൂറോപ്പിലെ രാജ്യങ്ങളും വിയത്നാമും വടക്കൻ കൊറിയയും ക്യൂബയും സോഷ്യലിസ്റ്റ് രാജ്യങ്ങളായി.

ലോകം സോഷ്യലിസത്തിലേക്ക് നീങ്ങിക്കൊണ്ടിരിക്കുന്നു. അതിൽനിന്ന് ഒരു രാജ്യത്തിനും മാറിനിൽക്കാനാവില്ല.

സോഷ്യലിസം സയൻസിനെ മനുഷ്യനന്മക്കുള്ള ഉപാധി യാക്കി മാറ്റുന്നു. എല്ലാ ശാസ്ത്രത്തിന്റെയും ലക്ഷ്യം, അവസാനം മനുഷ്യനന്മയാണല്ലോ.

www.ingramcontent.com/pod-product-compliance
Lightning Source LLC
LaVergne TN
LVHW100840051026
849519LV00006B/2374